Explore your strength

आजची स्त्री आत्मनिर्भर कशी बनेल

Self mastery through understanding your Self

बेस्टसेलर पुस्तके 'विचार नियम' आणि
'[illegible]' चे रचनाकार

सरश्री

यांच्या मार्गदर्शनावर आधारित

Based on the teaching's of
Sirshree

आजची स्त्री आत्मनिर्भर कशी बनेल

Self mastery through understanding your Self

Aajchi Stree Aatmanirbhar Kashi Banel
Self mastery through understanding your Self

by Tejgyan Global Foundation

प्रकाशक : वॉव पब्लिशिंग्ज् प्रा. लि., पुणे

प्रथम आवृत्ती : नोव्हेंबर २०१५

पुनर्मुद्रण : जुलै २०१६ , सप्टेंबर २०१७, ऑक्टोबर २०१९

ISBN : 978-81-8415-317-0

(सदर पुस्तकाच्या तेजज्ञान ग्लोबल फाउंडेशनद्वारे ८ आवृत्त्या प्रकाशित झाल्या आहेत.)

© Tejgyan Global Foundation

All Rights Reserved 2009
Tejgyan Global Foundation is a charitable organization
having its headquarters in Pune, India.

सर्वाधिकार सुरक्षित

'वॉव पब्लिशिंग्ज् प्रा. लि.'द्वारे प्रकाशित हे पुस्तक अशा अटीवर विकण्यात येत आहे, की प्रकाशकाच्या लेखी पूर्वअनुमतीविना ते व्यापाराच्या दृष्टीने अथवा अन्य प्रकारे उसने, भाड्याने अथवा विकत, अन्य कोणत्याही प्रकारच्या बांधणीत अथवा अन्य मुखपृष्ठासह देता येणार नाही; तसेच अशाच प्रकारच्या अटी नंतरच्या ग्राहकावर बंधनकारक न करता आणि वर उल्लेखिलेल्या कॉपीराइटपुरत्या मर्यादित न ठेवता या पुस्तकाच्या कोणत्याही स्वरूपाच्या विनिमयास, तसेच कॉपीराइटधारक व वर उल्लेखिलेले प्रकाशक दोघांच्याही लेखी पूर्वअनुमतीविना इलेक्ट्रॉनिक, मेकॅनिकल, फोटोकॉपी, रेकॉर्डिंग इत्यादी प्रकारे या पुस्तकाचा कोणताही अंश पुनःप्रस्तुत करण्यास, जवळ बाळगण्यास अथवा सुधारित स्वरूपात प्रस्तुत करण्यास मनाई आहे.

'आत्मनिर्भर कैसे बनें' या मूळ हिंदी पुस्तकाचा मराठी अनुवाद

प्रत्येक स्त्रीने

शारीरिक सतर्कता, मानसिक तणावमुक्तता,

सामाजिक कुशलता, आर्थिक योग्यता, भावनात्मक परिपक्वता

आणि आध्यात्मिक पूर्णता प्राप्त करावी.

अनुक्रमणिका

प्रस्तावना	आत्मनिर्भर नारी तुझे ध्येय महान	९
खंड १	आधुनिक स्त्री स्वावलंबी कशी होईल	१७
भाग १	स्त्री व पुरुष, शरीर नव्हे, गुण आहेत ईश्वराची रचना	१९
भाग २	गुणांच्या ताकदीने स्वावलंबी व्हा स्त्रियांचे मुख्य गुण	२१
भाग ३	स्वावलंबनाच्या मार्गातील अडचणी स्त्रीचा पहिला अवगुण – ईर्षा	२९
भाग ४	विचारपूर्वक बोला : स्त्रीचा दुसरा दुर्गुण– बोलून झाल्यावर विचार करण्याची सवय	३३
भाग ५	अवगुण सर्व दोष प्रकाशात आणा	३९
भाग ६	स्वावलंबनासाठी भक्कम अधिष्ठान हवे आपल्या जीवनाचे शिल्पकार व्हा	४६
भाग ७	आत्मसन्मान कसा प्राप्त करावा १७ साहाय्यक पावले	५३
भाग ८	आत्मगौरव प्राप्त करा स्वतःविषयीचे मत	६१
भाग ९	धैर्य वाढवण्यासाठी ८ सूचना धीराचं फळ पिकल्यावर गोड का होतं	६४

भाग १०	**आत्मनिरीक्षणाची कला शिका**	६८
	आत्मविकास रहस्य	
भाग ११	**आत्मविश्वास हेच औषध**	७०
	न्यूनगंडापासून मुक्त होण्यासाठी ७ पावले	

खंड २ : नोकरदार महिला — ७७

भाग १	**नोकरदार महिला आणि गृहिणी**	७९
	समस्या आणि समाधान	
भाग २	**कार्याचे नियोजन करा**	८१
	प्रगतीचा मार्ग	
भाग ३	**कार्यालयात काम आणि व्यायाम**	८४
	नेहमी स्वस्थ राहा, मस्त राहा	
भाग ४	**कार्यालयात प्रभावशाली कसे व्हाल**	८६
	जबाबदारीला ओझं नव्हे, संधी समजा	
भाग ५	**घरात आणि ऑफिसमध्ये संतुलन कसे राखता येईल**	९०
	संतुलित जीवन जगा	
भाग ६	**आजची स्त्री आणि मनमानी खरेदी**	९२
	लक्षात ठेवण्यायोग्य गोष्टी	

खंड ३ : स्त्री – कुटुंबाची शक्ती — ९५

भाग १	**संवादहीनता**	९७
	सांसारिक संबंधांत बाधा	
भाग २	**संवादमंच**	१०४
	नाती उत्तम ठेवण्याचा पाया	
भाग ३	**घराला स्वर्ग बनवा, नरक नको**	१०७
	घरातील सदस्यांना घर स्वर्गासारखे वाटावे	
भाग ४	**कुटुंबाचा पाया मजबूत करा**	१११
	पतीच्या सहकार्याने संघ तयार करा	

खंड ४	स्वस्थ नारी	११५
भाग १	स्वस्थ नारीच्या हातात विश्वाचं भविष्य निरोगी व्हा	११७
भाग २	निरोगी स्त्री आत्मनिर्भर होऊ शकते निरोगी राहण्यासाठी १३ उपाय	११९
भाग ३	अतिरिक्त समय न देता शरीर सुदृढ ठेवा निरोगी राहण्यासाठी उपयुक्त गोष्टी	१२५
भाग ४	स्वच्छता – 'स्व'ची इच्छा अंतर्बाह्य स्वच्छता कशी करावी?	१२८
भाग ५	'स्व'संवादाद्वारे आत्मनिर्भर बना आरोग्याची प्राप्ती : सकारात्मक शब्दांद्वारे	१३१
भाग ६	जीवनातील उत्साह कायम ठेवा मिडलाइफ म्हणजे अंत नव्हे, प्रारंभ आहे	१४०
खंड ५	निरोगी स्त्री	१४३
भाग १	मासिक पाळी – त्रास आणि उपचार योग्य माहिती आणि योगाभ्यास	१४५
भाग २	मेनोपॉज रजोनिवृत्तीकडे नव्या रूपात बघा	१६०
भाग ३	स्त्रियांची समस्या – श्वेतप्रदर माहिती आणि निदान	१७०
खंड ६	गर्भवती स्त्री	१७३
भाग १	अपत्य नसलेली स्त्री अपूर्ण असते का शारीरिक पूर्णता म्हणजेच पूर्णता नव्हे	१७५
भाग २	मुलाच्या जन्माबरोबर स्त्रीचा पुनर्जन्म तेजप्रेम व्यक्त करण्याची संधी	१७८

भाग ३	गर्भावस्थेत संतुलित जीवनाचे महत्त्व	१८०
	मातृत्वाच्या नव्या सुखद मार्गाकडे	
परिशिष्ट	**सुखी वैवाहिक जीवनाचे रहस्य**	**१९३**
भाग १	नात्यांमध्ये ज्ञान आणि ओळख वाढवा	१९५
भाग २	जोडीदाराचा स्वभाव जाणा	२०२
भाग ३	स्त्री-पुरुष संबंध आणि प्रबोधन	२०८
भाग ४	लेडी ए टू झेड	२१४
भाग ५	आपण जागृत स्त्री आहात काय	२२३
	महिलादिनाचा संदेश	

प्रस्तावना

आत्मनिर्भर नारी तुझे ध्येय महान

जगभरात ८ मार्च हा दिवस 'महिला दिन (Women's Day)' म्हणून साजरा केला जातो. या दिवशी महिलांना सरश्रींनी 'चेतना संदेश' दिला. प्रत्येक महिलेने हा 'चेतना संदेश' जाणून घ्यायला हवा. आधुनिक युगात वावरताना प्रत्येक स्त्रीला संपूर्ण जीवनाविषयीचे योग्य मार्गदर्शन मिळणे खूप आवश्यक आहे. याच उद्देशाने या पुस्तकाची निर्मिती झाली आहे. प्रत्येक स्त्रीने शारीरिक सतर्कता, मानसिक तणावमुक्तता, सामाजिक कुशलता, आर्थिक योग्यता, भावनात्मक परिपक्वता आणि आध्यात्मिक पूर्णता प्राप्त करावी.

या पुस्तकाचा पुरेपूर लाभ घ्यावयाचा असेल, तर प्रत्येक स्त्रीने आधी आपले ध्येय निर्धारित करायला हवे. 'संपूर्ण प्रगती साधण्यासाठी स्त्रीचे ध्येय काय असावे? तिने ध्येयप्राप्तीसाठी काय करायला हवे?' असा प्रश्न सरश्रींना विचारला, तेव्हा सरश्री म्हणाले, 'सर्वांसाठी संपूर्ण लक्ष्य सारखेच असते. स्त्रियांचे संपूर्ण ध्येय विचारात घेता त्यातील एक महत्त्वाचा भाग म्हणजे घर. घराला पूर्णत्व प्रदान करून, घराचे घरपण अबाधित ठेवून तिने इतर कामे करावीत. या दोन्ही गोष्टी साध्य करताना तिने स्वतःलादेखील जाणून घ्यावे व पूर्णत्व प्राप्त करावे. जेव्हा या सर्व गोष्टी ती समर्थपणे पेलू शकेल, तेव्हा ती संपूर्ण ध्येयापर्यंत निश्चितच पोहोचेल व संपूर्ण लक्ष्य गाठू शकेल.'

दोन माणसं जेव्हा लग्न करतात, तेव्हा ती तेजसंसारी बनतात. दोघांना संपूर्ण लक्ष्य मिळवून एकमेकांचा विकास साधण्यासाठी निमित्त बनायचे आहे, ही गोष्ट त्यांना

ठाऊक असते. या भूतलावर माणूस जो अनुभव प्राप्त करण्यासाठी जन्माला आला आहे, तो घेताना पती-पत्नीने एकमेकांना मदत करायला हवी.

स्त्रीच्या जीवनाची सुरुवात जर योग्य प्रकारे झाली, तर तिला संपूर्ण लक्ष्य प्राप्त करणे सहज शक्य होते. तेजसंसारी स्त्री व पुरुष दोघांना स्वतःच्या जीवनाचे उद्दिष्ट माहीत असते. त्यांनी एकमेकांच्या ध्येयात सामील व्हायला हवे, जेणेकरून दोघांनाही आपली उद्दिष्टे साधता येतील. 'मी घर नीट सांभाळते, माझं उद्दिष्ट पूर्ण झालं... मी माता झाले म्हणजे मी कृतकृत्य झाले...' असा विचार जर एखादी स्त्री करत असेल, तर ती कधीही संपूर्ण लक्ष्य प्राप्त करू शकणार नाही. हा तर संपूर्ण लक्ष्याचा एक भाग झाला. पण फक्त शारीरिक पूर्णता म्हणजे पूर्णता नव्हे. लोकांना असे वाटत असते, की मुलं झाली म्हणजे आपण पूर्णत्वापर्यंत पोहोचलो. परंतु, जीवनात जर शारीरिक, मानसिक, आर्थिक, सामाजिक आणि आध्यात्मिक क्षेत्रात विकास साधला, तरच संपूर्ण लक्ष्य प्राप्त होते.

सरश्रींना पुढे विचारले, 'प्रत्येक स्त्रीने विचार करायलाच हवा अशी कोणती गोष्ट आहे?' या प्रश्नाचे उत्तर देत सरश्री म्हणाले, ''आजची स्त्री आत्मनिर्भर असायला हवी. तिने स्वावलंबनाबद्दल विचार करायला हवा.'' या पुस्तकाचे शीर्षकदेखील हेच आहे - 'आत्मनिर्भर कसे व्हाल?'

'स्वावलंबनाच्या पायावरच जीवनाचे उद्दिष्ट साध्य करता येते. भौतिक अथवा बाह्य यश प्राप्त करण्यापूर्वी आंतरिक यश प्राप्त करणे महत्त्वाचे असते. जो माणूस स्वयंशिस्त आणि आत्मनियंत्रण हे दोन गुण आत्मसात करतो, तोच खऱ्या अर्थाने आत्मनिर्भर होऊ शकतो. स्वावलंबनामुळे आत्मसन्मान जागृत होतो. आत्मसन्मान प्राप्त करून माणूस स्वतःला जाणून घेऊन आत्मअभिव्यक्ती करतो.'

काही गोष्टींसाठी आपण इतरांवर अवलंबून असतो, तर काही गोष्टींसाठी इतर लोक आपल्यावर अवलंबून असतात, हे चुकीचे नाही. असं घडतं व यालाच 'परस्परावलंबन' असे म्हणतात. परस्परावलंबनाचा आनंद फक्त स्वावलंबी माणसांनाच मिळू शकतो. यासाठी आत्मनिर्भर चरित्र संपादन करून आपल्याला पाया (नींव नाइन्टी) मजबूत करायचा आहे. परनिर्भर राहून गुलामीचे जीवन जगायचे नाही.

स्त्री स्वतःला शरीर समजते. परंतु वास्तवात स्त्री एक गुण आहे आणि पुरुषदेखील एक गुण आहे. स्त्रीगुण जेव्हा एखाद्या शरीरात प्रवेश करतो, तेव्हा ते शरीर लवचिक बनते आणि पुरुषी गुण एखाद्या शरीरात प्रवेश करतो, तेव्हा ते शरीर कणखर होते. पुरुष जी कामे करू शकतो ती स्त्रियांना झेपत नाहीत. शारीरिक क्षमतेच्या अभावामुळे

स्त्रियांमध्ये असुरक्षिततेची भीती व सुरक्षिततेचा विचार फार खोलवर रुजलेला असतो. स्त्री विचार करते, 'आम्ही पुरुषांप्रमाणे काम करू शकत नाही, म्हणून आम्हाला कमी क्षमतेची व आमच्या सोयीची कामे दिली जावीत. सुरक्षितता व सुविधा या गोष्टींचा येथे विचार केला जावा. वास्तविक याच कारणामुळे नारी परावलंबी झालेली दिसते. प्राचीन काळात रुजलेलं हे बीज अद्यापही आढळत आहे. सुरक्षिततेची भावना आदिवासींच्या काळापासून प्रचलित आहे. ताकदीच्या बळावरच ती माणसं आपला कबिला चालवत असत. सामर्थ्यवान माणसं प्रत्येक वस्तूचा उपभोग घेत असत, मग ती स्त्री का असेना! स्त्रीचे शरीर नाजूक असल्यामुळे तिचा वापर एखाद्या वस्तूसारखाच केला जात असे. दोन जातींमध्ये किंवा दोन टोळ्यांमध्ये जेव्हा-जेव्हा संघर्ष उद्भवत असे, तेव्हा जिंकणारी टोळी हरणाऱ्या टोळीतील स्त्रियांना घेऊन जाई आणि हरणारी लाचार टोळी अशा वेळी काहीच करू शकत नसे. अशाप्रकारे स्त्रियांना उपभोग्य वस्तू समजून त्यांच्या दुर्बलतेचा भरपूर फायदा घेतला जाई.

पुरुष वर्ग आपल्या इच्छेप्रमाणे स्त्रियांचा वापर करीत राहिला, याच कारणामुळे स्त्रियांमध्ये 'आम्हाला संरक्षण पाहिजे नाहीतर सबळ पुरुष आम्हाला पळवून नेतील,' ही गोष्ट फार खोलवर रुजली गेली. त्यांना आपली दुर्बलता नेहमीच जाणवायची. जीवशास्त्रीय परिणामांमुळे (Biological Effect) स्त्रियांच्या शरीरात व हाडांमध्ये पुरुषांच्या तुलनेत कमी ताकद असते. पुरुषांच्या शारीरिक बळाच्या तुलनेत स्त्री दुर्बळ आहे. खरंतर ती दुर्बळ नाही. ताकद, संरक्षण आणि सुविधा नसल्यास आपला गैरवापर होईल, अशी भीती स्त्रीच्या मनात सदैव घर करून असते. यामुळे संरक्षणाची तिला नेहमीच गरज भासते म्हणून लवकरात लवकर आपले स्वतःचे घरकुल व्हावे आणि आपला प्रपंच नीटनेटका चालावा अशी तिची इच्छा असते. स्त्रियांनी जर स्वतःला जाणून घेतले, तर त्यांना आजच्या काळात उगाचच घाबरायचे कारण नाही. त्यांच्या मनातील भीती जर नष्ट झाली, तर निश्चितच नवे निर्णय घेऊन त्या स्वावलंबी होऊ शकतात, आत्मनिर्भर होऊ शकतात.

आजचे युग पूर्णपणे बदलले आहे. आजमितीला स्त्रियांनी खूप प्रगती केली आहे. जीवनातील असे कोणतेही क्षेत्र शिल्लक नाही, जेथे स्त्रियांचे पाऊल पडले नाही. ज्ञानप्राप्तीसाठी स्त्री आज जगाच्या कोणत्याही कोपऱ्यापर्यंत पोहोचू शकते. मग ते हिमालय असो वा इजिप्त, तिबेट असो वा तेजस्थान! प्रत्येक ठिकाणी ती पोहोचून स्वतःच्या बुद्धिमत्तेची व श्रद्धेची चमक दाखवू शकते. पुरुषांच्या खांद्याला खांदा लावून आधुनिक स्त्री जगभर ज्ञानगंगा नेण्याचे भगीरथ प्रयत्न लीलया करू शकते. काही क्षेत्रात

तर ती पुरुषांच्या पुढे गेलेली आपण बघतो. स्त्री जेव्हा संपूर्णपणे आत्मनिर्भर होईल, तेव्हा असंही होऊ शकतं की जो भाऊ काही कारणाने घराबाहेर पडू शकत नाही, तोदेखील बहिणीला राखी बांधू शकेल, कारण बहीण खऱ्या सुरक्षेसाठी, ज्ञानप्राप्तीकरिता त्याच्यासाठी निमित्त बनू शकते.

आज कित्येक महिला सामाजिक व आर्थिकदृष्ट्या मजबूत आहेत, पण आत्मनिर्भर नाहीत. दुसरीकडे काही महिला गरीब असूनही आत्मनिर्भर आहेत. ज्या स्त्रिया आत्मनिर्भर नाहीत त्यांच्या जीवनात तणाव निर्माण होतो; त्यांचे मनोबल ढासळते आणि नवनिर्माण करण्याची त्यांची क्षमता कमी होते. ही गोष्ट एका उदाहरणाद्वारे जाणून घेऊ या.

एक लहान मुलगी होती. तिचा जन्म मध्यमवर्गीय कुटुंबात झाला होता. आईवडिलांनी प्रेमाने तिचे नाव 'प्रतिभा' ठेवले होते. जसजशी प्रतिभा मोठी होत होती, तसतशी तिची बौद्धिक क्षमतादेखील विलक्षणरीत्या वाढू लागली. शाळेत गेल्यावर प्रतिभा आणखीच प्रतिभाशाली झाली. शालेय आणि महाविद्यालयीन परीक्षेत ती नेहमी पहिली यायची. मुली कितीही शिकल्या सवरल्या तरीदेखील आई-वडिलांना त्यांच्या लग्नाची काळजी असतेच. प्रतिभा याला अपवाद कशी असणार! शिक्षण पूर्ण झाल्यावर तिचे लग्न झाले.

लग्नानंतर प्रतिभाने आपल्या पतीचे घर सांभाळले. खूप प्रेमाने व निष्ठेने तिने नवीन घरात स्वतःचे स्थान निर्माण केले. घरातील सर्व सदस्यांची काळजी घेणे, प्रत्येक क्षण सेवेत लीन राहणे प्रतिभाचे कर्तव्य बनले होते. तिचा प्रपंच आनंदी वातावरणात व्यवस्थित चालला होता. कालांतराने तिचा मुलगा मोठा झाला. मुलाच्या उज्ज्वल भविष्यासाठी आपले कर्तव्य व्यवस्थित बजावत असताना पतीच्या व्यवसायातदेखील ती मदत करत होती. अशाप्रकारे आदर्श भारतीय नारीचे स्थान प्राप्त करून ती खूप संतुष्ट होती. आपले अस्तित्व धूसर होत आहे, आपली प्रतिभा वाया जात आहे, या गोष्टीची तिला जाणीवसुद्धा नव्हती आणि तिच्यामध्ये असणाऱ्या शक्यतांबद्दल ती अनभिज्ञ होती. भविष्याबद्दल ती निष्काळजी होती.

आता प्रतिभाचा मुलगा यशाची एक-एक पायरी चढत होता. पती व्यवसायात प्रगती करत गेले. हळूहळू मुलाचे व वडिलांचे अद्ययावत ज्ञान वाढत होते. एके दिवशी प्रतिभाच्या मुलाने आईला विचारले, 'इंटरनेट म्हणजे काय?' त्यावर ती उत्तर देऊ शकली नाही. कारण नवीन तंत्रज्ञान तिला अवगत नव्हते. वडिलांनी या प्रश्नाचे मुलाला बरोबर उत्तर दिले व कॉम्प्युटरबद्दल बऱ्याच गोष्टी त्याला सांगितल्या. आता आपल्या प्रत्येक प्रश्नाचे उत्तर मुलाला वडिलांकडून मिळू लागले. त्यामुळे मुलगा हळूहळू आईपासून दुरावत गेला. घर-गृहस्थीच्या कामाव्यतिरिक्त आईला इतर काहीच येत नाही, असे त्याला वाटू लागले.

एके दिवशी मुलाच्या शाळेतून रिपोर्ट कार्ड मिळाले. त्यात आई-वडिलांविषयी माहिती लिहून द्यायची होती. वडिलांविषयी सर्व काही लिहून झाल्यावर तो विचार करू लागला, की आता आईविषयी काय लिहिणार... आईला तर घरकामाशिवाय इतर काही कळत नाही. बस... त्या दिवशी प्रतिभाला प्रथमच जाणवलं की प्रपंचात ती खूपच गुरफटून गेली आहे. फक्त घरकाम तिची ओळख करून देऊ शकत नाही. परंतु ही गोष्ट जाणवली तेव्हा बराच उशीर झालेला होता.

'काहीही न करण्याचा' तीव्र आघात तिला सहन करावा लागला. ती गांभीर्याने या संदर्भात विचार करू लागली. आपले अस्तित्व अस्पष्ट होण्याचे कारण शोधू लागली. तिने तर आपली मुलं, नवरा आणि घर यासाठी सर्वस्व पणाला लावलं होतं, पण यातून तिला काय मिळालं?'

सर्वगुणसंपन्न असूनही एका मुलीचं समाजात आज दुय्यम स्थान का आहे? कारण ज्यावर तिचा पूर्ण अधिकार होता ते शिक्षण, ते स्थान प्रतिभाला मिळालं नाही. घरी-बाहेर, प्रत्येक ठिकाणी, प्रत्येक क्षेत्रात सक्षम असूनही तिचा मानसिक, आध्यात्मिक विकास का बरे थांबला? ही गोष्ट पूर्णतः अयोग्य आहे. शैक्षणिकदृष्ट्या स्त्रीने कितीही प्रगती केली असली, तरी कुटुंब व समाजाचा तिच्याकडे बघण्याचा दृष्टिकोन मात्र संकुचित राहिला आहे, परंतु आता मात्र त्यात बदल व्हायला हवा.

मुलगी शिकून सवरून कितीही उच्च पदावर पोहोचली, तरी कुटुंब आणि समाजाच्या दृष्टीने तिचे पहिले कर्तव्य म्हणजे घर-परिवार सांभाळणे हेच असते... हे कटू सत्य नाकारून चालणार नाही. घरच्या जबाबदाऱ्या पार पाडल्यानंतरच तिचे वेगळे अस्तित्व असावे हेच सांगितले जाते. जन्मतःच तिला त्यागाची आणि कर्तव्याची बाळघुटी पाजली जाते. तिच्यावर असेच संस्कार केलेले असतात की ती स्वतःला त्या साच्यात टाकून निश्चिंत होते.

एखाद्या स्त्रीने जर ठरवले, तर ती कोठेही राहून आपला स्वतःचा विकास साधू शकते. घराबाहेर जाऊनच विकास होतो असेही मानण्याचे कारण नाही. विकासाचा अर्थ बाहेर जाऊन फक्त अर्थार्जन करणे, समाजसेवा करणे असा नव्हे, तर अंतरंगातील गुणांना, आपल्यामधील कलाकौशल्यांना जाणून घेण्याची आज गरज आहे. प्रत्येक महिलेत कोणता ना कोणता विशेष गुण असतोच. त्या गुणाला ओळखून, त्याचा विकास साधल्यास स्त्री आपले व्यक्तिमत्त्व फुलवू शकते.

आजची स्त्री प्रत्येक क्षेत्रात पुढे आहे. मुलींच्या संगोपनात आज खूपच बदल

झालेला आहे. शिक्षणाच्या प्रत्येक क्षेत्रात तिचे योगदान आहे आणि तिने ते असेच जतन करावे. आपल्या शिक्षणाला ग्रहण लागता कामा नये! वेळोवेळी याचा फायदा जरूर उचलावा. घरसंसाराच्या जबाबदाऱ्यांमध्ये अडकलेली असतानाच एक वेळ अशी येते, की घरातील सर्व जण आपापल्या कामात गुरफटलेले असतात आणि स्त्री मात्र एकाकी पडलेली असते. मग ती कुंठित होते. या गोष्टीचा विचार प्रत्येक स्त्रीने प्रारंभापासूनच करायला हवा. जेणेकरून तिला अशा परिस्थितीशी टक्कर द्यावी लागू नये म्हणून तिने आपला सामाजिक परीघ संकुचित ठेवता कामा नये. प्रत्येक नातं जास्त भावनिक होऊ देऊ नये आणि नात्यांविषयी पूर्णपणे उदासीनही राहू नये. संतुलित नाती जीवनात माधुर्य आणू शकतात, जीवन सुंदर बनवू शकतात.

प्रत्येक स्त्रीने थोडे थांबून स्वतःबद्दल विचार करावा. आपल्या रुचीनुसार व सोयीनुसार आपला मार्ग निश्चित करावा. बाह्य सौंदर्य ही तर ईश्वराची देणगी आहे; पण आपले अंतरंग आपण नक्कीच सुंदर बनवू शकता. आंतरिक सौंदर्याचा प्रभाव काळानुरूप कायम राहतो. स्वावलंबी बनण्यासाठी, स्वतःचा विकास साधण्यासाठी वेगवेगळ्या कोर्सेसचा फायदा घ्यावा. महिला इतक्या आत्मनिर्भर व्हायला हव्यात की स्वतःच्या समस्यांचे निराकरण त्यांनी स्वतःच करायला हवे.

प्रस्तुत पुस्तक वाचून आपली प्रवृत्ती व संस्कार कसे आहेत, ही गोष्ट महिलांना कळू शकेल. जर संस्कार चांगले असतील, सवयी चांगल्या असतील, तर त्यांचा जास्तीत जास्त लाभ घेऊन अनावश्यक प्रवृत्तींपासून मुक्त होण्यासाठी सकारात्मक दृष्टिकोन ठेवायला हवा. प्रामाणिकपणे आत्मनिरीक्षण करून आंतरिक सौंदर्य वाढवायला हवे.

जीवनाच्या सर्व क्षेत्रात ज्यांना समान प्रगती साधायची आहे, त्या सर्व महिलांसाठी हे पुस्तक लिहिले आहे. या पुस्तकात जीवनाच्या सर्व भागांवर संकेत दिलेले आहेत. या संकेतांना अमलात आणून आपण आपल्या जीवनात सकारात्मक परिवर्तन आणू शकता.

सर्व वर्गातील महिलांसाठी या पुस्तकाद्वारे जीवनातील महत्त्वपूर्ण भागांवर काही विशेष संकेतांमार्फत प्रशिक्षण देण्याचा प्रयत्न केला आहे. या पुस्तकाद्वारे आपणापर्यंत शारीरिक (स्वास्थ्यशक्ती), मानसिक (ज्ञान आणि शिक्षण), सामाजिक (लोकव्यवहार व प्रेम), भावनात्मक आणि आध्यात्मिक क्षेत्रांशी संबंधित महत्त्वपूर्ण संदेश पोहोचवण्याचा प्रयत्न केला गेला आहे. प्रत्येक महिला आत्मनिर्भर व्हावी यासाठी या पुस्तकातून मार्गदर्शन करण्यात आले आहे. महिलांनी आत्मनिर्भर होऊन स्वतःचे उद्दिष्ट साध्य करून खऱ्या आनंदाचा अनुभव घ्यावा, हीच शुभेच्छा!

धन्यवाद!

पुस्तकाचा लाभ कसा घ्यावा

१) आत्मनिर्भरता वाढवण्यासाठी, विशेषतः महिलांसाठी हे पुस्तक तयार करण्यात आले आहे. जीवनाच्या सर्व भागांबद्दल हे पुस्तक आपणास मार्गदर्शक ठरेल म्हणून फक्त महिलाच नव्हे, तर पुरुषदेखील या पुस्तकाचा लाभ घेऊ शकतील.

२) आपण जर ईर्षा, द्वेष, मत्सर, तुलना, फटकळपणा हे दोष दूर करण्यासाठी इच्छुक असाल, तर खंड १ भाग ३, ४, ५ प्रथम वाचा.

३) आपण जर आधी आत्मसन्मान, आत्मविश्वास, आत्मगौरव व धैर्य वाढवण्याचे कार्य करू इच्छित असाल, तर खंड १ भाग ७, ८, ९, १०, ११ वाचा.

४) आपण जर आपल्या आरोग्याचा विकास करू इच्छित असाल, तर खंड ४ व ५ वाचा.

५) आपण जर नोकरी करत असाल, तर खंड २ 'कर्मचारी नारी' हा भाग प्रथम वाचा. काम करणाऱ्या महिला आपल्या कार्यालयात या पुस्तकाचा लाभ सामूहिकरीत्या घेऊ शकतील. नोकरदार महिलांची प्रत्येक समस्या जसे, वेळेचे व्यवस्थापन, ऑफिसात प्रभावशाली कसे व्हावे, घरातील देखभाल कशी करावी इत्यादी गोष्टींची महत्त्वपूर्ण माहिती या खंडात दिलेली आहे.

६) गृहिणींसाठी या पुस्तकात एक खास विभाग – खंड ३ 'नारी –कुटुंबाची शक्ती'

उपलब्ध आहे, याचा उपयोग गृहिणी करू शकतात.

७) या पुस्तकातील उर्वरित भाग 'सुखी वैवाहिक जीवनाचे रहस्य' या प्रकरणात पती-पत्नीच्या नात्यातील समज दिलेली आहे. हे प्रकरण वाचून पती-पत्नीच्या नात्यात येणाऱ्या अडचणी सहज सुटू शकतील. ज्या स्त्रियांना आपल्या जोडीदाराबरोबरचे आपले नाते सुधारायचे आहे, त्यांनी हा खंड जरूर वाचावा.

८) हे फक्त पुस्तक नसून एक रेफरन्स गाइड आहे, ज्याचा वापर प्रत्येक ठिकाणी करता येतो. महिला जेथे काम करतात (उदाहरणार्थ, ऑफिस, स्वयंपाकघर, महिला मंडळ, वगैरे) तेथे हे पुस्तक जरूर ठेवा म्हणजे कोणतीही समस्या उभी ठाकली, तर सहजपणे या मार्गदर्शिकेचा वापर करता येईल.

९) या पुस्तकातील ज्या गोष्टी आपणास महत्त्वाच्या वाटतात, त्या आपल्या वैयक्तिक डायरीत लिहून ठेवा आणि आपल्या संपूर्ण विकासासाठी या पुस्तकाच्या आधारे कार्ययोजना तयार करा.

खंड १
आधुनिक स्त्री स्वावलंबी कशी होईल

१

स्त्री व पुरुष शरीर नव्हे, गुण आहेत

ईश्वराची रचना

माणसाच्या मनात एक चुकीची समजूत घर करून बसली आहे, की अशा प्रकारचे शरीर असेल, तर ती स्त्री आहे आणि अशा-अशा प्रकारचे शरीर पुरुषाचे आहे. पण वास्तव तसे नाही. वास्तविक स्त्री, पुरुष यांचा अर्थ काय आहे? स्त्री आणि पुरुष म्हणजे केवळ शरीर (मनोशरीर यंत्र) नाहीत.

स्त्री अथवा पुरुष (नर-नारी) गुण आहेत. हे गुण ज्या शरीरात घातले जातात, ते शरीर, तसा आकार धारण करते. उदाहरणार्थ, पोत्यात जर वाळू भरली, तर ते टांगून त्याचा वापर बॉक्सिंगच्या प्रॅक्टिससाठी होऊ शकतो. पण त्यात थर्माकोलचे गोल-गोल तुकडे घातले, तर त्याचा उपयोग मुष्टियुद्धासाठी (बॉक्सिंग) होणार नाही; कारण ते वाळूपेक्षा वजनाला हलके असते. त्या पोत्याचा वापर खुर्चीसारखा होऊ शकतो. त्यावर बसल्यास तो खुर्चीचा आकार घेईल किंवा लेजी बॅग होईल. ज्याप्रमाणे एक पोतं मजबूत आणि वजनदार बनतं व दुसरं पोतं हलकं होतं... पण असतात दोन्ही पोतीच.

त्याचप्रमाणे स्त्री व पुरुष दोन्ही एकच पोते (शरीर) आहे, फरक एवढाच की दोन्हींमध्ये वेगवेगळ्या वस्तू भरलेल्या आहेत. जेव्हा स्त्रीत्वाचा गुण घातला जातो, तेव्हा ते पोतं मुलायम आणि नाजूक बनतं आणि पुरुषाचा गुण भरल्यानंतर ते मजबूत आणि टणक बनतं. दोन्ही शरीरांच्या आत जे भरलं आहे, त्यामुळे ती वस्तू तसा आकार घेते.

स्त्रीच्या गुणात ती ग्रहणशील आहे, तर पुरुषाच्या गुणात तो आक्रमक, शक्तिशाली

व मजबूत आहे. याचा अर्थ असा नव्हे, की फक्त स्त्रीच्या शरीरातच ग्रहणशीलता असते व पुरुषाच्या शरीरात नसते. दोघांच्या शरीरात दोन्ही गोष्टी असतात. प्रत्येक पुरुष आणि स्त्रीमध्ये दोन्ही गुण असतात. ज्या शरीरात स्त्रीगुण जास्त प्रबळ असतात, ते शरीर तसा आकार घेते म्हणून स्त्रीच्या शरीराचा आकार वेगळा असतो. पुरुषांमध्ये जो गुण जास्त प्रबळ असतो, ते शरीर तसा आकार घेते. तो गुण आपल्याला दिसतो; कारण त्याच्या आकारात तसा बदल घडून येतो आणि आपण मात्र आकारामुळे संभ्रमात पडतो.

स्त्री-पुरुषाचे गुण जर योग्य प्रकारे उपयोगात आणले गेले, तर ते वरदान ठरून अभिव्यक्तीच्या उच्च पातळीवर पोहोचवू शकतात. मग त्यांना बघून प्रत्येकाला वाटेल, की हे गुण आमच्या शरीरातही वाढायला हवेत. स्त्रीच्या शरीरात जे गुण आहेत, त्यांचा जर योग्य प्रकारे वापर केला गेला, तर ते अभिशाप न ठरता वरदान ठरतील. ते गुण जर अभिशाप ठरले नाही, तर स्त्री ज्यासाठी प्रकट झाली आहे, ती काम करू शकेल. स्त्री एक शक्ती आहे. तिच्यात मुख्य चार गुण आहेत (जे पुढे विस्ताराने सांगितले आहेत), जर ते अभिशाप ठरले नसते, तर स्त्री संपूर्ण जग चालवू शकली असती. संपूर्ण जगावर तिचीच सत्ता असती, स्त्रीने हे जग निर्माण केलंय, ती जननी आहे, माता आहे. तिच्या अंतरंगात ते सर्व गुण उपजतच आहेत. त्यांच्या मदतीने संपूर्ण विश्वाला चालवण्याची ताकद तिच्यात आहे. मग स्त्रीमध्ये अशी कोणती उणीव राहिली, ज्यामुळे ती संपूर्ण विश्वाला उत्तम प्रकारे चालवू शकली नाही? याबाबतही आपल्याला सविस्तर जाणून घ्यायचे आहे. वास्तविक पाहता स्त्री हृदयाकडे जास्त झुकते, तर पुरुष बुद्धीकडे झुकतात. बुद्धिवादी लोक राजकारणी (पॉलिटिक्स माइन्डचे) असतात. जेव्हा बुद्धीला प्राधान्य दिले जाते, तेव्हा बुद्धी देशाचा कारभार चालवू लागते आणि एकदा का खुर्चीची ताकद मिळाली की बुद्धी भ्रष्ट होऊ लागते. अशा भ्रष्ट बुद्धीमुळे समोर येणारे परिणाम जगासाठी घातक ठरतात.

गुण आणि अवगुण ओळखावेत

प्रत्येक माणसात काही गुण असतात, तर काही अवगुण. आत्मनिरीक्षणाने आपण आपल्यातील गुण व अवगुण ओळखू शकता. आपल्या अंतरंगात काही वैशिष्ट्ये व चांगुलपणा आहे. त्यांच्यामुळे आपण आपले काम उत्तम प्रकारे करू शकतो. आपण जर आपली कामं चांगल्या प्रकारे पार पाडली असतील, तर स्वतःला शाबासकी द्यायला विसरू नका. तसेच दोषांकडेही दुर्लक्ष करू नका. त्यांच्यात सुधारणा घडवून आणण्यासाठी सतत कार्यरत राहा, जोपर्यंत दोष कायमस्वरूपी निघून जात नाहीत, तोपर्यंत प्रयत्न करीत राहा.

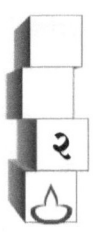

२

गुणांच्या ताकदीने स्वावलंबी व्हा

स्त्रियांचे मुख्य गुण

पहिला गुण – ग्रहणशीलता

स्त्रीचा सर्वांत पहिला व मुख्य गुण म्हणजे ग्रहणशीलता अथवा लवचीकपणा, ज्यामुळे तिच्यात समर्पणभाव (तेजप्रेम) सहजपणे येतो. पुरुषदेखील समर्पण करतो, परंतु सर्वप्रथम त्याला बुद्धीच्या साहाय्याने विश्वास वाढवावा लागतो, प्रयत्न करावे लागतात. पुरुषांकरिता जे प्रयास आहेत, ते स्त्रीला सहज आहे. ज्या शरीरात ग्रहणशीलता प्रबळ व सहज आहे, ते 'स्त्री'पण आहे. स्त्रीच्या दुर्बलतेमुळे तिचा हा गुण अभिशाप बनला. ग्रहणशीलतेबरोबरच तिच्यात दुर्बलता, आसक्ती व असुरक्षिततेची भीती दडलेली आहे.

सुरक्षिततेच्या भीतीमुळे तिला वाटते, 'लवकरात लवकर स्वतःचे घर बांधून मुलांसह सुरक्षित व्हावे.' अशाप्रकारे ती स्वतःला बांधू इच्छिते. यामुळेच जगात इतकी घरे निर्माण झाली आणि अद्यापही होत आहेत. जेथे रिकामी जागा दिसली तेथे घरं बांधली गेली. कारण स्त्रीची इच्छा असते, की माझे घर व्हावे... मी लवकर स्थिरस्थावर व्हावे... सुरक्षित व्हावे.

असुरक्षिततेच्या भीतीपायी स्त्री चुकीच्या माणसांसाठीदेखील ग्रहणशील होते. जो कोणी तिला थोडीफार सुरक्षा देण्याबद्दल बोलतो, तेथे ती फसते. यावरून ध्यानात घ्या, की ग्रहणशीलता जो तिचा सर्वांत चांगला गुण होता, पण चुकीच्या बाबतीत

ती ग्रहणशील झाल्यामुळे तोच गुण तिच्यासाठी घातक ठरला. चुकीच्या माणसासाठी ग्रहणशील झाल्यामुळे तिचे नुकसानही जास्त झाले. स्त्रीला जितका लवकर फायदा होतो, तितकंच लवकर नुकसानही होते. कारण ती ग्रहणशील असल्याने हाच गुण तिच्यासाठी अभिशाप ठरतो. चुकीच्या माणसांसाठी ग्रहणशील झाल्यामुळे कोणीही येऊन थोडी सुरक्षिततेची हमी देताय, 'माझ्याबरोबर राहिल्यास मी अमुक संरक्षण देईन.' ती लगेच मान्य करते. त्या वेळी ती असा विचार करीत नाही, की आपण स्वतःच्याच पायावर धोंडा तर पाडून घेत नाही ना किंवा खरंच माझं भलं होणार आहे का? चुकीची माणसं जर तिच्या आयुष्यात आली, तर तिला जीवनभर अत्याचार सोसावा लागतो.

ग्रहणशीलता शिकावी मीरेकडून. सीतेची ग्रहणशीलतादेखील उच्च होती. त्यांचे प्रेम निखळ प्रेम होते, निरपेक्ष होते, तेथे अतूट विश्वास होता. अग्निपरीक्षेच्या वेळीदेखील त्यांचे प्रेम आणि विश्वास कमी न होता टिकून होता, उलट आणखीच दृढ झाला.

मीरेची एक गोष्ट प्रचलित आहे. मीरा व कृष्ण यांच्या संबंधाबद्दल सर्व जण जाणतात. मीरा आपले राज्य सोडून निघून गेली होती; कारण त्या वेळी राज्यात राहण्यासारखे तिच्या दृष्टीने काहीच उरले नव्हते. राज्य सोडल्यावर ती कृष्णाच्या एका मंदिरात पोहोचली. त्या मंदिराच्या पुजाऱ्याने तिला पायऱ्यांच्या खालीच थांबवून सांगितले, ''या मंदिरात स्त्रियांना प्रवेश वर्ज्य आहे.'' हे ऐकून मीरा पंडिताला म्हणाली, ''तुम्ही स्वतःला पुरुष समजता काय? या मंदिरात कृष्णाशिवाय दुसरा कोणता पुरुष आहे? कृष्णाच्या मंदिरात 'स्त्री' (ग्रहणशील) बनल्याशिवाय कोणी कसा येऊ शकेल? येथे तर स्त्री होऊनच प्रवेश करता येतो.'' कारण लोकांची मान्यता अशी असते, की अमुक-अमुक रंग-रूप म्हणजे स्त्री व अमुक-अमुक रंग-रूप म्हणजे पुरुष.

या गोष्टीमध्ये मीरेच्या कथनाचा अर्थ समजून घ्यायला हवा. मीरेने 'स्त्री' कोणाला म्हटले आहे? या गोष्टीत मीरा शारीरिक रंग-रूप असलेल्या स्त्रीला स्त्री म्हटली नव्हती, तर तिच्या सांगण्याचे तात्पर्य असे होते, की जो माणूस ग्रहणशील आहे, तो स्त्री आहे; तोच कृष्णाकडे जाऊ शकतो.

प्रत्येक माणूस कधी ग्रहणशील असतो, तर कधी नसतो. जेव्हा तो ग्रहणशील नसतो, तेव्हा तो पुरुष असतो व ग्रहणशील होतो, तेव्हा स्त्री असतो. परंतु ही गोष्ट बाह्य आकाराबाबत सांगितलेली नाही. प्रत्येक माणसात दोन्ही गोष्टी असतात. आपण श्रवण करतो, तेव्हा स्त्री होऊनच श्रवण करत असतो. आपण जेव्हा ऐकत असतो, तेव्हा ग्रहण करतो, काहीतरी आत्मसात करत असतो म्हणजेच ग्रहणशील असतो. जेव्हा-जेव्हा

आपण सत्य श्रवण करतो, तेव्हा ग्रहणशील होऊन, स्त्री बनूनच; तसेच ग्रहणशील होऊन भक्ती करतो म्हणजेच स्त्री बनूनच भक्ती होत असते. आपण एखादे सेवाकार्य करतो तेव्हा पुरुषाचे गुण अंगीकारतो, मग आपण जरी स्त्री असलात तरी! सेवाकार्य करणारा कुणीही असो, तो पुरुष असतो. जेव्हा श्रवणाचे कार्य चालू असते, तेव्हा ऐकणारा प्रत्येक श्रोता स्त्री असतो म्हणजे ग्रहणशील असतो. जेव्हा आपल्या अंतरंगात ग्रहणशीलता वाढते, तेव्हाच आपण मौनात दिलेले ज्ञान ग्रहण करण्यास समर्थ होतो.

मीरेने असे सांगताच पुजाऱ्याला धक्का बसला, त्याच्यासाठी ही फार मोठी शिकवण होती. मंदिरात राहूनही तो पुरुष म्हणून बसला आहे. याचाच अर्थ तो अद्यापही ग्रहणशील बनला नाही. असा कसा पुजारी आहे हा? मीरेकडे जरआजचे शब्द असते, तर ती म्हणाली असती, 'संपूर्ण ब्रह्मांडात एकच पुरुष आहे. तुम्ही स्त्री आहात की नाही, हे निश्चित करा, याची खात्री करा.'

सत्य कसे ग्रहण करायला हवे, आपल्या ग्रहणशीलतेमध्ये कितपत खोट आहे, किती अडचणी येत आहेत, एवढेच येथे ध्यानात घ्यायचे आहे.

दुसरा गुण - निरंतर कार्यक्षमता

स्त्रीचा दुसरा गुण आहे - निरंतर कार्यक्षमता. जगात अनेक कामे चालली आहेत. मात्र, जेथे एकाच ठिकाणी बसून काही काम करावे लागते, तेथे निरंतरता आवश्यक असते. अशी कामं करताना पुरुष लवकर कंटाळतो, तो एका जागी जास्त वेळ बसू शकत नाही. सतत इकडून तिकडे धावत असतो. पण स्त्रियांसाठी हे सहज शक्य असते. एकाच घरात ती वीस वर्षे, पंचवीस वर्षे, चाळीस वर्षे एवढेच काय तर वर्षानुवर्षे राहू शकते. काम जरी कितीही कंटाळवाणे असले, तरी एकदा का स्त्री त्या कामाला लागली, की सातत्याने ते काम ती करू शकते. खरंतर नऊ महिने पोटात मूल वाढवणे किती कंटाळवाणं काम झालं असतं, पण तिच्यासाठी ते सहज शक्य असतं, मात्र पुरुष हे काम करू शकणार नाही.

संपूर्ण जगात महिलांनी उच्चतम पदे भूषविली आहेत. प्रत्येक ठिकाणी, प्रत्येक कंपनीत ती उत्तम प्रकारे व प्रामाणिकपणे कार्य करीत आहे. याचा अर्थ असा नव्हे, की पुरुष काम करत नाहीत. पुरुषपण काम करत असतो, पण त्याची कामं वेगळ्या प्रकारची आहेत. जेव्हा त्याला उद्दिष्ट सापडतं, त्याची इच्छाशक्ती वाढते तेव्हा तो आपल्या कामात प्रयत्नपूर्वक स्वतःला बसवतो. संकल्पशक्ती वाढताच तो उत्साहाने काम करतो. खरंतर पुरुष व स्त्रीत एक श्रेष्ठ आणि एक कनिष्ठ असे काही नसते. दोघं समान

आहेत, पण काही बाबतीत पुरुषांसाठी सहजता असते, तर काही गोष्टी स्त्रियांसाठी सहज असतात.

भरपूर क्षमता असूनही स्त्री आज गुलामाचे जीवन जगत आहे. तिला जागृत करण्यासाठीच या पुस्तकाची निर्मिती झाली आहे. आपली चेतना वाढावी, जागृती वृद्धिंगत व्हावी, मनन व्हावे आणि आज ज्या त्रुटींमध्ये आपण अडकला आहात, त्यातून लवकर बाहेर पडावे, हाच उद्देश या पुस्तकाचा आहे.

स्त्रियांमध्ये सतत काम करण्याची क्षमता असल्यामुळे ती निरंतर काम करत राहते. पण त्याचबरोबर एक दोषही तिच्यात आहे. ती प्रशंसेची गुलाम असते. कुणी तिची थोडी जरी प्रशंसा केली, तरी ती लगेच आपलं ध्येय विसरून जाते. मग ज्याने तिची प्रशंसा केली त्याने जर तिच्याकडून चुकीचं काम करवून घेतलं, तर तेही ती करते. यामुळे लोक तिच्याकडून अशी कामे करवून घेतात, ज्यांमध्ये तिची बुद्धी, तिचे हृदय, तिची कला यांचा वापर न होता तिच्या शरीराचा वापर केला जातो. स्त्री जेथे कामाला जाते, तेथे आजूबाजूचे लोक खोटी प्रशंसा करून तिच्याकडून स्वतःच्या मनाला येईल ते काम करवून घेतात.

जाहिरातीत एखाद्या वस्तूचा (Products) वापर पुरुष करत असला, तरी तेथेही स्त्रीलाच दाखवले जाते. वास्तविक ज्या जाहिरातीत स्त्रीला दाखवण्याची गरज नसते, तेथेदेखील स्त्रियांना दाखवलं जातं. असं घडतंय आहे, कारण तिची प्रशंसा करण्यात आली व त्यांची ती गुलाम झाली. त्यामुळे आपण कोणते काम करू शकतो आणि आपल्याकडून काय करून घेतले जात आहे, याविषयी ती अनभिज्ञ असते. त्याबद्दल ती विचारच करू शकत नाही. जेथे ती काम करत असते तेथील लोक खोटी स्तुती करून तिचे चक्क शोषण करत असतात. अशा प्रकारे तिचे हे शोषण शेकडो वर्षांपासून चालू आहे. डोक्यावर 'ताज' ठेवून तिला 'मोहताज' बनवलं गेलं, पण ही गोष्ट तिला समजत नाही.

स्वतःला न जाणल्याने, स्वतःला फक्त शरीर समजत असल्याने आणि पूर्वजांकडून (आई, आजी, पणजी) मिळालेल्या गुणदोषांमुळे ती स्वतःमध्ये असलेल्या शक्तीचा फायदा करून घेऊ शकत नाही, हा तिचा स्वतःचा दोष आहे.

प्राचीन काळात विषकन्या निर्माण केल्या जात असत. म्हणजे मुलींना लहानपणापासूनच थोडे-थोडे विष देऊन वाढवले जाई. शत्रूंचा नायनाट करण्यासाठी या मुलींचा वापर केला जात असे. त्या मुलींचे स्वतःचे असे जीवनच नसायचे. अशा

प्रकारे निम्न स्तरावर तिचा वापर होत असे. पण आता प्रश्न असा उभा राहतो, की त्या अशा का वागत राहिल्या? असे कोणते बंधन होते, अशी कोणती उणीव तिच्यात होती, ज्यामुळे ती विचारच करू शकत नव्हती? राजकारणी लोक, काही नेतागण आणि राजामहाराजांच्या काळापासून हे चालत आले आहे. पौराणिक काळापासून लोक असे षड्यंत्र रचत आले आहेत. एकमेकांना मारून टाकण्यासाठी, एकमेकांची गादी बळकवण्यासाठी स्त्रीच्या दुर्बलतेचा गैरफायदा घेऊन तिचा सर्रास वापर करत राहिले. स्त्रीदेखील आपली खोटी प्रशंसा ऐकून चुकीच्या कामात सहकार्य करू लागली. ती थोडी जरी जागरूक झाली, तर समोरच्या माणसाला काय हवे आहे, त्याची काय इच्छा आहे, हे तिला कळेल व ती चुकीच्या कार्यात अडकली जाणार नाही. आपल्या गुणांना योग्य दिशा देऊ शकेल. आपली बुद्धी, हृदय, भावना यांचा योग्य वापर करू शकेल. तिने थोडं जरी चिंतन केलं, तरी तिला तिचे दोष लगेच कळतील आणि ती ते दूर करण्यासाठी प्रयत्न करेल. स्वतः सजग राहील आणि आपल्या प्रेमळपणामुळे विश्वाला तेजप्रेमाची दिशा दाखवू शकेल.

तिसरा गुण – सहनशीलता

स्त्रीचा तिसरा गुण आहे सहनशीलता. मूल जन्माला येतं तेव्हा होणाऱ्या प्रसववेदना स्त्रीच सहन करू शकते, कारण ती सहनशील आहे. पण हीच सहनशीलता तिच्यासाठी अभिशाप बनली. पुरुषांनी केलेले अत्याचार ती सहन करत राहिली. जी गोष्ट सहन होते, ती आपण करत राहतो. सहनशीलता स्त्रीचा एक चांगला गुण होता. या गुणाला जर योग्य दिशा दिली असती, तर जगातली महान कार्य तिच्याकडून झाली असती. पण स्त्रीच्या दुर्बलतेमुळं या सहनशीलतेचा फायदा अत्याचारी लोकांना मिळाला. अत्याचार करणाऱ्यांनी त्याचा अवैध फायदा उचलला. बालविवाह प्रथेमध्ये लहान वयातच मुलीवर खूप जबाबदाऱ्या टाकण्यात येत असत. हुंडाप्रथा आणि सतीप्रथांनादेखील स्त्रीच्या सहनशीलतेमुळे उत्तेजन मिळाले आणि वर्षानुवर्षे त्या प्रथा चालत राहिल्या. स्त्रियांची अग्निपरीक्षा घेतली जायची. पती मेल्यावर स्त्रीने सती जाऊन आगीत जळायचे आणि ती सती गेली नाही, तर बळजबरीनं तिला ढकललं जायचं. अशा प्रकारचे सगळे अत्याचार सहनशीलतेमुळं ती सहन करत राहिली.

हा सहनशीलतेचा गुण स्त्रीसाठी अभिशाप बनण्यामागे कारण होते– ईर्षा. तिच्यामधला हा अवगुण काढून टाकला, तर खूप मोठा चमत्कार होऊ शकतो. स्त्रिला वाटले, तर ती घराला स्वर्गही बनवू शकते अथवा नरकही बनवू शकते. जेथे समज

(Understanding) आहे, तेथे घर स्वर्ग बनतो, या सर्व गुणांचा पूर्ण लाभ मिळतो. पण जेथे समज नाही, दुर्गुण जास्त आहेत तेथे नरक तयार होतो. जी स्त्री घराला स्वर्ग बनवू शकते, ती विश्वालादेखील स्वर्ग बनवू शकते. सर्व दुर्गुणांना ती दूर करू शकली, तर इतरांसाठी प्रेरणादेखील बनू शकते. जगातले मोठमोठे प्रकल्प (प्रोजेक्ट) बघितले, तर प्रेरणा बनणाऱ्या शरीरांमध्ये कित्येक ठिकाणी स्त्रियाच कारणीभूत ठरल्या आहेत. ताजमहालाची निर्मिती होण्यामागे एका स्त्रीची (मुमताज) प्रेरणा होती. प्रत्येक यशामागे कोणत्या ना कोणत्या शक्तीचा हात असतो. पुरुषाचा असो अथवा स्त्रीचा; पण अधिकतर घटनांमध्ये स्त्रीच दिसते. 'प्रत्येक यशस्वी पुरुषामागे स्त्रीचा हात असतो,' अशासारख्या म्हणी त्यामुळेच तयार झाल्या.

विश्व चालवताना स्त्रीची मदत होऊ शकते, ती प्रेरणा बनू शकते. कारण तिचे गुण हृदयाशी संबंधित आहेत आणि हृदय कोणाला दुःखी करू शकत नाही. हृदय अत्याचार करू शकत नाही. मदर मेरीच्या अंतरंगात जे गुण होते, त्यामुळे येशू ख्रिस्तांचा जन्म झाला. मीराबाईच्या गुणांमुळे तेजप्रेमाची अभिव्यक्ती झाली. संत जनाबाई, सहजोबाई, दयाबाई इत्यादी संतांद्वारे वेगवेगळे अभंग रचले गेले, निरनिराळी अभिव्यक्ती झाली. राधा, सीता, गोपी, शबरी, कुंती अशी अनेक नावे आहेत. या सर्व स्त्रियांनी जगाला खूप काही दिले आहे. काही ठिकाणी अशा स्त्रियासुद्धा आहेत, ज्यांची नावं प्रसिद्ध झालेली नाहीत. त्या अंधारातच राहिल्या कारण त्या शांत असायच्या, सोसत जायच्या. आपल्या या गुणांमुळे त्या कधी प्रकाशात आल्याच नाहीत.

आजही स्त्रीच्या बुद्धीचा, कलेचा, हृदयाचा, तिच्या चेतनेचा पूर्ण उपयोग होत नाही. आता तरी स्त्रियांनी लहान-सहान गोष्टींपासून थोडे वर यायला हवे. ती जर नेलपॉलिश, दागिने यांत अडकली नाही, तर फार मोठी क्रांती होऊ शकेल. जर तिने क्रांती केली, तरच सत्याची प्राप्ती होईल, नाहीतर सत्यवानाचा मृत्यू निश्चित होणार. सावित्री यमराजाशी लढू शकणार नाही.

सावित्री, अहल्या, शबरी यांसारख्या स्त्रियांच्या वेगवेगळ्या उदाहरणांनी आपल्या ध्यानात आलं असेल, की त्यांच्या गुणांमुळे (प्रेम, निरंतर कार्यक्षमता, सहनशीलता) आपल्याला आजही त्यांची आठवण येते. पुरुष पैसा कमवतात व स्त्रिया खर्च करतात. म्हणून पैशाचा योग्य विनियोग व्हायला हवा. मनी पॉवर सत्यासाठी वापरण्यात यावी. महिला जर जागृत झाल्या, तर बुद्धिवादी म्हणवणाऱ्या राजकीय पुढाऱ्यांना सत्ता सोडावी लागेल. महिला स्वतःतील दुर्बलता दूर करू शकल्या, तर आपल्या इतर चांगल्या

गुणांमुळे जगातली सर्वांत महत्त्वाची कामेदेखील त्या चांगल्याप्रकारे आणि सहजपणे करू शकतील. पाश्चात्त्यांचे अनुकरण करून आपली मर्यादा, सभ्यता त्यांनी कदापि नष्ट करू नये.

चांगल्या जगाची निर्मिती करण्यासाठी महिला जागृती परम आवश्यक आहे. ही जागृती पुरुषांनी केलेल्या अत्याचाराचा बदला घेण्यासाठी न होता, विश्वक्रांतीसाठी व्हावी, प्रेम आणि सहनशीलतेचा धडा शिकवण्यासाठी व्हावी, विश्वशांतीसाठी व्हावी.

चौथा गुण - लज्जा

ज्या गुणांची आपण स्तुती कराल, ते गुण आपल्यात वाढतील. स्त्रीने आपल्या कोणत्या गुणांचा विकास करावा, ज्यामुळे समाजात लोक चांगल्या प्रकारे राहतील? ती जर निर्लज्जपणे वागू लागली, तर समाजाचे चित्र कसे दिसेल? तिने जर पुरुषांसारखे व्यवहार केले, तर काय होईल? ज्यांनी कुणी समाजाचे नियम बनवले त्यांनी विचारपूर्वकच बनवले असतील. माणूस हा एक सामाजिक प्राणी आहे. समाजात सर्व गोष्टी सुरळीतपणे चालू राहाव्यात आणि प्रत्येकाला त्याचा हक्क मिळावा, फक्त बळाच्या जोरावर दुसऱ्याचा हक्क हिसकावून घेतला जाऊ नये म्हणूनच समाजात कार्यप्रणाली तयार केली गेली. त्या कार्यप्रणालीत पुरुषांच्या खात्यात काही गोष्टी आल्या. पुरुषांनी असा असा व्यवहार करावा आणि मग त्या व्यवहाराची प्रशंसा केली जाऊ लागली. जेणेकरून समाजाचे कार्य न थांबता अथकपणे चालू राहावे. स्त्रियांसाठीदेखील काही गोष्टी निर्धारित करण्यात आल्या. तिने जर आपल्यातील गुण सांभाळले, तर समाजाचे कार्य सुंदररीत्या होत राहील. ती निर्लज्जपणे वागली, तर पुरुषांच्या कार्यात विघ्न येणारच. म्हणूनच लज्जा हा स्त्रीचा दागिना आहे, असे म्हटले गेले. तिला या गोष्टीचे भान राहावे ही त्यामागची भावना होती. प्रत्येकाला आपली मर्यादा ठाऊक असायला हवी. कोणी आपल्या मर्यादेबाहेर जाऊ लागला, तर तो स्वतःबरोबर इतरांचे व समाजाचेही नुकसान करेल. यासाठीच दूरदर्शी लोकांनी काही नियम आणि म्हणी तयार केल्या. घर आणि समाजाचे कार्य व्यवस्थित चालावे म्हणून लोकांनी आपल्या मर्यादा व सीमांचे उल्लंघन करता कामा नये.

सर्व लोकं जेव्हा आपल्या मर्यादेत राहतील तेव्हाच मिळून, एकजूट होऊन कामे करू शकतील. समाजासाठी नियमावली तयार केली गेली नसती, तर आज समाजाची आणि जगाची काय दशा झाली असती? माणूस आपलं मूळ ध्येय विसरून पूर्णपणे मायेत गुरफटून गेला असता. नियमावली असतानादेखील अनेक लोक मायेच्या

जाळ्यात अडकलेले आणि आपलं मूलभूत ध्येय विसरलेले आपण बघतो. महिलांमध्ये लज्जारूपी दागिना नसता, तर आज समाजाची अवस्था काय झाली असती? म्हणून प्रत्येक माणसाने आपल्या ताकदीचा अंदाज घेऊन तिचा गैरवापर होऊ नये यासाठी मर्यादेत राहून जीवन जगावे म्हणजे सुंदर अभिव्यक्ती होऊ शकेल.

सौंदर्य, लज्जा, विनय, क्षमा, संतोष, विनम्रता, करुणा, मधुरवाणी, त्याग ही सगळी स्त्रीची आभूषणे होत. इतिहास साक्षी आहे... स्त्रीच्या अनेक रूपांना इतिहासाने गौरविले आहे आणि प्रत्येक युगात त्यांना आदर दिला गेला.

या गुणांव्यतिरिक्त स्त्रियांमध्ये इतरही गुण असावेत, ज्यांच्यामुळे त्या आत्मनिर्भर व संपूर्ण स्वाभिमानी जीवन जगू शकतील. स्त्रीच्या संपूर्ण विकासासाठी पुढील प्रकरणात काही महत्त्वपूर्ण गुणांबद्दल विवेचन केले आहे. या गुणांना आत्मसात करून स्त्रियांनी आपला संपूर्ण विकास साधावा.

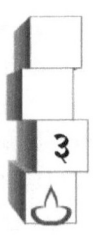

३

स्वावलंबनाच्या मार्गातील अडचणी

स्त्रीचा पहिला अवगुण - ईर्षा

महिला असो वा पुरुष, दोघांमध्ये ईर्षा हा अवगुण असतो. परंतु, स्त्रिया आपल्या स्वभावानुसार या दुर्गुणांना जास्त प्रमाणात अभिव्यक्त करतात. याच कारणामुळे महिलांच्या स्वभावात ईर्षा आणि द्वेष यांसारखे अवगुण नेहमी दिसतात. कारण कोणतेही असो, लहानपणापासून एकाच घरातील दोन बहिणींमध्ये ईर्षेमुळे तू-तू, मी-मी होत असते. मोठेपणी ही सवय वेगवेगळ्या ठिकाणी तशीच आढळून येते. घरात दोन बहिणी असतील, तर कपड्यांमुळे आपापसांत तुलना होते. 'तिला जास्त मिळालं, मला कमी.' त्याचप्रमाणे बरोबरीच्या नणंद-भावजयांमध्ये, जावा-जावांमध्ये, कधी-कधी सासू-सुनांमध्येदेखील ईर्षा दिसून येते.

ईर्षेमुळेच स्त्रिया एकमेकींच्या शत्रू बनतात. आतापर्यंत आपण पुरुषच स्त्रियांवर अत्याचार करत आल्याचे ऐकत आलो आहोत. पण पुरुषांनी अत्याचार केले त्यालाही कारणीभूत स्त्रीच होती. स्त्रीच स्त्रीची मोठी शत्रू असते. स्त्री स्वेच्छेने तयार झालीच नसती, तर कोण सतीप्रथा चालवू शकत होतं? एखाद्या जिवंत स्त्रीला कोण जाळू शकत होतं? अशी प्रथा सुरू करण्यात बऱ्याच प्रमाणात स्त्रियांचाच हात आहे... एक जळणारी आणि दुसरी तिला जाळायला कारणीभूत ठरणारी. ईर्षा, द्वेष, घृणा, तुलना या अवगुणांमुळे स्त्री विचार करते, 'तिला मिळाले, मला नाही, तिच्याकडे दोन साड्या, पण माझ्याकडे एकच. तिच्याजवळ एवढे दागिने आहेत, माझ्याकडे नाहीत.' सासरा

मेला तर सून सासूला छळायला आधीपासूनच तयार असते. मुलगा वारला तर सासू सुनेला जिवंत जाळायला टपलेली असते.

कित्येकदा महिलांना वाटत असते, की इतरांकडे जास्त लक्ष देतात, पण माझ्याकडे कोणीच लक्ष देत नाही. अशा अज्ञानामुळे फक्त लक्ष वेधून घेण्याच्या इच्छेपोटी स्त्रिया जास्त ईर्षा करतात. त्या अज्ञानी असतात. त्यामुळे 'मी काळी आहे, जाड आहे, मी बुटकीच आहे. माझ्यात अमका दोष आहे,' या गोष्टींचा त्या विचार करतात. म्हणूनच आपल्याला जे हवे आहे ते आपण मिळवू शकतो, याबद्दल त्यांना विश्वास वाटत नाही, त्या साशंक असतात.

घरात काम करणाऱ्या स्त्रियांमध्ये तणाव निर्माण होण्याचं मुख्य कारण म्हणजे 'ईर्षा.' कित्येक वेळा 'दुसऱ्या स्त्रीने दागिने घेतले म्हणून मलासुद्धा ते हवेत,' असे त्यांना वाटते. शेजाऱ्याच्या घरात इम्पोर्टेड वस्तू आल्या आहेत, तशा आपल्या घरात कधी येतील? शेजाऱ्याने कोणत्या रंगाचे कपडे घेतले, कोणतं नवीन वाहन घेतलं, त्यांच्या घरात कोण पाहुणे येतात? अशा प्रकारच्या गोष्टींकडे लक्ष दिल्यामुळे मनात ईर्षा निर्माण होते आणि अशा स्त्रिया घरात नेहमीच तणाव निर्माण करतात.

लोकांना आपल्या शेजाऱ्याच्या कोणत्या गोष्टींमध्ये रुची असते, यावर सर्वेक्षण केले गेले. नंतर असे आढळून आले, की वर नमूद केलेल्या अशा काही गोष्टी आहेत, ज्यांच्यामुळे तुलना केली जाते. मग ईर्षा वाढते व घरात तणाव निर्माण होतो.

निश्चित ध्येय आणि ज्ञान नसल्यामुळे महिला नकारात्मक भावनांचा आधार घेतात. उदाहरणार्थ, एकाच घरात एखाद्या स्त्रीला साडी मिळते व दुसऱ्या स्त्रीला साडी मिळत नाही तेव्हा लगेच तिच्या मनात विचार येतो, 'तिला साडी मिळाली, मग मलाच का नाही मिळाली?' अशा तऱ्हेने नकारात्मक भावनांचा आधार घेतल्यामुळे महिला आत्मनिर्भर नाहीत. एखादी गोष्ट प्राप्त करायची असेल, तर त्यासाठी नाटक करावे लागेल, दुःखी राहावे लागेल तरच त्यांना हवे ते प्राप्त करता येईल, असे त्यांना वाटत असते. जसे, कैकेयीला वाटायचं, तिच्याच मुलाला गादी मिळाली पाहिजे. म्हणून तिने विचार केला की आपल्याला काहीतरी केलं पाहिजे. कैकेयीला मंथरेने चिथवलं. त्यानंतर कैकेयीने ठरवले, की आपल्या मुलाला राज्यपद देण्यासाठी दुसऱ्या मुलाचं राज्यपद बळकाविण्याशिवाय अन्य मार्गच नाही. असुरक्षिततेच्या भीतीपोटी आणि आपल्या दुबळ्या शरीराकडे बघून कित्येकदा महिला असे वागताना आपण बघतो.

गुण वाढवा, ईर्षामुक्त व्हा!

तुमचे शरीर कसेही असले, तरी तुम्हाला आंतरिक गुणांमध्ये वाढ करायची आहे. गुण वाढल्यावर तुम्ही मोठी कामं करू शकाल. 'स्त्री हे शरीर नसून गुण आहे,' असाच विचार महिलांनी सतत करावा. यामुळे त्या आत्मनिर्भर बनण्याच्या मार्गांकडे वाटचाल करतील. 'मी गुण आहे, शरीर नव्हे. मला बघितल्यावर लोकांनी माझ्या चेहऱ्याबद्दल विचार न करता गुणांबद्दल विचार करावा. माझे गुण इतके वाढावेत, की लोकांनी माझ्या शरीरापलीकडे मला बघावे.' अशाने तिच्यातील ईर्षा, द्वेष, तुलना या भावना संपुष्टात येतील.

मला 'हवे ते मिळू शकते. यासाठी नकारात्मक भावनांचा आधार घ्यायची मुळीच आवश्यकता नाही. फक्त ते माझं ध्येय नाही म्हणून ती वस्तू माझ्याजवळ नाही. संकल्पशक्तीच्या बळावर मी जगातली कोणतीही गोष्ट प्राप्त करू शकते. वस्तू अथवा ध्यान प्राप्त करण्यासाठी द्वेषाची गरज नसते.' हे ज्ञान महिलांना आपल्या जीवनात होणं फार गरजेचं आहे. समोरच्या माणसाकडे जे काही आहे ते आपल्यालाही मिळू शकते, या गोष्टीची शंभर टक्के खात्री झाल्यावर आपल्या मनात इतरांबद्दल ईर्षा निर्माण होणार नाही. आपल्याला वाटते, 'जर ती वस्तू प्राप्त करण्याचा मी निर्णय घेतला आहे आणि तसा संकल्प केला, तर निश्चितच मला ती वस्तू मिळू शकते. ही काही फार मोठी गोष्ट नाही.' तेव्हाच आपण खऱ्या अर्थाने आत्मनिर्भर बनतो. पृथ्वीवरील प्रत्येक माणसाकडे तेवढी कल्पना आणि तितकी संकल्पशक्ती आहे. त्यामुळे माणसाने संकल्प केला, तर उशिरा का होईना पण इतरांकडे असलेल्या सर्व गोष्टी तो प्राप्त करू शकतो. दुसऱ्यांकडे असलेल्या गोष्टी बळकावल्याशिवाय मिळणार नाहीत, असे ज्यांना वाटते ते अज्ञानी असतात, त्यांच्यात ईर्षा असते.

मदर तेरेसांसारख्या प्रसिद्ध स्त्रियांचे उदाहरण घ्या. या स्त्रिया दिसायला सुंदर, खूप उंच नव्हत्या पण त्यांनी आपले गुण वाढवले आणि जीवनात त्या यशस्वी झाल्या. गुण वाढीला लागले की लोक चेहऱ्याच्या पलीकडचा विचार करायला लागतात. त्यानंतर शरीर नव्हे तर गुणच महत्त्वाचे ठरतात. गुण वाढवणाऱ्या लोकांना ईर्षेची गरजच भासत नाही. यशस्वी, संतुष्ट आणि आनंदी जीवन जगण्यासाठी कुणाशीही तुलना करण्याची अथवा कुणाबद्दलही द्वेष, मत्सर करण्याची गरज नसते. ही गोष्ट ते लोक आपल्या जीवनात जाणतात.

प्रत्येक स्त्रीने आपला स्वभाव ओळखावा व स्वतःला विचारावे, 'आजपर्यंत ईर्षा

करून मला काय मिळालं?' ईर्षा अथवा तुलना करून आजपर्यंत आपल्याला काहीच प्राप्त झालेलं नाही हे लक्षात येताच तुम्ही ती सवय सोडून द्याल. यानंतर तुम्ही इतरांच्या वस्तूंकडे ढुंकूनही बघणार नाही. किंबहुना दुसऱ्यांचे धन-वैभव बघून आपण आपली शांती भंग करणार नाही. आपणास इतरांचं ऐकण्याचे व त्यांच्या वस्तूंकडे बघण्याचे योग्य प्रशिक्षण घ्यायला हवे. आपल्यातील सद्गुणांचा उपयोग आत्मनिर्भर बनण्यासाठी आपण करू शकतो, अशी समज प्राप्त होताच महिला सहजपणे आपल्या दुर्गुणांमधून बाहेर येऊ शकतील.

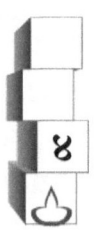

४

विचारपूर्वक बोला

स्त्रीचा दुसरा दुर्गुण - बोलून झाल्यावर विचार करण्याची सवय

एखादा विचारपूर्वक बोलतो तर दुसरा बोलून झाल्यावर विचार करतो. या दोघांमधील फरक ध्यानात घ्या. बोलून झाल्यावर विचार करणाऱ्या स्त्रीला हा विचार करायचा असेल की तिला कोणती कामे करायची आहेत, तेव्हा ती मनातल्या मनात विचार करणार नाही. ती मोठ्यांदा बोलेल आणि विचार करेल. ती म्हणेल, 'कपड्यांना इस्त्री करायची आहे... मुलांना शाळेत पाठवायचे आहे... अद्याप स्वयंपाक झालेला नाही... ही सगळी कामे कधी पूर्ण होणार... हे असंच किती वेळ चालत राहणार...' असे बोलून-बोलून ती मार्ग शोधत राहते. स्त्री जेव्हा बोलायला प्रारंभ करते, तेव्हा बोलता-बोलता ती विचार करण्याचे कामही करत असते. बोलत असतानाच तिला आपल्या समस्येवरील तोडगा सापडतो. तिला जर सांगितलं, 'तू मनातल्या मनात विचार कर' तर ती विचार करू शकत नाही. बोलण्यासाठी नेहमीच तिला कुणी ना कुणी हवं असतं. बोलण्याने तिला समाधान मिळतं. विचार करून बोलणाऱ्या माणसाला मनातल्या मनात बोलता येतं पण घरात काम करणाऱ्या स्त्रिया मोठ्याने बोलत राहतात. त्यांच्या आजूबाजूला वावरणाऱ्या लोकांना ही बडबड ऐकून खूप त्रास होतो. घरात फार तणाव निर्माण झालाय, असेच त्यांना वाटत असते. पण त्या स्त्रीसाठी ही गोष्ट एकदम सहज असते. बाकीच्या लोकांना कितीही त्रासदायक वाटत असले, तरी ही बाई मात्र बोलतच राहते, 'ही वस्तू येथे का ठेवली आहे... तुम्हाला कळत नाही का की ही वस्तू येथे ठेवायची नाही... पडदे मळलेत... येथे धूळ आहे... येथे अमुक आहे... तेथे तमुक

आहे...' अशा प्रकारे ती बोलून झाल्यावर विचार करणाऱ्या लोकांपैकी एक आहे.

दोन महिला जेव्हा एकत्र येतात, तेव्हा त्या गप्प बसत नाहीत असं म्हटलं जातं. या सवयींमुळे महिला खूप बदनाम झालेल्या आहेत. ओळख असो अथवा नसो, दोन स्त्रिया भेटताच त्यांचं बोलणे सुरू होते. ही सवय त्यांच्यातील सर्वांत मोठा दुर्गुण समजली जाते. या सवयीपायी कधी-कधी बोलू नये अशा गोष्टी देखील त्या इतरांसमोर बोलून जातात. यामुळे पुढे त्रास होऊ शकतो. कोणतीही गोष्ट त्या स्वतःपुरती मर्यादित ठेवू शकत नाहीत... या सवयीमुळे त्या बेचैन होतात आणि एखाद्याचे पितळ कुणासमोरही उघड करतात.

स्त्रियांच्या या सवयीमुळेच पुरुष बऱ्याच गोष्टी त्यांच्यापासून लपवून ठेवतात. ज्या गोष्टी इतरांना सांगू नयेत अशा गोष्टीही स्त्रिया सगळीकडे सांगत फिरतील अशी भीती पुरुषांना वाटत असते. 'स्त्रिया आपल्या पोटात कोणतीही गोष्ट ठेवू शकत नाहीत' ही म्हण याच कारणाने प्रसिद्ध झाली असणार. वस्तुतः नऊ महिने ती मुलाला गर्भात ठेवू शकते पण कोणतंही गुपित मात्र तिच्या पोटात ठेवू शकत नाही. असं घडतं कारण मूल पोटात ठेवण्यावाचून त्यांच्याकडे गत्यंतर नसते, दुसरा कोणताच पर्याय नसतो. सहनशीलता हा तर त्यांचा शारीरिक गुण आहे. या गुणामुळेच त्या नऊ महिने मूल पोटात ठेवू शकतात. परंतु नऊ महिने पोटात मूल वाढवणे आणि कोणतेही गुपित स्वतःपर्यंत सीमित ठेवणे, या दोन वेगवेगळ्या गोष्टी आहेत.

स्त्री बोलल्यानंतर विचार करते, त्यामुळे सारखी काही ना काही बोलतच असते. इतरांचं ध्यान आकृष्ट करण्यासाठीसुद्धा त्या बोलत असतात. 'आपण काही नवे अथवा वेगळे सांगितल्यावरच लोक त्या गोष्टी ऐकून घेतील. जोपर्यंत त्यांच्याकडे सांगण्यासारखे काही नसते, तोपर्यंत कोणी लक्ष देत नाही,' असा विचार करून त्या बोलत राहतात, काही समस्या सोडवू पाहतात. काही लोक विचार करून आपले प्रश्न सोडवू पाहतात. परंतु बोलूनच आपल्या समस्या सोडवायला हव्यात. असं स्त्रियांना वाटतं. महिलांना जास्त बोलायला आवडतं कारण ज्या गोष्टी त्यांना माहीत असतात, त्या त्यांना लगेच कोणाला तरी सांगायच्या असतात.

सर्वच गोष्टी महिला सांगून टाकतात असं मात्र नव्हे. बऱ्याच गोष्टी त्या सांगू इच्छित नाहीत. 'बायकांना समजणं खूप अवघड असते,' अशी म्हण त्यामुळेच तयार झाली असावी. खरंच, बायकांना काय हवं असतं, हे शोधून काढणं बऱ्याच वेळा कठीण असतं. काही गोष्टी महिला स्वतःजवळच ठेवतात. अशाप्रकारे त्यांच्याशी

निगडित दोन्ही प्रकारच्या म्हणी तयार झाल्या आहेत.

कोणतीही बातमी समजल्यानंतर कुणाला तरी ती सांगायला महिला फार उत्सुक असतात. त्या बातमीबद्दल मनन करून ती बातमी सांगायला हवी असे त्यांना वाटत नाही. खरंतर समोरच्या माणसावर त्या बातमीमुळे काय परिणाम होईल याबद्दल त्या महिलेने विचार करायला हवा. त्या बातमीचे महत्त्व काय, तिच्यामुळे शांती पसरेल की अशांती? या गोष्टींबद्दल विचार न करताच स्त्रिया सगळ्या बातम्या पसरवतात. त्यांच्या स्वभावानुसार त्या बोलून झाल्यावर विचार करू इच्छितात. बोलता-बोलता समस्या सोडवू पाहतात. बऱ्याच वेळा त्यांना बोलण्याने समाधान मिळते, त्यामुळे त्यांची बोलून झाल्यावर विचार करण्याची सवय वाढत जाते. लोकांना सोपा मार्ग आवडतो. एकटं बसून विचार करण्यापेक्षा बोलून समस्या सोडवू पाहतात. परंतु महिलांनी जर ठरवलं, तर त्यांच्या पोटात देखील गोष्टी टिकू शकतील.

महिलांमध्ये अती बोलण्याची सवय असते. त्यामुळे इतरांची निंदा करणे, पाठीमागे कुणाविषयी तक्रार करणे, खोटं बोलणे, धोका देणे, एखादी गोष्ट आडवळणाने बोलणे, फालतू गोष्टींमध्ये स्वतःचा व इतरांचा वेळ वाया घालवणे यांसारख्या नको त्या सवयी घर करतात आणि आश्चर्य म्हणजे त्या स्वतःसुद्धा त्या विषयी अनभिज्ञ असतात. काही ठिकाणी एखादी गोष्ट सांगितली जात नाही कारण समोर जी माणसं ऐकत असतात, ती गैरसमज करून घेणारी,फायदा उठवणारी असू शकतात. या सवयीमुळे त्या स्त्रीला आयुष्यभर कुणाचे तरी दास्यत्व पत्करून जगावे लागते.

बोलून झाल्यावर विचार करणे हा स्त्रियांचा दोष आहे. यावर कुणी विचार केला, तर या अवगुणापासून होणारे नुकसान सहन करावे लागणार नाही. त्यासाठी असे एखादे टेप-रेकॉर्डर तयार करावे लागेल, जे त्यांच्यासाठी श्रोत्याचं काम करू शकेल, ज्याच्याबरोबर बोलून त्या आपल्या निर्णयावर येऊ शकतील. पुढे नव्या युगात नवीन तंत्रज्ञान येऊ शकते. हा अवगुण नष्ट करता येऊ शकेल, असे संगणक तयार केले जाऊ शकतात. जेणेकरून महिलांना त्यांच्या या दोषापासून वाचवता येईल व कुणीही स्त्रीचा गैरफायदा घेऊ शकणार नाही. या सर्व गोष्टी त्यांच्यासाठी अभिशाप बनल्या आहेत, त्याबद्दलचे प्रशिक्षण घेण्याची आज आवश्यकता आहे.

काही स्त्रियांची शरीररचना आणि रंग-रूप सामान्य असतं. या स्त्रिया दिसायला सामान्य असल्या, तरी त्या खूप छान बोलतात. त्यांच्या प्रभावी बोलण्यामुळे त्यांचं साधारण व्यक्तिमत्त्व देखील कित्येक लोकांमध्ये उठून दिसतं, वेगळं वाटतं. दुसरीकडे

काही महिला खूप चांगले कपडे परिधान करून, चेहऱ्यावर भरपूर मेकअप करून आपले व्यक्तिमत्त्व प्रभावी बनवतात. परंतु त्यांची बोलण्याची चुकीची पद्धत त्यांचा व्यक्तिमत्त्वाचा नकारात्मक भाग बनतो.

आता आपण अशा गोष्टी जाणून घेऊ या, ज्यांच्यामुळे महिलांची छबी खराब होते...

१) आपण विचार न करता काहीही बोलता का?

२) दुसऱ्यांचं बोलणं न ऐकता आपण फक्त स्वतःच बोलत असता का?

३) खोट्या बातम्या, गप्पा-टप्पा व काल्पनिक गोष्टी आपण सगळ्यांना ऐकवत बसता का?

४) आपण स्वतःचीच स्तुती करता का?

५) बोलताना आपण हात, पाय झटकून बोलता का?

६) स्वतःचंच म्हणणं उत्तम आणि उचित आहे असं आपणास वाटतं का?

७) बोलताना आपण जोरात ओरडता का? बोलताना जोरात खिदळता का?

८) दुसऱ्यांचं बोलणं संपण्याआधीच आपण बोलायला सुरुवात करता का?

९) वडीलधाऱ्या लोकांच्या नावांबरोबर आपण आदरणीय किंवा सन्मानसूचक शब्दांचा वापर करता का?

१०) कोठेही उभे राहून आपण अवांतर, वायफळ चर्चा करता का?

११) आपण इतरांना टोचून बोलता का?

१२) इतरांशी असभ्य शब्दांत बोलण्यात आपल्याला मोठेपणा वाटतो का?

१३) आपण गप्पा मारताना, 'अगं मला वेळ नाहीये, मी जाते.' असे सांगूनही बोलणे चालूच ठेवता का?

या सर्व प्रश्नांची उत्तरे स्वतःच तपासून पाहा. काही स्त्रिया मेकअप, हेअर स्टाईल आणि फॅशनेबल ड्रेसच्या आधारावर स्वतःला विशेष व्यक्ती समजतात. परंतु बोलताना नको त्या शब्दांचा वापर करून, चेहऱ्यावर वेगळे हावभाव दर्शवून आणि सारखे डोळे मिचकावून त्या स्वतःची चांगली छाप पाडू शकत नाहीत. बोलून झाल्यावर विचार

करण्याची स्त्रियांची ही सवय प्रामुख्याने वर सांगितलेल्या सर्व गोष्टींसाठी कारणीभूत ठरते.

सुंदर चेहरा आणि गोड आवाज ही तर निसर्गाची देणगी आहे. परंतु आपण जर ठरवलं, तर सामान्य आवाज आणि बोलण्याची पद्धत सुधारू शकता. ज्याप्रमाणे नटून-थटून स्त्रिया आपलं सौंदर्य वाढवू शकतात. त्याचप्रमाणे आपल्या बोलण्याच्या लकबीदेखील प्रभावी बनवू शकतात. प्रत्येक माणसाच्या आवाजात गोडवा,जादू येऊ शकते, त्यासाठी केवळ योग्यप्रकारे शब्द प्रस्तुत करावे लागतात. बोलताना आपल्या ओठांवरचे मधुर हास्य दुसऱ्यांच्या मनात सहजपणे स्थान निर्माण करू शकते.

काही स्त्रिया आपल्या शृंगारात खूपच गुरफटलेल्या असतात. इतरांना अगदीच तुच्छ समजतात. पण त्यांच्या काही हालचालींमुळे त्या इतरांच्या नजरेत विदूषकासारख्या ठरतात. उदाहरणार्थ, सारखे डोके खाजवणे, बोलताना समोरच्याला टाळी देऊन बोलणे, अनुचित शब्दांचा वापर करणे इत्यादी.

आंतरिक सौंदर्यासाठी भाषेची कामगिरी फार महत्त्वाची ठरते. सुंदर आणि ग्लॅम रस दिसण्याच्या इच्छेपायी बऱ्याच महिला ब्यूटी पार्लरमध्ये जाऊन आपले बाह्य सौंदर्य तर बदलू शकतात. पण आपल्या मातृभाषेत बोलणे सोडून मोडकं-तोडकं इंग्लिश भाषेत बोलून इतरांना प्रभावित करण्याचा व्यर्थ प्रयत्न करताना दिसतात. मातृभाषेत योग्य प्रकारे बोलून आपण जितक्या चांगल्या प्रकारे इतरांना प्रभावित करू शकतो, तितका प्रभाव मोडकं-तोडकं इंग्लिश बोलून पडत नाही ही गोष्ट त्या विसरूनच जातात.

यासाठी आंतरिक सौंदर्य वाढवण्यासाठी आपल्या चेहऱ्याच्या स्मितहास्यावर विशेष लक्ष केंद्रित करायला हवे. इतरांशी बोलताना हसून बोलावे. तुमच्या ओठांवरील मंद स्मित लोकांना जिंकू शकते.

आपण कितीही महागडे वस्त्र आणि दागिने परिधान केले असतील, तरीही आपल्या चेहऱ्यावर हास्यासारखा दुसरा कोणताही दागिना शोभून दिसणार नाही. मंद स्मिताने आणि आपल्या आंतरिक विचारांसह स्वाभाविकपणे तुम्ही एखाद्याला सामोरे गेलात, तर समोरचा माणूस तुम्हाला आवडला आहे असे नक्कीच त्याला वाटेल.

तुम्ही जेव्हा बोलाल, तेव्हा गोड बोला... विनम्र होऊन बोला. ऐकणाऱ्यांच्या कानाला बरं वाटावं असं बोला. कर्कश आवाजातील बोलणं कानांना बोचतं. काही माणसं टाळी वाजवून अथवा शिवीगाळ करून बोलतात. तुम्हाला जर अशी सवय

असेल, तर ती बदलायला हवी. कारण ऐकणारा जरी आपणास लगेच काही बोलत नसला, तरी अशा वागण्याचा त्यांच्यावर चांगला प्रभाव पडत नाही.

जेवताना किंवा चहा पिताना आवाज केल्याने आपले व्यक्तिमत्त्व बिघडू शकते. तोंड बंद करून, आवाज न करता खाणे-पिणे व्यक्तिमत्त्वाला शोभून दिसते.

जेवताना सारखं बोलणं दुसऱ्यांवर वाईट छाप टाकतं. त्यामुळे तुमच्यामध्ये शिष्टाचार आणि सभ्यपणा नसल्याचं जाणवतं. योग्य प्रकारे घातलेले नवे कपडे आणि सद्व्यवहार तुमचे व्यक्तिमत्त्व प्रभावी होण्यास मदत करतात.

रात्रंदिवस काम करणं फार सोपं आहे पण थोडं झुकणं आणि माफी मागणं फार कठीण असतं. तुमचा पुष्ट झालेला अहंकार तुमच्या तोंडून 'सॉरी' शब्द लवकर वदवणार नाही, हा सर्वांत मोठा अडथळा आहे. पण धाडसी बनून चूक कबूल करायला हवी. आपण केलेल्या चुकांपासून फायदा उचलण्यासाठी तुम्हाला तेवढं स्मार्ट बनायला हवं. ती चूक नुसती कबूल करून भागणार नाही तर तुम्हाला ती चूक सुधारायची आहे म्हणजे पुन्हा तुम्ही ती करणार नाही. इतकं तुम्हाला आतून मजबूत व्हायला हवं.

स्वतःसाठी एक नियम करा. इतरांची स्तुती करताना जोरात करा पण निंदा मात्र हळू आवाजात करा. याच्यापेक्षा चांगली गोष्ट म्हणजे दररोज सकाळी इतरांना न दुखवण्याचं स्वतःला वचन द्या.

आपण इतरांवर टीका करून स्वतः मात्र मेहनतीपासून तोंड तर लपवत नाही ना? पुढे जाण्यासाठी स्वतः प्रयत्न न करता इतरांचे पाय मागे तर ओढत नाही ना? स्वतःपेक्षा पुढे गेलेल्या स्त्रियांना मागे ओढून आपल्या पातळीवर आणायचा प्रयत्न तर आपण करत नाही ना? पराभवामुळे आपण अयशस्वी ठरत नाही तर हारलो तरी यशासाठी प्रयत्न न करणे माणसाला अयशस्वी बनवतं.

यापैकी कोणतीही गोष्ट तुमच्या सवयी म्हणून आत्मनिरीक्षण करा. अंतर्भूत असेल तर लवकरात लवकर आपल्या व्यक्तिमत्त्वातील नकारात्मक गोष्टींमध्ये सुधारणा करा. आपल्या आकर्षक व प्रभावी बोलण्याने सर्वांचं मन जिंकून घ्या. जेव्हा-जेव्हा आपण बोलाल, तेव्हा-तेव्हा सत्यच बोला. चांगल्या व्यक्तिमत्त्वासाठी ही गोष्ट सर्वाधिक महत्त्वाची असते. यामुळे आपले व्यक्तिमत्त्व प्रभावी बनून आत्मनिर्भर होण्यास मदत होईल, आत्मविश्वास जागेल.

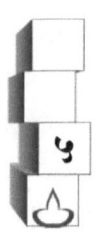

५

अवगुण

सर्व दोष प्रकाशात आणा

स्त्रियांचे इतर १३ अवगुण

स्त्रियांमध्ये असंख्य गुण बघता येतील. बाह्य सौंदर्याबरोबरच स्त्रियांचे इतर १३ अवगुण आता बघू या.

स्त्रियांमध्ये असंख्य गुण बघता येतील. बाह्य सौंदर्याबरोबरच स्त्रीचे अंतरंग देखील पूर्णपणे सुंदर असते. परंतु मनुष्यस्वभावामुळे काही दोष देखील आढळतात. थोड्या जागरूकतेने व थोड्या निष्ठेने हे दोष दूर करता येते, किंबहुना या दोषांचा फायदा करून घेता येतो. स्त्री आपल्या दुर्गुणांना यशाची पायरी बनवू शकते. यासाठी प्रथम तिने आपले दुर्गुण प्रकाशात आणायला हवेत.

१) प्रशंसेची गुलाम :

आपली प्रशंसा ऐकायला प्रत्येकालाच आवडते परंतु कुणी प्रशंसा करत नाही म्हणून दुःखी असणं आणि विकासाची दारं बंद करून ठेवणं ही गोष्ट मूर्खपणाची ठरेल.

पुरुषांच्या तुलनेत अधिकतर स्त्रिया प्रत्येकाकडून प्रशंसेची अपेक्षा ठेवतात. पण गृहिणीची भूमिका वठवणाऱ्या स्त्रियांमध्ये ही गोष्ट जास्त प्रमाणात आढळते. कित्येकदा त्यांना असे वाटत असते, की कुणीतरी त्यांची प्रशंसा करावी, त्यांच्याकडे लक्ष द्यावे. असे न घडल्यास त्या दुःखी होतात.

लक्ष वेधून घेण्याच्या इच्छेपायी हळूहळू ती इतरांकडून प्रशंसेची अपेक्षा करू लागते. उदाहरणार्थ, ती स्वतःसाठी जेव्हा कपडे किंवा दागिने विकत आणते तेव्हा सर्वांकडून तिला प्रशंसा हवी असते, शिवाय आपल्याकडे सर्वांनी बघावं असेही तिला वाटत असते. आपल्या अशा अपेक्षेपायी बऱ्याच महिला स्वतःचेच नुकसान करून घेतात. त्यांच्याकडे थोडं लक्ष देऊन काही लोक गोड-गोड बोलतात आणि एकदा आपल्या तिखटमीठ लावलेल्या बोलण्यात स्त्रिया फसल्या की आपले ईप्सित साध्य करतात. संधिसाधू माणसांचं त्यामुळे फावतं.

२) तक्रारखोर स्वभाव :

बऱ्याच महिलांमध्ये तक्रार करण्याची सवय असते. नवरा घरी आल्याबरोबर सासरच्या मंडळींविरुद्ध तक्रारींचा पाढाच त्या वाचतात. तक्रारींचा पेटारा उघडण्याच्या पत्नीच्या अशा सवयीमुळे बरेच पती त्यांच्यापासून दूर पळतात. इतरांची तक्रार केल्याशिवाय काही बायका स्वस्थ बसूच शकत नाहीत इतकी ही सवय त्यांच्या स्वभावात भिनलेली असते, अंगवळणी पडलेली असते. त्यामुळे त्या इतरांमधील दोषच बघत असतात. तक्रार करणे हे हळूहळू त्यांच्या मनोरंजनाचे साधन बनते. खरंतर तक्रार करण्यामागचा उद्देश समस्या सोडवणे हा होता, परंतु ही गोष्टच त्या विसरतात आणि आपल्या वार्तालापांचा विषय तक्रारी हाच ठेवून स्वतःचे मनोरंजन करत बसतात.

३) शंकेखोर स्वभाव :

साधारणपणे स्त्रियांचा स्वभाव शंकेखोर असल्याचे आपण बघतो. असुरक्षिततेची भीती हेच यामागचे प्रमुख कारण होय. माणूस स्वतःला जेवढा जास्त असुरक्षित समजतो, तेवढा जास्त शंकाग्रस्त असतो. आपण जर निश्चिंत आणि आत्मनिर्भर असाल, तर आपल्या मनात कमी संदेह निर्माण होतील, कारण कोणत्याही चांगल्या-वाईट घटनेला आपण समर्थपणे तोंड देऊ शकतो ही गोष्ट आपणास ठाऊक असते. एखादे वेळी समोरच्या माणसाने कपट केले, तरी त्यामुळे आपल्या चेतनेचा स्तर कमी होत नाही. आपण स्वतःला सांभाळू शकतो. यासाठी आपणाकडे वेगवेगळे मार्ग आहेत. ज्यांच्याद्वारे आपण स्वतःला उत्साही आणि आनंदी ठेवू शकतो.

असुरक्षिततेची भावना स्त्रियांमध्ये जास्त प्रमाणात असल्यामुळे त्यांच्या मनात शंका जास्त उद्भवतात. त्यांना वाटते, माझ्याबरोबर काहीही घडू शकतं. 'जर मला घराबाहेर काढण्यात आले तर? अशावेळी माहेरची माणसं मला घरात घेतील का? त्यांनी आधार दिला नाही तर माझं काय होईल?' अशा भीतीपोटी स्त्रिया जास्त शंका

घेत राहतात. मनात शंका उद्‌भवली तर ती त्या दूर करू पाहतात. पण बऱ्याचदा शंका दूर करण्याच्या प्रयत्नात त्यांच्या समस्या वाढतच जातात.

स्त्रियांच्या शंकेखोर स्वभावाचे कारण त्यांची असुरक्षिततेची भावना हेच असते. जगात त्यांच्या आजूबाजूला ज्या घटना घडत असतात आणि ज्या बातम्या कानावर पडत असतात, त्यामुळे त्यांना असुरक्षित वाटत असतं. कधी-कधी स्वतः आणि इतर स्त्रिया खूपच असुरक्षित आहेत असे तिला वाटत असते. काही महिला सुरक्षितता प्राप्त करण्यासाठी कोणत्याही थराला जाऊ शकतात, हे बाकीच्या स्त्रियांना माहीत असतं. या गोष्टींमुळं त्या आणखी जास्त शंकेखोर बनतात. कोणत्याही घटनेत काही विपरीत तर घडत नाही ना... अशी शंका त्यांना कायम सतावत असते.

४) लोभ :

महिलांमध्ये आणखी एक दोष सर्रास आढळतो. तो म्हणजे लोभ... मग ती बचतीची सवय असो अथवा जास्त खाण्याची! वस्तू गोळा करणे ही चांगली सवय समजली जाते; किंबहुना तो एक छंद समजला जातो परंतु नको त्या वस्तू जास्त प्रमाणात गोळा केल्या, तर ती एक समस्या बनते. उदाहरणार्थ, भरपूर कपडे असूनही लोभवश होऊन सणा-समारंभासाठी कारण नसताना कपडे, चपला इत्यादीची खरेदी करून ढीग लावण्याची काही महिलांची सवय असते.

महिलांच्या याच सवयीमुळे त्या नेहमी जास्त स्वयंपाक करून ठेवतात. भूक नसली तरीही उरलेलं अन्न वाया जाऊ नये म्हणून स्वतः खातात. एखाद्या भुकेल्या किंवा गरीब माणसाला अन्न न देता लोभापायी स्वतःच खातात आणि आपल्या पोटावर अन्याय करतात. रात्रीचं उरलेलं अन्न, उरलेला चहा आपल्या पोटात ढकलतात आणि वजन वाढवतात.

५) एकमेकांचा कमीपणा दाखवणे :

एकत्र कुटुंबात घरातल्या महिला सतत एकमेकींच्या त्रुटी शोधून तुलना करत असतात. काही महिलांच्या अशा सवयींमुळे घराचे वातावरण महाभारतातील कुरुक्षेत्रासारखे होते. अशा कुटुंबातील लोक एकमेकांचे नातेवाईक असून देखील कायम भांडत राहतात.

६) परनिंदा, चुगली करणे :

अधिक तर घरात वावरणाऱ्या महिलांचा किंवा गृहिणींचा सकाळ-संध्याकाळचा

वेळ घरातल्या कामांमध्ये जातो. दुपारचा वेळ एकतर त्या झोपेत घालवतात अथवा टीव्ही बघण्यात. काही महिला आपला रिकामा वेळ फालतू बडबड करण्यात किंवा दुसऱ्यांशी गप्पा मारण्यात घालवतात. त्यांना गप्पा मारण्यासाठी जेव्हा कोणताही विषय मिळत नाही, तेव्हा त्या दुसऱ्यांची निंदा करण्यात वेळ व्यर्थ दवडतात. स्त्रियांच्या पोटात कोणतीही गोष्ट टिकत नाही, हा त्यांचा फार मोठा दुर्गुण आहे. त्यांना एखादी बातमी समजताच त्या ती याला-त्याला सांगत सुटतात.

७) स्वत:चे निर्णय घेता न येणे :

महिलांमध्ये निर्णय घेण्याची क्षमता कमी प्रमाणात आढळते. यामुळे त्या आपल्या पतीवर किंवा घरातील सदस्यांवर अवलंबून असतात. खास करून मध्यमवर्गीय कुटुंबामध्ये मुली आणि घरातल्या महिलांमध्ये स्वतः निर्णय घेऊ न शकण्याचा दोष दिसून येतो. अशा महिला नेहमी इतरांच्या म्हणण्याप्रमाणे चालतात. याच कारणामुळे आजची स्त्री मागे राहिली आहे. ती स्वत:साठी निर्णय घेऊ शकत नाही. लहानपणापासून मुलीच्या शिक्षणाचा निर्णय तिचे आई-वडील घेतात. मुलगी जर आपले शिक्षण चालू ठेवू इच्छित असेल, तर घरच्यांच्या दबावाखाली येऊन ती आपल्या मनातली गोष्ट त्यांच्यासमोर सांगू शकत नाही किंवा त्यांना कधी विरोधही करू शकत नाही.

पतीचा चांगला स्वभाव असो अथवा वाईट, त्या स्त्रीसाठी मूल जन्माला घालण्याचा निर्णय घरातील वयस्कर माणसांनी आधीच घेतलेला असतो. 'आज भाजी काय करायची किंवा बाहेर जाताना कोणती साडी नेसू' अशा छोट्या-छोट्या निर्णयांसाठी देखील तिला दुसऱ्यांवर अवलंबून राहावं लागतं. कारण आजपर्यंत तिनं स्वतः कधी विचारच केलेला नसतो, ती सदैव दुसऱ्यांचं अनुकरण करत आलेली असते.

८) अंधविश्वास :

जुन्या जमान्यातील रूढी, परंपरा चालूच राहतात. त्यामुळे आजच्या महिलांमध्ये देखील अंधविश्वास बऱ्याच प्रमाणात दिसून येतो. त्यांचे सामान्य ज्ञानही तोकडेच असते. यामुळे दुसऱ्यांनी सांगितलेल्या वा इतरत्र ऐकलेल्या गोष्टींवर ती चटकन विश्वास ठेवते. याच कारणामुळे बुवाबाजी, तंत्र-मंत्र, गंडेदोरे, ताईत, प्रसाद, चमत्कार यांसारख्या गोष्टींनी ती लगेच प्रभावित होते. बऱ्याच वेळा या कारणामुळे स्त्रिया बुवा लोकांच्या विळख्यात सापडतात. उदाहरणार्थ एखादी स्त्री संतानप्राप्तीसाठी इच्छुक असेल, तर ती डॉक्टरकडे जाण्याऐवजी भोंदू माणसाकडे, बुवाबाजी करणाऱ्या इसमाकडे जाते.

९) सामान्य ज्ञानाचा अभाव :

सामान्य ज्ञानाची कमतरता असल्यामुळे आपल्या आजूबाजूला घडणाऱ्या घटनांकडे स्त्री दुर्लक्ष करते. उदाहरणार्थ भाजीवाला, फेरीवाला यांच्याकडून खरेदी करताना ती पन्नास पैसे वाचवण्यासाठी जीवाचा आटापिटा करते, खूप घासाघीस करते परंतु ब्यूटी पार्लरमध्ये मात्र हजारो रुपये स्व-खुशीने उधळून टाकते. घरातल्या मोलकरणीशी दहा रुपयांसाठी भांडत बसते पण दुकानदाराकडून स्वतःला आवडलेली स्वस्त साडीसुद्धा महागात (जादा पैसे मोजून) आणते.

१०) भावनात्मक कपट :

काही महिला आपली गोष्ट मान्य करून घेण्यासाठी साम, दाम, दंड, भेद ही नीती अमलात आणतात. राजघराण्यातील स्त्रियांनी अशाच प्रकारची नीती आत्मसात करून सिंहासन बदलले याला इतिहास साक्षी आहे.

हिंदूंचे धार्मिक पुस्तक रामायणाचे उदाहरण सर्वज्ञात आहे. प्रभू रामचंद्रांच्या वनवासाचे कारण त्यांची आई कैकेयी होती. आज देखील ही प्राचीन परंपरा चालू आहे. जी गोष्ट पती सरळपणे मान्य करत नाही ती फिरवून, लपवून किंवा कोमल भावनांचं जाळं पसरवून पत्नी त्यांना मान्य करायला लावू शकते. देशाचे राजकारण महिलेला समजू शकत नसले, तरी घरात ती असे डावपेच (Emotional Blackmail) लढवू शकते आणि तेव्हा मात्र लोक तोंडात बोटं घालतात. यामुळेच कदाचित 'स्त्रीच्या मनात काय आहे हे आजपर्यंत कुणालाही कळलेलं नाही.' असे म्हटले जाते.

११) घृणा :

घृणा असा दुर्गुण आहे ज्याच्यामुळे माणसाचं मन मलिन, कलुषित होऊ शकतं. मनातील कलुषितपणामुळे विकार उत्पन्न होतात. विकारांचा सरळ सरळ प्रभाव आपल्या शरीरावर पडतो. परिणामस्वरूप आपण वेगवेगळ्या रोगांनी पछाडतो, वेगवेगळ्या समस्या आपल्याला ग्रासतात, असे आजार आरोग्याची राखरांगोळी करून टाकतात. घृणा फुटिरतेला जन्म देते, त्यामुळे अशांती वाढते. अशांती असली की माणूस चिंताग्रस्त होतो. चिंतेचा प्रभाव सरळ शरीरावर पडतो. अशाप्रकारे घृणेमुळे आपणच आपल्या दुर्दशेला निमंत्रण देतो.

प्रेमाने घृणेला जिंकलं पाहिजे. जो माणूस प्रेमाचा अभ्यास करतो, त्याच्या मनात घृणा राहात नाही म्हणून कटू बोलू नये. निंदेपासून दूर राहा. कुणी आपली निंदा

करत असेल, तर तो आपल्या विकासाचाच एक भाग समजा. इतरांनी निंदा केल्यावर आपल्याला आपले दोष कळतात. निंदेचा प्रतिकार करू नका कारण कोणत्याही गोष्टीचा प्रतिकार आपल्या आत नकारात्मक भावना जागवतो.

१२) चिंता :

स्त्रिया कोणत्याही गोष्टीबद्दल खूप चिंता करतात असे आपणास आढळते. पुरुषांच्या तुलनेत स्त्रिया अधिक काळजी करतात. मुलगा रात्री उशिरा घरी येतो या गोष्टीची चिंता वडिलांना पण तेवढीच असते का, जेवढी आईला असते? की फक्त आईलाच चिंता असते? स्त्री आणि पुरुष यांच्यातील चिंतेचा फरक समजून घेऊ या.

स्त्री व पुरुष दोघांच्या अभिव्यक्तीची पद्धत वेगवेगळी असते. दोघेही चिंता करतात पण स्त्रीची अभिव्यक्ती जास्त दिसून येते तर पुरुषांची कमी दिसते.

स्त्रिया जास्त चिंता करतात यामागे 'माहितीचा अभाव' हे दुसरे कारण असते. ज्या गोष्टीची माहिती कमी असते, त्याची जास्त भीती वाटते. पुरुष स्त्रियांपेक्षा जास्त वेळ बाहेर राहात असल्याने त्यांना जास्त माहिती असते म्हणून त्यांना कमी चिंता वाटते आणि त्यामुळे आपोआपच भीती कमी होते. कारण जे काय होईल ते सांभाळून घेता येईल हे त्यांना माहीत असते. स्त्रियांमध्ये माहितीचा अभाव असल्याने त्यांना जास्त काळजी वाटते... आता काय होईल? अशी भीती त्यांना वाटते. पुरुष बाहेर जातात त्यामुळे रस्त्यांची दुरुस्ती झालेली त्यांना माहीत असते. त्यामुळे काळजी कमी वाटते. पत्नीचा कोणी नातेवाईक जर त्या रस्त्यावरून येणार असेल तर पती सांगेल, 'काळजी करायचं कारण नाही कारण आता रस्ते चांगले केले आहेत.' ज्याला माहिती नाही, त्याला काळजी वाटेल. स्त्रियांना माहिती कमी असते म्हणून त्या जास्त चिंताग्रस्त असतात.

स्त्रिया जास्त बोलतात. ज्या गोष्टींबद्दल विचार करायचा आहे तोही त्या बोलून दाखवतात. पुरुषदेखील काळजी करतात पण ते बोलून दाखवत नाहीत, विचार करत बसतात. पुरुष आधी खात्री करून घेतो... खरोखर धोका आहे का? धोका असेल तरच आपण बोलू. स्त्री मात्र असा विचार करत नाही. मनात आलं, की बोलून मोकळी. ती बोलून आपला ताण कमी करू पाहते. बोलल्याने ताण कमी होतो म्हणून त्या वेळी तिला तोच एक मार्ग सुचतो.

१३) ताणतणाव :

घरात असणाऱ्या स्त्रियांना लहान-सहान गोष्टींचा ताण येतो. उदाहरणार्थ

टेलिफोनचं बिल भरायची शेवटची तारीख जवळ आली आहे... घरातला गॅस संपलाय... मुलांच्या शाळेत फी भरायची आहे... लॉन्ड्रीतून कपडे इस्त्री करून आणायचे आहेत... वगैरे...

बऱ्याच महिलांना सकाळच्या कामाचं दररोज टेंशन (ताण) येतं. मुलांना लवकर उठवून वेळेत तयार करून शाळेत पाठवायचं, पतीसाठी नाश्ता बनवायचा, जेवणाचा डबा भरायचा, दूध आणि वर्तमानपत्र आणायचं, सासू-सासऱ्यांना वेळेवर चहा द्यायचा... इत्यादी.

काही स्त्रियांना शेजाऱ्यांमुळे त्रास होतो. समजा, तुम्ही साखर मागायला शेजारणीकडे गेलात आणि तिनं साखर दिली नाही, तर पूर्ण दिवस तुम्हाला त्रास होतो. तुम्ही विचार करता, 'स्वतः मात्र माझ्याकडून अर्धी-अर्धी वाटी साखर घेऊन जाते आणि मी मागायला गेले, तर मला साखर दिली नाही.' असा विचार सारखा त्या स्त्रीच्या मनात येतो व ती त्रास करून घेते. या घटनेनंतर तिने स्वतःला विचारायला पाहिजे, 'साखर नाही दिली, तर मी किती वेळ तणावाखाली राहू?' प्रश्न विचारल्यावर उत्तर येईल, 'इतका वेळ (१५ मिनीट) मला त्रास व्हायला हवा, यापेक्षा जास्त नको.' जेव्हा तुम्ही हा प्रयोग कराल, तेव्हा तुम्हाला आश्चर्य वाटेल, १५ मिनिटे देखील त्रास करून घ्यायला खूप झाली.

तुम्ही बाहेर बाजारात जाता, तेव्हा घासाघीस करताना किती डोकं लढवता, वेगवेगळ्या युक्त्यांचा वापर करता पण स्वतःशी जर मोजमाप करायला शिकलात, तर येणाऱ्या तणावाचा वेळ तुम्ही कमी करू शकाल. सजग राहून वागाल तर तुमचे दुःख आणि तणाव कमी होतील. उलट तसं वागणं तुम्हाला मूर्खपणाचं वाटेल. एवढ्या छोट्या गोष्टीसाठी मी माझा वेळ का खर्च करतेय असंच वाटेल.

या सर्व नकारात्मक भावनांपासून मुक्त होण्यासाठी स्त्रियांनी स्वावलंबी होण्याची तयारी करायला हवी. महिलांमध्ये कित्येकदा आत्मविकास न साधण्याची प्रवृत्ती आढळते. त्यांना वाटतं, 'मला याची गरज नाही. माझी मुलं अभ्यास करताहेत, मला त्यांच्याबरोबर अभ्यास करण्याची आवश्यकता नाही.' खरं तर याच्या उलट व्हायला हवं. मुलं अभ्यास करताहेत, ही गोष्ट त्यांच्या आईसाठी चांगली संधी ठरू शकते. त्या दरम्यान आई स्वतः अभ्यास करून आत्मनिर्भर होऊ शकते. पुढील प्रकरणांमध्ये हेच सांगण्यात आले आहे.

६

स्वावलंबनासाठी भक्कम अधिष्ठान हवे

आपल्या जीवनाचे शिल्पकार व्हा

माणसाचं आयुष्य पुस्तकासारखं असतं. पुस्तकांप्रमाणेच त्यांच्या जीवनाचा १० टक्के अथवा त्यापेक्षा कमी भाग प्रकाशात येतो. ज्याप्रमाणे ९० टक्के भाग हा त्यात लिहिलेला मजकूर असतो, त्याचप्रमाणे लोकांच्या व्यक्तिमत्त्वाचा ९० टक्के अथवा त्यापेक्षा जास्त भाग त्यांच्या अंतरंगात असतो. आपण जेव्हा एखादे पुस्तक बघतो, तेव्हा पुस्तकात काय लिहिलंय, हे आपणास दिसत नाही. आपल्याला फक्त पुस्तकाचे मुखपृष्ठ (कव्हर) दिसतं. आपण मागून-पुढून कव्हर बघतो व पुस्तकाबद्दल अनुमान लावतो, त्याचप्रमाणे जेव्हा लोक आपल्यासमोर येतात किंवा आपण लोकांसमोर जाता, तेव्हा आपल्याला १० टक्के बघितले जाते. याच कारणामुळे लोक बाहेरच्या १० टक्के गोष्टींवरच (Top Ten) जास्त काम करतात.

लोकांच्या व्यक्तिमत्त्वाचा ९० टक्के भाग समोर कधी येतच नाही आणि त्यावर कोणी कामही करीत नाहीत. लोक नेहमी दर्शनीय गोष्टींवरच काम करतात. यालाच 'टॉप टेन' असं संबोधलं गेलं आहे. जीवनाबद्दलच्या धारणा आणि जीवनाची तत्त्वे हा चरित्राचाच (नींव ९०) भाग आहे, मूलभूत पाया आहेत. काही लोकांच्या जीवनात नींव नाइन्टी मजबूत होती म्हणून ते यशस्वी ठरले, असे त्यांच्या जीवनाकडे बघून आपल्या लक्षात येते. मदर तेरेसा, शबरी, गांधीजी यांसारख्या महान लोकांचं जीवन बघितले तर ध्यानात येईल, की त्यांचे टॉप टेन म्हणजे बाह्यरूप एवढे भक्कम नव्हते, जेवढे त्यांची

नींव नाइन्टी म्हणजे आंतरिक चरित्र भक्कम होते. प्रभू रामचंद्रांनी शबरीची उष्टी बोरे खाल्ली ही तिच्या जीवनातली केवढी मोठी संधी! केवळ शबरीची नींव नाइन्टी भक्कम असल्यामुळेच हे घडलं.

या उदाहरणांवरून लक्षात येईल, की जीवनात आत्मनिर्भर बनण्यासाठी व सत्यप्राप्तीसाठी नींव नाइन्टी भक्कम असायलाच हवी. आपल्या व्यक्तिमत्त्वाचा फक्त टॉप टेन शृंगारून प्रसिद्धीसाठी प्रयत्न करू नये. बऱ्याचदा लोक नेमकं हेच करतात आणि प्रसिद्ध होतात. अशा लोकांमुळे इतरांना वाटतं, प्रसिद्धी मिळवण्यासाठी टॉप टेन चांगलं असलं की झालं. प्रसिद्धी मिळवण्याचा हा सोपा मार्ग आहे, असं त्यांना वाटतं, पण प्रत्यक्षात तसं घडत नसतं. बॉम्ब टाकून काही लोक जगभरात प्रसिद्ध होतात, पण अशा चुकीच्या मार्गाने मिळवलेल्या प्रसिद्धीचा काहीच उपयोग नसतो. प्रभावशाली व्यक्तिमत्त्वाचे अनेक लोक जगात होऊन गेले. त्यांना भेटलेले लोक टॉप टेनची फार प्रशंसा करतात. अशा लोकांना भेटून माणसं प्रभावित होतात, पण कित्येकदा त्यांची नींव नाइन्टी भक्कम नसते. त्यासाठी फक्त टॉप टेन भक्कम असून चालत नाही.

नींव नाइन्टीचं महत्त्व समजून घ्या. टॉप टेन (बाह्य देखरेख) म्हणजेच सर्वकाही, अशा भ्रमात राहू नका. आपले चरित्र जर चांगले नसेल, तर टॉप टेन किंवा बाह्य व्यवहार कितीही चांगला असला, तरी त्याचा काहीच फायदा होणार नाही. नींव नाइन्टी मजबूत नसली तरीदेखील फक्त टॉप टेनच्या आधारे आपलं जगणं सोपं होईल, पण आपला पाया भक्कम नसला तरी चालेल, असं मुळीच समजू नका. असा विचार म्हणजे निव्वळ भ्रम. स्वावलंबन आणि यशस्वी जीवन जगण्यासाठी आपली नींव नाइन्टी भक्कम असणे अत्यावश्यक आहे. टॉप टेनवर काम करून स्वच्छ राहणं चांगलं आहे, आरोग्याची काळजी घेणं उत्तम गोष्ट आहे, पण जर कुणी ब्यूटीपार्लरमध्ये जाऊन फक्त टॉप टेनवर काम करत राहिला व यामुळेच सगळं साध्य होईल असं समजत राहिला, तर त्याने त्या भ्रमात राहू नये.

नींव नाइन्टी भक्कम करण्यासाठी येथे काही महत्त्वपूर्ण गोष्टी सांगितल्या आहेत:

१) **विश्वासाला पात्र व्हा :**

आपण लहान होता, त्या वेळी आपल्याला ज्ञान आणि समज नव्हती. तेव्हा आपल्या हातून काही चुकाही झाल्या असतील. पण मोठे झाल्यावर प्रत्येक माणसाला इतरांच्या विश्वासाला पात्र ठरण्याची जबाबदारी पेलावी लागते. यासाठी प्रत्येकाने स्वतःला प्रश्न विचारावा, 'लोकांनी माझ्यावर विश्वास ठेवावा, असं मी काय करू?

मी लोकांना जे वचन देतो ते पूर्ण करू शकतो का? मी कुणाला फोन करेन, असं जर सांगितलं असेल, तर त्याला फोन केला का?' या सर्व प्रश्नांची उत्तरं स्वतःला प्रामाणिकपणे देणं खूप आवश्यक असतं. माणसं बोलताना नेहमीच तिखटमीठ लावून बोलतात, आपलं वय लपवतात. सकाळपासून रात्रीपर्यंत खूप चुकीच्या गोष्टी करतात, कपट करतात. या सर्व गोष्टींमुळे स्पष्ट कळतं, की अशी माणसं जीवनात नींव नाइन्टीवर काम करीत नाहीत. कित्येकदा आपण काम केलं नाही, हे लोकांना ठाऊक असतं; परंतु त्यांना हे माहीत नाही, असं तुम्हाला वाटून तुम्ही खोटं बोलत राहता. कामाचं श्रेय पदरी पाडून घेण्यासाठी लोक अशाप्रकारे बनवा-बनवी करीत असतात. अशाने तुम्ही आपली नींव नाइन्टी कमकुवत करता. म्हणूनच नींव नाइन्टी भक्कम करण्यासाठी सर्वांत प्रथम स्वतःला इतरांच्या विश्वासायोग्य बनवा आणि लोकांना आपण जे करायला सांगता ते स्वतः करायला शिका.

आपल्याला जीवनात नींव नाइन्टीसाठी कशाप्रकारे काम केलं पाहिजे, हे आजपर्यंत कुणी सांगितलेलं नाही. म्हणून आपली नींव नाइन्टी भक्कम नसली, तरी हरकत नाही, असं आपल्याला वाटतं. 'अशा प्रकारे खोटं बोललेलं चालतं... थोडं खोटं बोललं किंवा कपट केलं, तर काही फरक पडत नाही...असे केल्याने कुणाचे नुकसान होत नाही...' असं आपल्याला वाटते, पण प्रत्यक्षात अशा वागण्याने आपण आपल्या चुकीच्या वृत्तीच वाढवत असतो.

२) **चारित्र्य निर्माण करा, बिल्डर बना :**

तरुण मुलं चारित्र्यरूपी दौलत चव्हाट्यावर फेकताना दिसतात, कारण चारित्र्य हीच खरी दौलत असल्याचं त्यांना कुणी सांगितलेलं नाही. तुमच्या हातात हिरे आहेत, हे जेव्हा तुम्हाला माहीत नसतं, तेव्हा हिऱ्यांना दगड समजून तुम्ही ते रस्त्यावर फेकून देता. त्याच हिऱ्यांनी तुम्ही रस्त्याने चालणाऱ्या कुत्र्याला अथवा डुकराला मारता. कारण तुम्हाला हिऱ्यांची ओळख नसते, पारख नसते. त्यासाठी प्रत्येक शाळेत व प्रत्येक महाविद्यालयातील युवकांना नींव नाइन्टी भक्कम करायला सांगा. कारण प्रत्येक विद्यार्थ्याला जीवनात यश हवे असते. आजचा विद्यार्थी नींव नाइन्टी भक्कम केल्याशिवायच मोठा होत आहे आणि अशाप्रकारे मोठे झालेले लोक म्हणतात, 'अरेरे! मला योग्य वेळी नींव नाइन्टी व टॉप टेनबद्दल कुणी सांगितलं असतं, तर या गोष्टींवर जरूर काम झालं असतं.'

नींव नाइन्टीवर काम करण्यासाठी सगळ्यात आवश्यक गुण म्हणजे सातत्य,

निरंतरता. माणसाच्या दीर्घकालीन सवयी आणि विचारांनी नींव नाइन्टी भक्कम होते. अशा प्रकारच्या सवयी आणि विचार दीर्घकाळासाठी टिकून राहतात तेव्हा चारित्र्य बनतं. घर (चारित्र्य) इतक्या सहजतेने तयार होत नाही, त्याच्यासाठी बिल्डर लोकांना काम करावं लागतं. आपल्यालादेखील चारित्र्य निर्माण करण्यासाठी जीवनाचा बिल्डर व्हावे लागेल.

आपल्या चारित्र्याचा बिल्डर व आर्किटेक्ट बनण्यासाठी स्वतःलाच विचारा, 'दीर्घकाळ मला कोणत्या चांगल्या सवयी अपेक्षेविना आत्मसात करायला हव्यात?' आज आपण खोटं बोलणं बंद कराल किंवा कमी कराल, तर तत्काळ या गोष्टीचा फायदा दिसणार नाही, पण बऱ्याच वर्षांनंतर लोक आपणास विश्वास ठेवण्यायोग्य समजू लागतील. अशाप्रकारे चांगल्या सवयी विकसित केल्यानेच फायदा होणार आहे.

३) बाह्यरूपात (टॉप टेनमध्ये) अडकू नका :

काही विद्यार्थ्यांना परीक्षेत योग्य स्पेलिंग्ज माहीत नसतात म्हणून ते कशाही अक्षरांमध्ये (हॅन्डरायटिंग) लिहितात. लिहिलेले स्पेलिंग असेही वाटले पाहिजे आणि तसेही. त्याचे दोन अर्थ निघाले पाहिजेत. तुम्ही जेव्हा काहीतरी लपवण्याचा प्रयत्न करता तेव्हा असे घडते. अशाने आपले अक्षरही खराब होते. आपली नींव नाइन्टी कच्ची असेल, तर लोक आपले पुस्तक वाचणार नाहीत, कारण आपण काय सांगू इच्छिता, हेच त्यांना कळणार नाही. मनुष्यरूपी पुस्तकात तिखटमीठ लावूनही लिहिलं आहे आणि बनवाबनवी करूनही लिहिलं आहे.

या सगळ्या गोष्टी वाचून सकारात्मक परिणाम तर काही होणार नाही असेच लोकांना वाटते. अशाप्रकारे नींव नाइन्टी भक्कम नसल्याने आपल्या जीवनातील सर्व स्तरांवर त्याचा परिणाम होईल म्हणून टॉप टेनमध्ये कधीही अडकू नका, आपले चारित्र्य भक्कम बनवा.

४) सोयी-सुविधांमध्ये अडकू नका :

लोकांना सुख-सुविधा हव्यात, हेही एक कारण नींव नाइन्टी कमकुवत होण्यामागे सांगता येईल. जीवनात यश प्राप्त करण्यासाठी लोकांना शॉर्टकटचा रस्ता हवा असतो. ज्यांना शॉर्टकट पाहिजे, ते आपले चारित्र्य भक्कम करू इच्छित नाहीत. त्यांना वाटतं, की आपण लवकरात लवकर पैसा कमवू. अशा लोकांची वृत्ती घसरणारी असते आणि त्यांच्यासाठी फसवणूक करणे फार सोपे असते. कारण फसवणूक करून त्यांची सोय

होते. अशा लक्षणांपासून स्वतःला वाचवा आणि सोयी-सुविधांची इच्छा ठेवू नका. अशा काही दीर्घकालीन योजना बनवा, ज्या आपणास स्थायी यश देऊ शकतील.

५) आत्मनिरीक्षण करा :

तुमच्या व्यक्तिमत्त्वाचे टॉप टेन प्रारंभी तुम्हाला मदत करत असले, तरी नंतर मात्र नव्वद टक्के 'नींव' कामाला येते म्हणून प्रत्येक माणसाला या दोन गोष्टी कळायला हव्यात. नींव नाइन्टी भक्कम करण्यासाठी आत्मनिरीक्षण करा. उदाहरणार्थ, एखाद्यासमोर पैसे पडलेले आहेत. पण तो ते उचलत नाही. तो जर असा विचार करीत असेल, 'मला कोणी बघत तर नाही ना.' त्याचे हे विचार त्याची नींव (चारित्र्य) भक्कम होत आहे की कमकुवत हे समर्थपणे दाखवू शकतात. एका श्रीमंत माणसासमोर पैसे पडलेले आहेत आणि तो ते पैसे उचलत नाही, ही फार मोठी गोष्ट नाही. तो म्हणाला, "बघा, मी किती प्रामाणिक आहे. मी पैसे उचलत नाही. माझ्यासमोर पैसे पडलेले असूनही मी ते घेतले नाहीत." ही चांगली गोष्ट आहे, पण फार महान गोष्ट नाही. तेच एखाद्या गरीब माणसासमोर पैसे पडले आहेत, त्याला त्या पैशांची गरज आहे आणि कोणी त्याच्याकडे बघतही नाही, तरीदेखील तो पैसे घेत नाही, याचाच अर्थ त्याची नींव नाइन्टी भक्कम आहे.

६) इतरांच्या चारित्र्यदोषात मदत करू नका :

जो आपले चरित्र निर्माण करू इच्छितो, ज्याला आपले चारित्र्य सांभाळायचे आहे, नींव नाइन्टी भक्कम करायची आहे, त्यांनी इतरांच्या चारित्र्यदोषात मदत करता कामा नये. एक विद्यार्थी आपली मनमानी, आपले मनोरंजन करू इच्छितो व मित्राला म्हणतो, "माझ्या घरी सांगू नकोस." असे दृश्य बऱ्याच कॉलेजमध्ये मोठ्या प्रमाणावर दिसतं. काही विद्यार्थी त्याला मदतही करतात. मित्र त्याच्या घरी जाऊन खोटं बोलतात, "तुमचा मुलगा येथे गेलाय किंवा मुलगी तिकडे गेलीय." जी मुलं अशा लोकांना मदत करत होती, त्यांचंही चारित्र्य काही दिवसांनंतर बिघडतं. थोड्या दिवसांनी ती मुलंदेखील चुकीची कामं करू लागतात. नींव नाइन्टी भक्कम करताना ही चूक कधीही करू नये. कुणाच्याही चारित्र्यदोषात साथ देऊ नये.

७) स्वतःला प्रशिक्षण द्या :

नींव नाइन्टी भक्कम करताना 'स्व-प्रशिक्षण' हे आणखी एक आवश्यक व महत्त्वाचं पाऊल उचलायला हवं. चारित्र्य निर्माण करताना स्वतःला प्रशिक्षण द्या. आपले

कान आणि डोळे प्रशिक्षित करा. कोणती गोष्ट ऐकायला हवी आणि कोणती पुस्तकं वाचायला हवी, ते ठरवा. ज्या पुस्तकांमुळे चारित्र्यहनन होईल, अशी पुस्तकं वाचू नका. आपल्या चारित्र्यासाठी घातक असणारे कार्यक्रम दूरदर्शनवर अथवा कॉम्प्युटरवर बघू नका. या गोष्टींबद्दल सतत जागरूक राहून निरंतरतेने काम केले, तर तुमचे चारित्र्य भक्कम आणि निर्मळ बनेल. नींव नाइन्टी भक्कम करण्यासाठी स्वतःला प्रशिक्षित करायलाच हवे.

ज्यांचे चारित्र्य भक्कम आहे त्यांनीच नव्या पिढीला मार्गदर्शन करावे, कारण असेच लोक योग्य दिशा दाखवू शकतात. ज्यांचं चारित्र्य कमकुवत आहे त्यांना इतरांना अमुक –अमुक गोष्टी सांगायला हव्यात, ही गोष्ट सुचणारदेखील नाही. कारण ज्याचं पतन झालं ते भावी पिढीला मार्गदर्शन कसे करतील? या गोष्टीचे महत्त्व त्यांना कसे कळणार? त्यासाठी आपणास ही जबाबदारी घ्यायची आहे. कारण आजची युवा पिढी दिशाहीन झालेली आपण बघत आहात. त्यांना जेव्हा कुणी चांगल्या गोष्टी सांगतील किंवा चांगली पुस्तकं वाचायला देतील, तेव्हाच ती तरुण पिढी त्या गोष्टी अमलात आणतील. 'आपली नींव नाइन्टी भक्कम करा.' ही गोष्ट जेव्हा ते ऐकतील आणि वाचतील, तेव्हा ते आपल्याला धन्यवादच देतील. म्हणून सर्वांना योग्य वेळी योग्य मार्गदर्शन मिळणे अत्यावश्यक आहे.

८) दमदार लक्ष्य ठरवा :

आपल्या जीवनाचे उद्दिष्ट दमदार असेल, तर आपली नींव नाइन्टी भक्कम होईल. प्रत्येक यशस्वी माणसासमोर एक दमदार ध्येय होते म्हणून त्या वेळी त्यांनी नींव नाइन्टी भक्कम ठेवली. आपण जर ध्येयहीन असाल, तर नींव नाइन्टी मजबूत ठेवू शकणार नाहीत म्हणून लवकरात लवकर जीवनाचे दमदार उद्दिष्ट ठरवा. मग त्या उद्दिष्टपूर्तीसाठी सतत काम करीत राहा, आपल्यातील चांगल्या सवयी विकसित करा.

आपली नींव नाइन्टी भक्कम झाली, तर उरलेले १० टक्के गुण स्वतः तुमच्याकडे आकर्षित होतील. आज आपण गांधीजींकडे कोणत्या दृष्टीने बघता? मदर तेरेसांचं नाव जेव्हा लोक ऐकतात, तेव्हा ते त्यांच्या शरीराबद्दल विचार करत नाहीत. अशा माणसांच्या अंतरंगात कोणते गुण होते, त्यांनी जगाच्या कल्याणासाठी काय काम केले, या गोष्टी त्यांच्या चेहऱ्यापेक्षा जास्त महत्त्वाच्या ठरतात. त्याचप्रमाणे तुम्ही सुदामा आणि शबरीचं नाव ऐकाल, तेव्हा त्यांचा चेहरा आठवण्यापेक्षा त्यांच्या गुणांबद्दल विचार कराल आणि त्यांचे गुणच आठवाल.

आतापर्यंत ज्या गोष्टी समजल्या त्यांच्या आधारे प्रत्येक युवकाने/युवतीने स्वतःला प्रश्न विचारावा, 'माझी नींव नाइन्टी कशी आहे, किती कमकुवत आहे, ती कमकुवत का आहे?' जर तुमचे टॉप टेन भक्कम आहे आणि नींव नाइन्टी कमकुवत आहे, तर हे प्रमाण धोक्याचे आहे. आजतागायत अशा प्रमाणामुळे बरीच माणसं दहशतवाद, चुकीची कामे, शॉर्टकट, फसवेगिरी यांसारख्या कामात अडकलेली आहेत. तुम्हाला आपली चारित्र्यसंपदा उधळायची नसून जे लोक उधळत आहेत त्यांना मार्गदर्शन करायचे आहे.

तुमचा टॉप टेन भक्कम नसेल व नींव नाइन्टी भक्कम असेल, तर घाबरण्याचे काहीच कारण नाही. लवकरच लोक आपल्या चेहऱ्याकडे न बघता आपले कार्य बघू लागतील. मदर तेरेसा, महात्मा गांधी यांच्या उदाहरणावरून आपल्याला ही गोष्ट समजली असेलच. आपले व्यक्तिमत्त्व कसे असावे आणि नींव नाइन्टी कशी असावी, याबद्दल स्वतःला विचारा. आपण जर आपली नींव नाइन्टी भक्कम करीत असाल, चारित्र्यसंपन्न होऊ इच्छित असाल, तर चारित्र्यवान माणसांच्या आत्मकथा (ऑटोबायोग्राफीज्) वाचणे सुरू करा. त्यापासून नक्कीच आपल्याला प्रेरणा मिळेल.

आपल्याला दारू, सिगारेट किंवा कोणत्याही व्यसनात न अडकता स्वतःचे सिद्धान्त बनवायचे आहेत, जीवनाचे दमदार ध्येय ठेवायचे आहे, आपल्या वासनांचं रूपांतरण करायचे आहे तरच आपण आपली नींव नाइन्टी आणि चरित्र भक्कम करू शकाल.

७

आत्मसन्मान कसा प्राप्त करावा

१७ सहायक पावले

आजकाल ९० टक्के लोकांमध्ये आत्मसन्मान आणि आत्मनिर्भरतेचा अभाव दिसून येतो. मग ते पुरुष असोत अथवा स्त्रिया. ज्या लोकांमध्ये आत्मसन्मान कमी प्रमाणात असतो, त्या लोकांचे संगोपन त्यांच्या माता-पित्यांनी योग्य पद्धतीने केलेले नसते, हेच त्यामागचे प्रमुख कारण सांगता येईल.

आईवडिलांकडून मुलांना नेहमी निःस्वार्थ प्रेम मिळायला हवे, पण कित्येकदा त्यांना ते मिळत नाही. 'तू इतरांपेक्षा कमी पडतोस,' असं मुलांना सारखं सांगण्यात येतं. माता-पिता प्रशिक्षित नसल्याने मुलांना सन्मानाची आणि प्रेमाची वागणूक कमी प्रमाणात मिळते. ही गोष्ट मुलींच्या बाबतीत मोठ्या प्रमाणात दिसून येते; कारण बऱ्याच समाजात मुलगी होणे ही गोष्टच दुःखाची समजली जाते. घरात जेव्हा मुलगा जन्माला येतो, तेव्हा आनंद साजरा केला जातो आणि मुलींकडे कमी लक्ष दिले जाते. त्यांना दुय्यम समजले जाते.

मुलांच्या संगोपनाच्या वेळी आईवडिलांनी सुरुवातीपासूनच जी पथ्यं पाळायला हवीत अथवा ज्या गोष्टींकडे लक्ष द्यायला हवे, ते दिले जात नाही. मुलींच्या बाबतीत तर विचारायलाच नको. अशा प्रकारच्या व्यवहारामुळे मोठेपणी मुलींच्या मनात हीन भावना निर्माण होतात. त्यांच्यातला आत्मविश्वास कमी होतो. अशा वातावरणात मुलींमध्ये आत्मसन्मान नसतो, त्यामुळे त्या आत्मनिर्भर होऊ शकत नाहीत. 'आम्ही

स्वतःवर प्रेम करू शकत नाही, कारण आम्ही मुली आहोत,' अशाप्रकारे अज्ञानापोटी मुली स्वतःला कमी लेखतात.

समाजात फार कमी पालक सुशिक्षित असतात. मुलांना लहानपणी प्रेम न मिळाल्यास मोठेपणी त्याचा परिणाम काय होऊ शकतो, हे फार कमी पालक जाणतात. ज्या मुलांना लहानपणी चुका करण्याची संधी दिली जात नाही, ती मोठी झाल्यावर हीन, भावनाग्रस्त होतात. ज्या मुलींवर प्रत्येक काम विचारूनच करायची सवय लादली जाते, त्या मोठेपणी स्वतः निर्णय घेऊच शकत नाहीत. मग ती स्त्री प्रत्येक काम करण्याआधी कुणाला तरी विचारूनच करणार. अशा मुलींना जेव्हा मानसोपचारतज्ज्ञाकडे घेऊन जाण्याची वेळ येते, तेव्हा आईवडिलांना पश्चात्ताप होतो. आपण मुलांना लहानपणी निर्णय घेण्याची कला योग्य तऱ्हेनं शिकवली असती, तर आज आपली मुलं स्वावलंबी झाली असती, असं त्यांना वाटू लागतं. अशा प्रकारचे मानसिक आजार प्रमाणाबाहेर वाढल्यावर आई-वडील पश्चात्ताप व्यक्त करतात, 'अरेरे! आमच्या मुलांना योग्यवेळी निर्णय घ्यायची संधी दिली असती, प्रेमानं वागवलं असतं, तर आज आमची मुलं भिऊन वागली नसती, मनोरुग्ण झाली नसती.'

लहानपणापासून मुलींना वाटत असतं, की आपण जे करू पाहतोय त्याला संमती मिळायला हवी, प्रोत्साहन मिळायला हवं, पण असं होत नाही. मुलींच्या इच्छा-आकांक्षांना महत्त्व दिलं जात नाही. समाजाने काही गोष्टी महिलांसाठी निर्धारित केल्या आहेत आणि त्याचा त्यांनी स्वीकारही केलेला आहे.

उदाहरणार्थ, 'स्त्री जर विवाहित असेल, तर तिला मानाने वागवले जाते, स्त्री जर माता असेल, तरच ती पूर्ण आहे, अन्यथा नाही.' परंतु आत्मसन्मान मिळवण्यासाठी ही केवळ एक मान्यता आहे. अशा प्रकारच्या बऱ्याच मान्यतांपासून मुक्त होण्यासाठी प्रत्येक स्त्रीने जागरूक व्हायला हवं. आत्मनिरीक्षण करून असे पूर्वग्रह झुगारून देण्याची व आत्मपरीक्षण करण्याची आज गरज आहे. स्वतःचे गुणदोष तिला ओळखता यायला हवेत.

प्रत्येक स्त्रीला स्वतःच्या सन्मानासाठी दुसऱ्याचे साह्य घ्यावे लागते म्हणजे 'ती सुंदर आहे, सर्वांना तिची गरज आहे, जे कार्य ती करत आहे ते तिच्यापेक्षा अधिक चांगल्या प्रकारे दुसरा कोणी करू शकणार नाही,' अशी तिच्याबद्दलची ग्वाही इतरांनी दिली पाहिजे. सुरुवातीपासूनच स्त्री प्रशंसेची गुलाम आहे. स्तुती प्राप्त करण्यासाठी इतरांवर अवलंबून राहण्याच्या या सवयीमुळे तिच्यात आत्मसन्मानाचा अभाव दिसून

येतो, पण तिला या गोष्टीचे ज्ञान नसते. त्यामुळे ती स्वतःला महत्त्व देण्याऐवजी घरच्या माणसांकडून आदर मिळण्याची अपेक्षा ठेवत असते. कुणी तिच्याकडे जेव्हा लक्ष देत नाहीत, तिची कदर करत नाहीत, तेव्हा ती स्वतःला कमी लेखण्याची चूक करून बसते.

आत्मसन्मान प्राप्त करण्यासाठी प्रत्येक मुलीने व महिलेने लवकरात लवकर आत्मनिर्भर होणं, हाच योग्य मार्ग आहे. तिने आपले विचार बदलावे आणि स्वतःच्या विकासासाठी खालीलप्रमाणे पावले उचलावीत; जसे :

१) नवा दृष्टिकोन स्वीकारावा :

प्रत्येक महिलेने आपली विचारशक्ती विकसित होईल, अशा पद्धतीने आपला दृष्टिकोन बदलायला हवा. नवी आव्हानं पेलण्यासाठी क्षमता वाढवावी. यशाकडे आपले लक्ष केंद्रित करावे. कोणत्याही प्रकारचं लहान-मोठं यश संपाादित केल्यावर माणूस आपला गमावलेला आत्मविश्वास पुन्हा प्राप्त करू शकतो.

२) चरित्र भक्कम बनवा :

घर असो वा कार्यालय, तुम्ही स्वतःच्या व इतरांच्या नजरेत तुमची प्रतिमा उत्तम राहील, याची काळजी घ्या. तुम्ही तुमचे चारित्र्य स्वच्छ ठेवा. कोणत्याही कारणास्तव, घरात किंवा कार्यालयात स्वतःचा वापर होऊ देऊ नका. 'नकार' द्यायला शिका. त्यासाठी आरशासमोर उभं राहून 'नाही' म्हणण्याचा सराव करा. *(सविस्तर समजून घेण्यासाठी वाचा वॉव पब्लिशिंग्ज़ द्वारा प्रकाशित पुस्तक 'नींव नाइन्टी')*

३) स्वतःचे निर्णय स्वतः घ्या :

इतरांचे अंधानुकरण कधीही करू नका. सगळ्यांचं ऐका, परंतु तेच करा जे तुम्ही स्वतःसाठी योग्य समजत आहात, 'ऐकावे जनाचे करावे मनाचे.' विचारपूर्वक स्वतःचे निर्णय घ्या. प्रारंभी काही निर्णय चुकीचे ठरण्याची शक्यता असते, परंतु त्यामुळे घाबरून जाऊ नका किंवा निर्णय न घेण्याची चूक करू नका. इतरांच्या अनुभवावरून काहीतरी शिका, त्यांच्याकडून प्रेरणा घ्या. ही प्रेरणा तुमच्यात नवीन निर्णय घेण्याचा विश्वास निर्माण करेल.

४) कोणत्याही एका कामात कौशल्य प्राप्त करा :

तुम्ही गृहिणी असल्यामुळे एकाच वेळी अनेक जबाबदाऱ्या तुम्हाला पार पाडाव्या लागतात. परंतु कमीत कमी एका कामात तरी कुशलता प्राप्त करायलाच हवी,

ही गोष्ट ध्यानात ठेवा. लहान-सहान गोष्टी करण्यात जरी तुम्ही समर्थ असलात, तरी एखाद्या कामात प्रवीण असायला हवे. अशा कामामुळे तुमची स्वतःची अशी एक वेगळी ओळख होईल.

५) आत्मानंदी राहण्याची सवय आत्मसात करा :

आपल्या कुटुंबातील प्रत्येक माणसाला आनंदी ठेवण्यासाठी तुम्ही प्रयत्न करता, परंतु प्रथम स्वतःला आनंदी ठेवायला शिका. ही एक फार चांगली सवय म्हणता येईल, कारण स्वतः आनंदी राहूनच आपण इतरांना आनंद देऊ शकाल.

६) आपल्या संकुचित जगातून बाहेर पडा :

आपल्या संकुचित विश्वातून बाहेर पडा, लोकांमध्ये मिसळा. नवीन मैत्रिणी (संघ) बनवा. तुमचे त्रास, समस्या जर त्या ऐकायला तयार असतील, तर त्यांना अवश्य सांगा आणि त्यांचं फक्त मार्गदर्शन घ्या. यशस्वी लोकांच्या संघामध्ये वावरा. त्यांच्याशी गप्पा मारा. यशस्वी लोकांच्या सान्निध्यात राहून तुमची वैचारिक पातळी विकसित होऊ लागेल.

७) आपले विचार बदला :

कित्येकदा जीवनात काही संकटं आणि दुर्घटनांमुळे आपण विश्वास गमावून बसतो. कुटुंबातील व्यक्तीचा मृत्यू, घटस्फोट, व्यापारात झालेला अर्थिक तोटा, मानहानी, अपयश... इत्यादींमुळे आपल्या विश्वासाला ठेच पोहोचते. त्यामुळे या गोष्टींचा परिणाम फार गंभीर होऊ शकतो. हा परिणाम कधी अल्पकाळासाठी, तर कधी बऱ्याच मोठ्या कालावधीपर्यंत टिकून राहतो म्हणून आपल्या मनातून नकारात्मक विचार कायमचे काढून टाकायला हवेत. सुरुवातीला हे थोडं कठीण वाटेल, पण प्रयत्न केल्यावर हे सहज साध्य होतं. सकारात्मक विचारांचा स्वीकार करा. स्वतःला सूचना देऊन आत्मविकास वाढवा.

८) स्वतःवर नियंत्रण ठेवा :

शिस्तप्रिय बना, आपल्या जीवनात शिस्तीला महत्त्व द्या. जे काही तुम्ही करीत आहात अथवा करणार आहात त्याबद्दलची पूर्ण माहिती मिळवा आणि त्याकरिता आवश्यक असणारे प्रशिक्षण जरूर घ्या.

एकत्र कुटुंबात महिला कुणाच्या तरी सांगण्यावरून दुर्व्यवहारामध्ये अडकतात,

एखाद्यामुळे बहकले जाऊन त्या आत्मनियंत्रण गमावून बसतात. कोणतीही गोष्ट त्या लपवून ठेवू शकत नाहीत. प्रत्येक गोष्ट इतरांना सांगत सुटतात, त्यामुळे बाहेरची माणसं त्याचा गैरफायदा उठवतात म्हणून बाहेरच्या लोकांच्या सांगण्यावर विश्वास ठेवून आपल्या जीवनाच्या आनंदाची आहुती देऊ नका. सासरच्या माणसांचं किंवा आपले नातेवाइकांचं सांगत असलेले जरूर ऐका, त्यांच्या सांगण्याला दुजोरा द्या, परंतु दृष्टिकोन मात्र सकारात्मक ठेवा आणि गप्प राहा. त्यांच्या कोणत्याही नकारात्मक गोष्टीला दुजोरा देऊ नका.

दुसऱ्यांना भडकवणाऱ्या लोकांपासून जपून राहा. इतरांच्या सांगण्यावरून तुम्ही जे करणार आहात, याबद्दल आधीच विचार करा. त्याचा चांगला वा वाईट जो काही परिणाम होईल, तो आपणास भोगावा लागणार आहे म्हणून अर्धवट ऐकलेल्या गोष्टींकडे लक्ष देऊ नका. प्रत्येक गोष्टीचा निर्णय पूर्ण माहिती मिळाल्यावरच घ्या. स्वतःच्या निर्णयाला महत्त्व द्या.

९) प्रत्येक परिस्थितीचा सामना करायला शिका :

'जेथे दोन भांडी असतात, तेथे आवाज तर होणारच,' अशी एक म्हण आहे. म्हणून कुटुंबात लहान-सहान भांडणं होणं स्वाभाविक असतं. तुमच्यामुळे जर घरच्या लोकांमध्ये कोणताही गैरसमज निर्माण झाला असेल, तर घाबरू नका आणि अशा परिस्थितीत तोंडही लपवू नका. खरी गोष्ट समजल्यावर बनवा-बनवी करायचा प्रयत्नही करू नका. सगळं स्पष्ट झाल्यावर तोंड फुगवून बसू नका. आपल्यामध्ये जे सद्गुण आहेत, त्यांच्या बळावर भविष्यात आपण सर्वांची मनं कशाप्रकारे जिंकू, याचा विचार करा.

१०) सर्वांचा विश्वास संपादन करा, अविश्वासापासून दूर राहा :

तिखटमीठ लावून गोष्टी सांगायची बायकांना सवय असते. अशा वेळी विनाकारण खोटं बोलण्याची वृत्ती तर आपल्यात जोपासली जात नाही ना, या गोष्टीकडे लक्ष द्या. स्वतःचं पितळ उघडं पडल्यावर आपल्या चुका इतरांवर लादणे किंवा प्रत्येक वेळी खोटं बोलत राहणे, यामुळे तुम्ही आपल्या माणसांचा विश्वास गमावून बसता. म्हणून अशा प्रकारच्या सवयीपासून लवकरात लवकर मुक्त व्हा. जर का तुमची एखादी खोटी गोष्ट उघडकीला आली, तर तुमच्यावर विश्वास ठेवणं प्रत्येकाला फार कठीण जाईल आणि सर्वांच्या नजरेत तुमच्याविषयी अविश्वास दिसून येईल.

११) बोलताना नेहमी सजग राहा :

आपली खरी ओळख जतन करा. कोणत्याही पुरुषाबरोबर बोलताना त्याला एकटक बघणे व त्याच्यासमोर फार साहसीपणा (Bold) दाखवणे घातक ठरते. परक्या माणसांशी, मुख्यत्वे करून पुरुषांशी बोलताना थोडं अंतर ठेवून, नम्रपणे व्यवहार करा आणि मंद स्वराचा वापर करा.

१२) दुसऱ्यांचे गुपित समजून घेण्याचा प्रयत्न करू नका :

संधी मिळताच इतरांचे भूत आणि भविष्य खोदून-खोदून विचारण्याच्या सवयीपासून स्वतःला दूर ठेवा. संबंधित लोकांचे गुपित हळूहळू तुम्हाला कळेल. कोणत्याही सदस्याने सांगितलेल्या गोष्टी स्वतःजवळ ठेवा. त्या गोष्टी इतरांना सांगून सदस्यांमध्ये गैरसमज आणि वाद वाढवू नका.

कुणाचं वागणं किंवा त्याची एखादी गोष्ट जर तुम्हाला अपमानास्पद वाटत असेल, तर विरोध करण्यापेक्षा त्या इसमाला भेटून गैरसमज दूर करा. ती गोष्ट तेथेच संपवा.

१३) वाकड्यात शिरू नका :

आजकाल गृहिणींचा जास्त वेळ टीव्हीवरील मालिका बघण्यात जातो. दूरदर्शनवरील मालिकांमध्ये काम करणाऱ्या नट्यांचे अनुकरण करू नका किंवा त्यांच्याप्रमाणे खेळी खेळू नका.

सर्व सदस्यांबरोबर समंजसपणे व्यवहार करा. फूट पाडणे आणि राजकारण खेळणे यांचा परिणाम काही काळासाठी आपणास राणी बनवतो; परंतु जेव्हा आपलं पितळ उघडं पडतं, तेव्हा मात्र तुम्हाला एक धूर्त आणि कारस्थानी स्त्रीची पदवी मिळते.

१४) तुलना करू नका :

प्रत्येक घरातील वातावरण आणि परिस्थिती भिन्नभिन्न असते म्हणून आपल्या घराचे नियम-कायदे, रुढी-परंपरा, चांगल्या-वाईट गोष्टींची तुलना आपल्या क्षेत्राशी जोडल्या गेलेल्या माणसांशी करू नका. एक-दोन तासांच्या भेटीगाठीत या सर्व गोष्टी कळत नसतात. अर्धवट चित्राच्या आधारावर तुलना केल्यास तणाव आणि चिंता याशिवाय काहीच पदरी पडत नाही.

१५) प्रत्येक क्षणाला माहेरची आठवण करू नका :

क्षणाक्षणाला माहेरी जाण्याच्या गप्पा, माहेरच्या माणसांची खरी-खोटी प्रशंसा

करणे या गोष्टी कोणत्याही स्त्रीला न शोभणाऱ्या असतात. म्हणून आपला नकली मोठेपणा वाढवण्यासाठी 'मी, माय आणि माहेर' अशा शब्दांचा वापर चुकीच्या पद्धतीने करू नका. येथे माहेराला पूर्णपणे विसरून जाण्याचा सल्ला दिला जात नसून स्थळ आणि वेळ याचे भान ठेवून आपल्या मनावर, तसेच बोलण्यावर नियंत्रण ठेवा.

१६) समंजसपणे बोला :

आपली भाषा व शब्दांकडे प्रत्येक क्षणी बारकाईने लक्ष द्या. विशेष करून सासरच्या वातावरणाला स्मरणात ठेवून व्यवहार करा. सासरचे वातावरण जर खूप मोकळे असेल, तर सावध व्हा, विचारपूर्वक बोला कारण घरातल्या प्रत्येक सदस्याचा स्वभाव वेगळा असतो. प्रत्येक सदस्याचे वय, मूड पाहून परिस्थितीनुसार बोला. जास्त वयाच्या माणसांबरोबर थट्टा-मस्करी करताना त्यांच्या स्वभावानुसार करा. बोलण्याचे काम कमी करा, सर्वांचे ऐका. आवाज हळू आणि मधुर ठेवा.

१७) कठीण परिस्थितीचा सामना करायला शिका :

जीवनात येणाऱ्या संकटांना जो धैर्याने तोंड देतो, कठीण प्रसंगात हार मानत नाही, तोच जीवनात पुढे जाऊ शकतो, जिंकू शकतो.

आपण नेहमीच असे बघतो, की जीवनात कोणतेही संकट आले, तर बहुतेक स्त्रिया हात टेकतात. त्या संकटाशी चार हात करण्यात स्वतःला कमकुवत, समजतात, असमर्थ समजतात. कारण संकटांशी सामना करण्यासाठी त्यांनी स्वतःला कधी तयार केलेलं नसतं. परिस्थितीत होणारे बदल स्वीकारू शकत नसल्याने, त्या दुःखी होतात, घाबरून जातात. तुम्ही जर कोणत्याही परिस्थितीला स्वीकारायची मनःस्थिती बनवू शकला आणि त्याचे मोकळ्या मनाने स्वागत करू शकला, तर निश्चितपणे संकटं ही संकटं वाटणारच नाहीत.

तुम्ही जर नेहमी निराश आणि दुःखी राहात असाल, तर ती तुमची वाईट सवय आहे. या सवयीपासून त्वरित सुटका करून घ्यायला हवी. सकारात्मक दृष्टिकोन आत्मसात करा. ही एक नवीन आणि चांगली सवय तुम्ही स्वतःला लावून घ्या.

सर्वप्रथम आपल्या आजूबाजूच्या लोकांशी मिळून-मिसळून राहण्याकडे लक्ष द्या. मानसिक स्तरावर लोकांशी जोडले जाणे महत्त्वाचे असते. आपला सामाजिक परीघ वाढवा. आपण इतरांशी मधुर संबंध ठेवू इच्छिता ही गोष्ट पक्की करा, प्रकट करा. एकटेपणा, इतरांपासून वेगळं राहणं, आपल्या स्वास्थ्यासाठी धूम्रपान आणि उच्च

रक्तदाबापेक्षा जास्त हानीकारक आहे. ही गोष्ट प्रयोगाद्वारे सिद्ध झालेली आहे. म्हणून चांगल्या समुपदेशकाचा किंवा विशेषज्ञाचा सल्ला घ्या जेणेकरून आपण आपल्या एकटेपणावर मात करू शकाल. एकटेपणाचा फायदा करून घ्यायचा असेल, तर 'मौन ध्यान' शिकून घ्या.

सतत प्रेरणादायक कथा वाचून स्वतःला धीट बनवा. तुमच्या आजूबाजूला घडणाऱ्या घटनांचा परिणाम तुमच्या आंतरिक शांतीवर पाडू देऊ नका. स्वतःवर नियंत्रण ठेवा, भावनांच्या स्वामिनी व्हा. नेहमी सकारात्मक विचार ठेवा. अतिभावुक होऊ नका. दुसऱ्यांसाठी तुम्ही प्रेरणास्रोत बना. 'काहीही झाले तरी मी माझ्या मनात चिंता, दुःख आणि निराशेचे विचार येऊ देणार नाही,' अशी प्रतिज्ञा करा आणि कधीही निराश होऊ नका. इतरांकडून तुम्हाला काय अपेक्षित आहे? हा प्रश्न तुम्ही स्वतःला विचारा. अशा वेळी ते जर तुमची इच्छा पूर्ण करण्यात भागीदारी करू शकत असतील, तर त्यांचे आभार माना. आभार व्यक्त करतानाही अगदी विनम्रता दिसून यायला हवी.

एकटे आणि निराश राहण्याऐवजी इतरांबरोबर मिसळा, त्यांच्याशी मैत्री करा. लोकांना तुमच्या सहवासात राहणं कसं वाटतं, हे जाणून घ्या.

'जी घटना मला मारू शकत नाही, ती मला आणखीच भक्कम करते.' कठीण परिस्थितीत या वाक्याचे स्मरण करा.

कटू अनुभवांचे फायदे फार गोड असतात, ही गोष्ट नेहमी लक्षात ठेवा. पण यासाठी धैर्यच ठेवायला हवे, घाईगडबड करून चालणार नाही. असे अनुभव किंवा प्रसंग आपल्याला मनन करण्याची संधी देतात म्हणून अशा प्रसंगांचा तुम्ही सामना केला पाहिजे. प्रत्येक प्रसंग काहीतरी शिकवून जातो. स्वतःवर विश्वास ठेवून आणि इतरांच्या अनुभवाने धडा शिका.

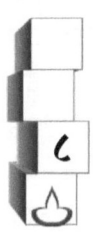

८

आत्मगौरव प्राप्त करा

स्वतःविषयीचे मत

आत्मगौरव या शब्दाचा अर्थ आहे 'इतरांबद्दल आदरभाव असणे आणि स्वतःचादेखील खऱ्या अर्थाने आदर करणे.' बऱ्याच वेळा आपण इतरांना आदराने वागवतो, पण स्वतःला मात्र आदर द्यायला विसरतो. स्वतःचा आदर करणे म्हणजे स्वतःच स्वतःला पारितोषिके, विभिन्न पदव्या देऊन अलंकृत करणे. असं जर केलं नाही, तर आपण स्वतःला सन्मानित केलं नाही, असं याचा अर्थ होईल.

आत्मगौरव म्हणजे स्वतःविषयी वाटणारा सन्मान, गौरव आणि हा आपला हक्क आहे. आपण जसे आहात, तसे स्वतःला स्वीकारायला शिका. स्वतःविषयी तुम्हाला काय वाटतं, या गोष्टीचाच तुमच्या जीवनावर सखोल प्रभाव पडत असतो. लोक काय सांगतात, यापेक्षा स्वतःविषयीचा आपला सकारात्मक दृष्टिकोन खूप आवश्यक आहे.

तुमच्या नातेवाइकांनी, मित्र, शुभचिंतक, समाजातील इतर लोकांनी तुमच्याविषयी जे काही सांगितलं व तुम्ही स्वतःला जीवनात आलेल्या अनुभवांच्या आधारावर विचार न करता स्वतःविषयी जे मत बनवलं, त्याचंच संमिश्रित रूप म्हणजे तुम्ही आहात. कोणत्या दृष्टिकोनातून तुम्ही स्वतःकडे बघता त्याच्यावर आपला आत्मगौरव अवलंबून असतो. इतर लोक तुमच्याविषयी काय म्हणतात किंवा तुमच्याकडे कोणत्या नजरेने बघतात, हे येथे महत्त्वाचे नाही.

आपल्याला कुणीतरी प्रोत्साहन देत राहावे, आपण जे काम करतोय त्याच्यासाठी

त्यांनी संमती दाखवावी, असे लहानपणापासूनच आपल्याला वाटत असते, पण तसे घडत मात्र नाही. समाजाने आपल्यासाठी काही गोष्टी निर्धारित केल्या आहेत. उदाहरणार्थ, जर तुमच्याकडे बंगला, गाडी आहे, स्वतःचा व्यवसाय आहे, तरच तुम्ही यशस्वी, अन्यथा नाही. जगात पैसा म्हणजे सर्वस्व, पैसा नाही तर तुम्ही काहीच नाही. विवाहित स्त्रियांना मान मिळतो, स्त्री आई बनली तरच तिला पूर्ण समजले जाते, अन्यथा नाही.

एका स्त्रीला सन्मान हवा असेल, तर तिला इतरांचा आधार घ्यावा लागतो. दुसरी व्यक्ती जर तिला सुंदर म्हणत असेल, तिची सर्वांना गरज आहे... तिच्या व्यतिरिक्त हे काम इतक्या चांगल्या तऱ्हेनं कुणी करणार नाही... तर मग तिने स्वतःला महत्त्व द्यायला सुरुवात केली असती. नाही तर स्वतःला तुच्छ समजण्याची चूक केली असती.

तुम्ही जर इतरांकडून आदराची अपेक्षा करत असाल, तर तुम्हाला नवा दृष्टिकोन आत्मसात केला पाहिजे, स्वतःमध्ये नवीन विचारधारा विकसित केली पाहिजे. कोणत्याही प्रकारचे यश प्राप्त झाल्यानंतर माणूस आपला गेलेला सन्मान पुन्हा प्राप्त करू शकतो, अर्थात यासाठी नेहमी यशप्राप्तीचे ध्येय डोळ्यांसमोर ठेवून अग्रेसर व्हायला हवे.

आपल्या गुण-दोषांचे अवलोकन करा. तुमच्यातील वैशिष्ट्यांमुळे व सद्गुणांमुळे तुम्ही आपल्या कार्यात वेगळेपण आणू शकता. प्राप्त झालेल्या यशाबद्दल अभिमान बाळगा. तुम्ही जर स्वतःची कामं सुंदररीत्या पार पाडली असतील, तर स्वतःला शाबासकी द्यायला विसरू नका. आपल्या दोषांकडे दुर्लक्ष करू नका, दोष सुधारण्यासाठी सतत कार्यरत राहा. दोषांना समूळ नष्ट करेपर्यंत गप्प बसू नका.

गर्दीचे, बहुसंख्य लोक जे करतात, त्याचे अनुकरण करू नका. स्वतःसाठी जे काही योग्य समजता तेच करा. विचारपूर्वक निर्णय घ्या. इतरांकडून प्रेरणा घ्या. यामुळे तुमच्यामध्ये नवा उत्साह संचारू शकतो. स्वप्नातही अशक्य वाटणारी कामं प्रेरणेच्या ताकदीमुळे सहज घडू शकतात. आपल्या मनातून नकारात्मक विचार नेहमीसाठी काढून टाका. सुरुवातीला हे थोडं कठीण वाटेल, पण प्रयत्न करीत राहिलात तर हे सहज शक्य होईल.

काही लोक भाग्यशाली असतात म्हणून जीवनात यशस्वी होतात, असं म्हटलं जातं, पण ते दृढनिश्चयी असतात म्हणून यशस्वी होतात. तरीदेखील जीवनात आपण कधी अयशस्वी झालात, तर मन छोटं करू नका, खचून जाऊ नका. तुमच्या चुकाच

यशासाठी शिडीचे काम करू शकतात. जेव्हा एखाद्या कार्यात यश मिळत नाही तेव्हा पाच मिनिटे शांत बसा आणि शरीर शिथिल करा. एक दीर्घ श्वास घ्या. मनात म्हणा, 'मी ईश्वराची दौलत आहे, माझे यश निश्चित आहे, मी पुन्हा एकदा नव्याने प्रयत्न करीन.' तुम्ही दिवसातून ७-८ वेळा हे वाक्य म्हणू शकता. नव्याने सुरुवात करण्यासाठी हा सर्वांत सोपा आणि साधा उपाय आहे.

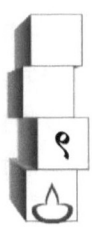

९

धैर्य वाढवण्यासाठी ८ सूचना

धीराचं फळ पिकल्यावर गोड का होतं

आत्मनिर्भर होण्यासाठी धैर्य आणि सातत्य ठेवून काम करण्याची क्षमता वाढवणं फार गरजेचं असतं. तुम्ही जर आज काही गोष्टींसाठी इतरांवर अवलंबून असाल, तर धैर्य ठेवून ते गुण आपल्यात कसे उतरतील व आपण स्वावलंबी कसे व्हाल, यासाठी प्रयत्न करा. उदाहरणार्थ, इंग्लिश भाषा, कॉम्प्युटर्स, वाहन चालवणे, जमा-खर्च लिहिता न येणे या गोष्टींसाठी जर तुम्ही परावलंबी असाल, तर धीर धरून या गोष्टी हळूहळू शिका. तुम्ही केलेल्या सततच्या प्रयत्नांमुळे तुम्हाला त्याचे फळ निश्चित मिळेल. मग तुम्ही स्वावलंबी व्हाल, आत्मनिर्भर व्हाल.

अशी वेळ तुमच्या जीवनात नक्की येईल. धीराचं फळ पिकलं, की मधुर आणि स्वास्थ्यवर्धक होतं. आपण सगळे धैर्याने वागत नाही, त्यामुळे या फळाची नासाडी होते. तुम्ही आपले धैर्य कधी गमावले आहे? नक्कीच कधीतरी गमावले असणार. फक्त तुम्हीच नव्हे, तर प्रत्येक माणूस कधी ना कधी आपले धैर्य गमावून बसतो. जीवनात काही परिस्थितींमुळे आणि काही लोकांमुळे तुमच्या धैर्याची परीक्षा घेतली जाते. खाली सुचवलेल्या काही गोष्टींमुळे तुम्हाला तुमचे धैर्य टिकवून ठेवायला मदत होईल.

१) शांततेसारखी मैत्रीण दुसरी कोण? :

जगात शांततेसारखी मौल्यवान ठेव दुसरी कोणतीही नाही, या गोष्टीचे स्मरण ठेवा. क्रोधामुळे महायुद्धे तर झालीच आहेत, शिवाय निरपराध जनतेचे भरपूर नुकसान

झाले, याची साक्ष इतिहास देत आहे. संपत्ती आणि जीवितहानी झालेली आहे म्हणूनच ईश्वराजवळ शांततेसाठी प्रार्थना करा. प्रार्थना केल्याने आपल्या अंतरंगातील नकारात्मक शक्ती आपोआप विलीन होत राहते आणि सकारात्मक विचारांची दारं खुली होतात. आपल्या प्रार्थनेला वास्तव बनवण्यासाठी मौन आणि ध्यानसाधना करायला हवी. ध्यानाची कॅसेट लावूनसुद्धा ध्यान करू शकता. अशा तऱ्हेने आपले मन शांत झाल्याचा अनुभव करा. यामुळे आजूबाजूचे वातावरण आधीपेक्षा अधिक प्रसन्न व आनंदी होईल आणि आपण नेहमी योग्य निर्णय घेऊ शकाल.

२) **वाणीवर संयम :**

वाणीच्या वल्ह्यांनी आपण शरीररूपी नौका चालवत असतो. ज्याने आपल्या वाणीवर संयम ठेवला, त्याने आपल्या संपूर्ण शरीराला शिस्त लावण्याची कला आत्मसात केली, असे निश्चित जाणा. तुमच्या वाणीचा संबंध सरळ हृदयाशी असतो म्हणून वाणीवर नियंत्रण ठेवल्याने आपल्या मनात येणाऱ्या विचारांवर काबू ठेवू शकाल. जीवनात सकारात्मक विचारधारा जेवढी महत्त्वाची, तेवढेच सकारात्मक शब्दांचे उच्चारणही महत्त्वाचे असते. वाणीवर नियंत्रण ठेवल्यामुळे प्रत्येक परिस्थितीत धैर्य ठेवणे सोपे जाते. जे लोक आपल्या बोलण्यात शिस्त ठेवू शकत नाहीत, त्यांच्याकडून कोणतीही अपेक्षा करणे व्यर्थ होय, कारण ते दररोज नवीन समस्या निर्माण करीत असतात.

३) **हसायला शिका :**

धैर्य वाढवण्याचा सराव करण्यासाठी तणावपूर्ण वातावरणातही हसून प्रतिसाद द्यायला शिका. परिस्थिती बिकट असली, तरीही चेहऱ्यावर हास्य हवे, तणाव नको. अशा वेळी हसण्याचा अभिनय केला तरी चालेल. संत्रस्त करणाऱ्या प्रसंगांमध्येदेखील विनोदी किस्से शोधा. हास्यामुळे तुमच्या मनावरील ओझं कमी व्हायला मदत होते व प्रसंग लहान-सहान वाटू लागतात. एवढेच नव्हे, तर हास्यामुळे तणाव कमी होतात. हास्य सर्वांनाच आवडते. तणावपूर्ण परिस्थितीतही जर तुम्ही हास्य फुलवू शकत असाल, तर सर्वांचे लाडके बनू शकता.

४) **धन्यवाद द्या :**

प्रत्येक घटना तुम्हाला काही ना काही नवीन शिकवण देते. म्हणून प्रत्येक घटनेनंतर आपल्याला जी नवीन शिकवण मिळाली, त्यासाठी निसर्गाला धन्यवाद

द्या. जे काही आपल्याला मिळाले आहे त्याच्यासाठी कृतज्ञतेचे भाव ठेवा. तक्रारखोर बनण्यापेक्षा आभार व्यक्त करण्याची सवय लावा. प्रत्येक प्रसंगानंतर त्याच्यातील सकारात्मक गोष्टींवर वार्तालाप करा. तक्रार केल्याने धैर्य नाहीसे होते, तर धन्यवाद दिल्याने धैर्य वाढते.

५) **लोकांवर निःस्वार्थ प्रेम करा :**

स्वार्थ माणसाला अधीर बनवते, तर निःस्वार्थ प्रेम माणसाला धैर्यशील बनवते. घर, कार्यालय किंवा शाळेत तणावपूर्ण परिस्थिती निर्माण झाली, तर धैर्याचा अभ्यास करण्याची संधी प्राप्त होते. प्रत्येक तणावपूर्ण स्थिती एखाद्या माणसामुळे निर्माण झालेली असते. म्हणून लोकांवर रागावणे किंवा नाराज होणे स्वाभाविक असते. अशा वेळी प्रत्येक माणूस चुका करत असतो, ही गोष्ट आपण विसरून जातो. चुकांमुळे माणसाला शिकायला मिळते, धैर्य वाढवण्याची संधी प्राप्त होते, ही गोष्ट लक्षात ठेवायला हवी. कदाचित तुम्ही स्वतः इतरांपेक्षा जास्त चुकला असाल किंवा नसालही; तरीदेखील स्वतःपेक्षा इतरांवर प्रेम करा. नेहमी विनम्रतेने बोलण्याची सवय ठेवा, कारण चांगुलपणानेच वाईटावर मात करता येते.

६) **योग्य संकेत पकडा :**

धैर्य ठेवल्याने आपण ग्रहणशील बनतो. निसर्ग आपल्याला आपला खरा उद्देश साध्य करण्याचा इशारा देत असतो. ग्रहणशील लोक ते संकेत समजू शकतात, पकडू शकतात. सूक्ष्मातिसूक्ष्म संकेत पकडण्यासाठी आणि प्रत्येक प्रसंगातून शिकण्यासाठी धैर्याची आवश्यकता असते. नको असलेल्या प्रसंगांतून देखील नेहमी शिकण्याचा प्रयत्न करावा. जीवनात कितीही दुःखद प्रसंग आले, तरी त्या प्रसंगांमधून आपल्याला कोणत्या सकारात्मक गोष्टी शिकायला मिळाल्या हे पाहणे महत्त्वाचे असते. जीवनात येणाऱ्या समस्यांना आव्हान समजा. समस्यांच्या गर्भातच नवनिर्मितीचा जन्म होत असतो.

७) **उतावळेपणाचे कोळसे फेकून द्या, धैर्यरूपी हिरा प्राप्त करा :**

धैर्य न ठेवल्याने लोक घाईघाईतच कोणत्याही प्रसंगाकडे बघतात व अनुमानाच्या आधारावर चुकीचे निर्णय घेतात. कित्येक वेळा ही चूक त्यांना जीवनभर पश्चात्ताप करायला भाग पाडते. यासाठी कोणत्याही प्रसंगात अनुमान न लावता धैर्याने आधी परिस्थिती समजून मगच निर्णय घ्या. परिस्थिती समजून घेण्यासाठी लागणारा वेळ

कधीच वाया जात नाही. घाईगर्दीत वाचवलेला वेळ शेकडो पटींनी नंतर चुकवावा लागतो म्हणून घाईगर्दीचे कोळसे फेकून द्या व धैर्याचा हिरा प्राप्त करा.

एका समजूतदार माणसानं फार महत्त्वाची गोष्ट सांगितली आहे, 'मी जेवढी घाई करतो, तेवढाच जीवनात मागे राहतो.' तुमचा ताबा तुमच्यावर नाही हेच घाईगडबडीतून दिसून येते म्हणून घाई करता कामा नये.

८) **गुणगुणत जा :**

स्वतःला धैर्याचा पाठ शिकवण्यासाठी आपली कामं करताना गुणगुणत जा. कठीण कार्याच्या वेळी तक्रारीचा सूर लावण्यापेक्षा एखादे गीत किंवा भजन गुणगुणायचा अभ्यास करून पाहा. तक्रारी केल्याने समस्या घटत तर नाहीत उलट वाढतच जातात. या गोष्टीचे सदैव स्मरण ठेवा. प्रश्न सोडविण्यासाठी स्वतःला प्रशिक्षित करा. स्वतःच स्वतःला धैर्याचा नजराणा द्या. आपल्या आजूबाजूला घडणाऱ्या गोष्टींचा प्रभाव आपल्या आंतरिक शांततेवर पडू देऊ नका, गुणगुणत राहण्याच्या सवयीमुळे आपण हे सहज करू शकाल. आशावादी गाणे गुणगुणा आणि स्वतःवर नियंत्रण ठेवा. आपल्या भावनांचे मालक आपणच व्हा.

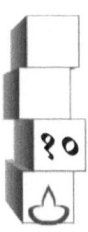

१०

आत्मनिरीक्षणाची कला शिका

आत्मविकास रहस्य

असं नाही की स्त्रियांनी आत्मनिरीक्षण वेगळ्या पद्धतीनं करायचं व पुरुषांनी वेगळ्या पद्धतीनं. दोघांची आत्मनिरीक्षणाची पद्धत एकच आहे. स्त्रिया बोलून आत्मनिरीक्षण करू इच्छितात, आता त्यांना याच्यापुढचे पाऊल उचलायला हवे. त्यांनी खालील प्रकारे आत्मनिरीक्षण करावे.

दिवसभर आपली अवस्था कशी होती ही गोष्ट वर्णक्रमाने समजून घेऊया.

१) A for Anger : ए फॉर अँगर म्हणजे क्रोध. आता 'दिवसभरात मला किती वेळा राग आला आणि त्या रागापायी मला काय शिकायला मिळाले, माझा अहंकार दुखावला गेला का? माझ्या भावनांना ठेच लागली का? समोरच्या माणसाबद्दल ईर्षा, द्वेष अथवा घृणा वाटली का? याच जागी कोणी दुसरा माणूस असता, तर मी कशी वागले असते? पुढच्या वेळी हाच प्रसंग आला तर मी कशी वागेन? अशाप्रकारे आपल्या क्रोधाविषयी आत्मनिरीक्षण करा.

२) B for Boredom : बोअरडममध्ये आपण कुठे कुठे बोअर झालो, उद्विग्न झालो, त्या अवस्थेत माझी काय इच्छा होती, आधीच मी होमवर्क केला असता, तर त्या वेळेचा सदुपयोग कशा प्रकारे झाला असता? हे सगळं लिहून जर आपण आत्मनिरीक्षण कराल, तर फार लवकर बोअरडममधून बाहेर पडाल.

३) C for Contrast Mind (तुलनात्मक मन) : तुम्हाला तुलना कोठे करावी लागली? शेजाऱ्याशी तुलना करावी लागली का? त्यांच्याकडे कोण नवे पाहुणे आले अथवा शेजारणीने कोणते नवीन कपडे आणले? असा विचार केल्यानंतर तुमचे मन किती तुलना करत असते, हे जाणवेल. हे प्रमाण घटवता आले असते का? ही गोष्ट तुम्ही नीट पडताळून पाहिली तर फरक जरूर पडेल.

४) D for Depression (निराशा) : 'मी कोणकोणत्या गोष्टींमुळे निराश होते, कोणत्या गोष्टीमुळे लवकर निराशा पदरी पडते? पुढच्या वेळी असा प्रसंग आला तर मी काय करीन... इत्यादी.'

अशाप्रकारे जर आपण वर्णक्रमानुसार (अल्फाबेटिकली) आत्मनिरीक्षण करायचं ठरवलं, तर दररोज आपला एक दोष कमी करू शकाल. रोज ए, बी, सी, डी.ची पुनरावृत्ती करा आणि प्रामाणिकपणाने आत्मनिरीक्षण करा, 'आज मी मनाचे कोणते खेळ बघितले आणि कुठे अडकले, आज कोणते इमोशनल ब्लॅकमेलिंग केले, कोणती कामं उद्यावर ढकलली?' अशा प्रकारे दररोज स्वतःचे निरीक्षण करा. स्त्रीला असे वाटते, की सतत कुणीतरी श्रोता हवा. पण प्रत्येक गोष्ट ऐकण्यासाठी श्रोता कोठून मिळणार? म्हणून लिखित स्वरूपात आत्मनिरीक्षण करा. कोणी वाचेल अशी भीती वाटत असेल, तर तो कागद नंतर फाडून टाका. सर्व गोष्टी लिखित स्वरूपात तुमच्यासमोर आल्यावर तुमच्या मनात जे काही भय असेल ते बाहेर येईल व दुसऱ्या दिवशी आपण जास्त जागरूक राहाल, सजग व्हाल.

स्त्री खरोखर स्वतःचा विकास साधू इच्छित असेल, तर तिला स्वतःचे आत्मनिरीक्षण करावेच लागेल. तिने जर वेळेच्या व्यवस्थापनाची कला शिकून घेतली, तर नक्कीच ती आपला वेळ वाचवू शकेल. ज्या स्त्रिया वेळेचं नियोजन करू शकत नाहीत, त्या नेहमी सांगतात 'घरातली इतकी कामं सांभाळावी लागतात... मुलांकडे बघायचंय... स्वयंपाक करायचाय, कपडे धुवायचेत...या सगळ्या कामांमुळे वेळच मिळत नाही.' पण तिने जर टाइम टेबल (समय सारणी) तयार केलं, तिला जर स्वतःचा विकास साधायचा असेल, तर दिवसेंदिवस आपले सद्गुण ती वाढवत जाईल आणि समाजासमोर असे सिद्ध करून दाखवेल, की स्त्री असणे अभिशाप नव्हे, वरदान आहे.

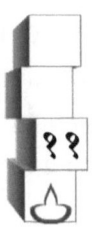

११

आत्मविश्वास हेच औषध

न्यूनगंडापासून मुक्त होण्यासाठी ७ पावले

आत्मनिर्भरतेशिवाय आत्मविश्वासाची प्राप्ती होऊ शकत नाही. आत्मनिर्भर स्त्री स्वतःवर विश्वास ठेवते. न्यूनगंडापासून स्वतःला लांब ठेवते. आत्मविश्वास आपल्याला केवळ स्वावलंबी बनवतो असं नाही, तर त्यामुळे स्वास्थ्यही लाभते. तज्ज्ञ लोकांच्या मतानुसार मानसिक तणावापासून बचाव करायचा असेल, तर आत्मविश्वास हेच रामबाण औषध आहे. निराश होणे ही आरोग्याला लागलेली कीड होय. जेथे आत्मविश्वास आहे, तेथे आरोग्य आहे आणि जेथे चिंता व भीती आहे, तेथे आजारपण आणि त्रास आहे.

सदैव उदास राहिल्यामुळे माणूस शारीरिक व मानसिक पातळीवर फार कमकुवत होत जातो. अशा परिस्थितीत शरीर निरोगी राहणे शक्य नसते. रोग झाल्यावर रोगाची काळजी केल्याने तो आणखी वाढत जातो म्हणून रोग झाल्यावर त्यावर उपाययोजना करण्याचा विचार करण्यापेक्षा आपण जेव्हा निरोगी असतो, तेव्हाच त्या संदर्भात विचार करायला हवा. आजारी पडल्यावर त्याच्याविषयी काळजी करत बसणे व्यर्थ असते.

सर्वप्रथम स्वतःचा आत्मविश्वास वाढवा. आपल्या गुणांवर, कलाकौशल्यावर विश्वास ठेवा म्हणजे आपण जे काही करू इच्छिता, ते योग्य पद्धतीने पूर्ण कराल. आपल्या कलेचा उपयोग आपल्या आनंदासाठी करा. दुपारच्या रिकाम्या वेळेत क्लास घ्या म्हणजे कलेचा उपयोग आणि अर्थार्जन दोन्ही गोष्टी साध्य होतील, ओळखी

वाढतील, विविध लोकांशी परिचय झाल्याने तुमच्या ज्ञानात वृद्धी होईल. यामुळे तुमचा विश्वास वाढेल आणि आनंदही मिळेल.

तुम्ही तुमचे दैनंदिन कार्य वेळेनुसार करा म्हणजे स्वतःसाठी वेळ काढू शकाल. सकाळी स्वतःसाठी कमीत कमी अर्धा तास काढा. फिरायला जा, व्यायाम करा, जेणेकरून तुमचा संपूर्ण दिवस उत्साहात जाईल. बागकामाची आवड असल्यास, जागा छोटी असो वा मोठी, आपल्या सोयीनुसार बागकाम अवश्य करा. बागकाम केल्याने मेंदू तल्लख आणि क्रियाशील राहतो. वृक्षवेली जीवनाला आशावादी बनवतात, त्यामुळे जीवनाकडे बघण्याचा दृष्टिकोन बदलतो.

आपल्या आवडीचे दूरदर्शनवरील कार्यक्रम बघा. न्यूज चॅनल तुम्हाला चालू घडामोडींबद्दल माहिती पुरवतात. जाहिरातींमुळे जगात विकसित होणाऱ्या नवीन तंत्रज्ञानाबद्दलची माहिती मिळते, त्यामुळे तुमचे सामान्यज्ञान ताजे, अप-टू-डेट राहते. या सर्व गोष्टींचा उपयोग तुम्हाला बाह्य जगतात, मुलांच्या अभ्यासात होऊ शकतो.

स्त्रिया स्वतःला शारीरिक दृष्टीने अबला समजतात, पण मानसिक पातळीवरदेखील त्या स्वतःला कमी लेखतात, ही गोष्ट आपण वर्षानुवर्षे बघत आहोत. त्यांच्या या भावनिक प्रवृत्तीमुळे बऱ्याच महिला पुढे चालून न्यूनगंडाच्या जाळ्यात सापडतात. न्यूनगंडाच्या या काल्पनिक आजारापायी त्यांचे आरोग्य खालावते.

१) न्यूनगंडापासून मुक्त व्हा, आत्मविश्वास वाढवा :

न्यूनगंडाचा प्रश्न जरी निर्माण झाला, तरी त्याच्यावर उपचार करता येतात. काही गोष्टींची पथ्ये पाळली, तर या समस्येतून सुटका करता येऊ शकते. साधारणपणे लोक इतरांची प्रशंसा ऐकल्यावर स्वतःला कमी किंवा हीन समजायला लागतात. तीच विशेषणे स्वतःला लावतात. त्यांची ही सवय पुढे त्यांना न्यूनगंडग्रस्त व्हायला लावते.

तसं पाहिलं तर न्यूनगंडासाठी व्यक्तिगत कारणे आणि परिस्थिती कारणीभूत ठरू शकते. उदाहरणार्थ एखादा शारीरिक दोष असणे, मानसिक दौर्बल्य असणे, बऱ्याच काळापासून रोगग्रस्त असणे किंवा आर्थिक परिस्थिती हलाखीची असणे.

सामान्य रूपाची एक साधी स्त्रीसुद्धा एखाद्या सुंदर स्त्रीला बघून हीन भावनेनं ग्रस्त होते. बरेच आई-वडील इतरांची मुलं पुढं जाताहेत हे बघून आपल्या मुलांविषयी हीन दृष्टिकोन ठेवतात. एखादा निर्धन माणूस धनवान माणसाला बघून हीन भावनेचा शिकार होतो. 'आम्ही मोठे काम करू शकत नाही,' असा स्वतःविषयीचा विश्वास

गमावलेली माणसं हीन भावनाग्रस्त होतात. मनात भीती असली, तरी न्यूनगंड निर्माण होतो.

मोठेपणी योग्य ज्ञानप्राप्ती झाल्यानंतर प्रत्येक मुलगी न्यूनगंडातून बाहेर पडू शकते. पुढे तीच मुलगी स्वतःला सांगू शकते, 'मी जशी आहे, तशीच स्वतःचा स्वीकार करते. कारण स्वीकार आहे सुख आणि अस्वीकार आहे दुःख! स्त्रीचे शरीर मिळणे म्हणजे वरदान होय. मी या वरदानाला वरदानच समजेन, अभिशाप होऊ देणार नाही.'

तुम्ही जर आपल्या शरीराचा योग्य उपयोग केलात, तर हे वरदान आनंद व समाधान देणारे ठरेल. लहानपणी जरी आपल्याला प्रेम मिळाले नसले, तरी मोठेपणी आपण स्वतःचा स्वीकार करायला हवा. त्यामुळे न्यूनगंड आणि अपराधभावना झुगारून देऊन आपण आत्मनिर्भरतेकडे वाटचाल करू शकाल. स्वतःला एकसारखी आठवण करून द्या, 'मला आता आत्मनिर्भर व्हायचं आहे.' 'लोकांनी माझ्याकडे लक्ष दिलं, तरच मी पुढे जाऊ शकतो,' ही समजूत चुकीची आहे. यातून बाहेर पडून स्वतःचा मोकळेपणाने स्वीकार करून जर कार्य सुरू केले, तर आपल्यामध्ये आत्मसन्मान वाढत जाईल.

सर्वांत प्रमुख गोष्ट म्हणजे स्वतःला कमी लेखणे सोडून द्या. स्वतःचा आत्मविश्वास जागृत करा. आपल्या क्षेत्राव्यतिरिक्त अन्य कोणाशीही प्रतिस्पर्धा करू नका. आपली कार्यक्षमता आणि गुणवत्ता वाढविण्याकडे लक्ष द्या. आपले गुण, आपली प्रतिभा जाणून त्यांना पूर्ण शक्यतांसह विकसित करण्यासाठी प्रयत्नशील राहा. आपले कार्य पूर्ण निष्ठेने करा आणि मेहनती व्हा. प्रामाणिकपणाने, पूर्ण विश्वास ठेवून कार्य तडीस न्या, म्हणजे इतरांच्या प्रशंसेस पात्र व्हाल.

'माझ्यात अनेक दोष आहेत,' ही भावना कधीही मनात आणू नका. तुमच्यामध्ये जर चिकाटी आणि दृढनिश्चय असेल, तर प्रत्येक अशक्य वाटणारी गोष्ट तुम्ही सहज शक्य करून दाखवू शकाल.

आपल्या नशिबाला दोष देत बसू नका. शारीरिक दोषांमुळे मनात न्यूनगंड निर्माण करू नका. याउलट अशा प्रकारच्या शारीरिक दोषांना आपले वैशिष्ट्य बनवण्याचा प्रयत्न करा.

स्वतःला नेहमी धाडसी, महत्त्वाकांक्षी आणि आशावादी व्यक्तिमत्त्वाचे मालक समजा. आपल्या ध्येयाची दिशा निर्धारित करून तुमच्या विचारांना, वाणीला, क्रियेला

त्याच दिशेने वाटचाल करायला शिकवा.

२) कल्पनाविलास बंद करा :

कोणतेही प्रयत्न न करता एखाद्या चमत्काराने आपले काम पूर्ण होईल, अशी खोटी आशा बाळगणे सोडा. प्रामाणिक प्रयत्न न करता केवळ कल्पनाविश्वात रममाण होणे बंद करा. ज्या महिला व पुरुष पटकन कोणत्याही कल्पनाविलासात रममाण होतात त्यांची मनोवृत्ती अशीच असते. आपल्या कल्पनेला जमिनींवरच असू द्या. आपल्या इच्छा पूर्ण करण्यासाठी श्रमापासून लांब पळू नका. माणसाने कोणतेही कार्य धसास लावले, त्याला योग्य न्याय दिला, तर आत्मविश्वास वाढत जातो. म्हणून प्रथम कार्य निश्चित करा आणि ते वेळेत संपवण्याची स्वतःला सवय लावा.

३) आपल्या क्रोधाला स्वीकारा, योग्य पद्धतीने तो व्यक्त करा :

ज्यांना आपला राग व्यक्त करता येत नाही, ते मनातल्या मनात नेहमीच घाबरत असतात. 'जर का मी भडकले, तर काय परिणाम होईल देव जाणे,' असा विचार त्यांच्या मनात घोळत राहतो. अशा वेळी बेधडक आपला राग व्यक्त करायला शिका. रागही योग्य पद्धतीने व योग्य शब्दांत व्यक्त करता आला पाहिजे. याबाबतीत मनात संदेह असल्यास आत्मविश्वास वाढवणाऱ्या संस्थेत प्रशिक्षण घ्या, क्रोधमुक्तीसाठी उपाय सुचवणारी व आत्मविकासाशी संबंधित पुस्तकं वाचा.

४) दुःख, वेदना, नुकसान, आजारपणाशी सामना करायला शिका :

प्रत्येक क्षणी परिवर्तन हाच जीवनाचा खरा अर्थ आहे. क्षणाक्षणाला बदलत असणाऱ्या अशा जीवनात कधी फायदा, तर कधी तोटा होणारच. मग नुकसान झाल्यावर दुःख व निराशा पदरात पडणे स्वाभाविक आहे. अशा वेळी आवश्यकतेपेक्षा जास्त भावुक झालात, तर तुमचे दुःख वाढेल म्हणून भविष्यात अशा घटनांविषयी सावध राहा. नेहमी सकारात्मक दृष्टिकोन ठेवा जेणेकरून याच गोष्टी तुम्हाला मोठ्या संकटांशी सामना करायची शक्ती देतील.

अस्वस्थता, चिंता, उत्कंठा यांसारख्या भावना दाबून ठेवल्यामुळे स्त्रियांमध्ये मानसिक आजार उद्‌भवतात. आपण जर मानसिक दौर्बल्य आणि कमकुवतपणा दूर करू इच्छित असाल, तर सर्वप्रथम आपली पात्रता आजमावून विभिन्न प्रयोग करून त्याचा लाभ घ्या.

५) आपल्या अपराधीपणाच्या भावनेला सामोरे जा :

'माणूसच चुका करत असतो,' अशी एक म्हण आहे. झालेल्या चुका सुधारून तो पुढे वाटचाल करत असतो. कधी स्वार्थापायी, तर कधी आपल्या मनोवृत्तीमुळे माणूस चुका करतो! चुकांमुळे होणारे दुष्परिणाम भोगल्यावर माणसांमध्ये अपराधभावना जागृत होते आणि मग त्याला पश्चात्ताप होतो. म्हणून प्रत्येक माणसात ही समज असायला हवी, की आपल्या चुकांचे समर्थन करण्याऐवजी आपली कार्यपद्धती व वैचारिक पातळी सुधारायला हवी. आपल्या चुकांचा सामना प्रत्येकाने धाडसाने करायला शिकले पाािहिजे.

संबंधितांसमोर आपण आपल्या हातून झालेल्या चुकांचा स्वीकार करा आणि योग्य शब्दांत त्याबद्दल दिलगिरी व्यक्त करून त्या चुका पुन्हा होणार नाहीत, अशी प्रतिज्ञा करा. अशा प्रकारे आपण अपराधबोधाच्या भावनेपासून मुक्त व्हाल आणि गेलेला आत्मविश्वास पुन्हा प्राप्त करू शकाल.

६) क्षमा करायला शिका :

कोणताही माणूस पूर्णपणे निपुण, कुशल नसतो, ही गोष्ट शंभर टक्के खरी आहे म्हणून तुम्ही स्वतःला माफ करा आणि इतरांच्या बाबतीतही क्षमाशील व्हा. बऱ्याचदा आपण स्वतःची चूक स्वीकारून स्वतःला माफही करतो; परंतु इतरांना त्वरित माफ करणे आपल्याला जमत नाही. तसं पाहिल्यास इतरांना माफ करून माणूस त्यांच्यावर उपकार न करता स्वतःवरच उपकार करत असतो, पण ही गोष्ट त्याला माहीत नसते. इतरांबरोबर नेहमी सकारात्मक व्यवहार करावा आणि त्यांना क्षमा करून त्यांचा विश्वास वाढवावा. ज्या गोष्टीसाठी आपण निमित्त बनतो ती गोष्ट आपणास प्राप्त होते. जेव्हा आपण इतरांचा विश्वास वाढवाल, तेव्हा तुमचा स्वतःचा विश्वास आपोआप वृद्धिंगत होतो.

७) भावनात्मक प्राबल्य मिळवा :

स्त्रिया स्वभावाने फार चंचल असतात आणि लगेच भावनेच्या आहारी जातात, असा अनुभव नेहमी येतो. यामागे जीवशास्त्रीय आणि मानसिक कारण आहे. या संदर्भात तज्ज्ञ डॉक्टरांशी चर्चा केल्यास ते आपणास समजावून सांगतील. शारीरिकदृष्ट्या त्या हृदयप्रधान म्हणजेच भावनाप्रधान असतात म्हणून त्यांच्या डोळ्यांत पटकन अश्रू येतात.

स्त्रिया नेहमी आपल्या मनातील गोष्ट व्यक्त करून मोकळ्या होतात. रडल्याने त्यांच्या मनावरील दडपण हलकं होतं. म्हणूनच पुरुषांच्या तुलनेत त्या कमी प्रमाणात

शरीरहत्या (आत्महत्या) करताना आढळतात. एखाद्या ठिकाणी स्त्रिया जर जास्त प्रमाणात शरीरहत्या करत असतील, तर त्या ठिकाणी त्यांच्यावर अत्याचाराचं प्रमाण जास्त असतं. सुशिक्षित समाजातील महिला रडून आपलं दुःख कमी करतात. ही पद्धत निसर्गानेच त्यांना बहाल केलेली आहे.

लहानपणापासून मुलींना ज्या पद्धतीने वाढवले जाते, त्यामुळेदेखील त्या फार लवकर भावनेच्या आहारी जातात. लहानपणापासूनच,'मुले कधी रडत नाहीत,' हे वाक्य आपल्या कानावर पडत असते. वर्गात एखादा मुलगा रडत असला, तर शिक्षक त्याला म्हणतात, 'मुलगा असून मुलीसारखा रडतोस!' आणि मुलगी रडली तर तिची समजूत वेगळ्या शब्दांत काढतात. मुलींसाठी 'रडणे' ही स्वाभाविक गोष्ट मानली जाते. मुली रडतात, पण मुले रडत नाहीत अशी धारणा त्यांच्या मनावर बिंबवली जाते. या मान्यतेमुळेच मुलींच्या स्वभावात भावनात्मक कमकुवतपणा निर्माण होतो.

कोणतीही गोष्ट बाहेर पडण्यासाठी मिळेल त्या मार्गाचा अवलंब करते. जसं, तुमच्या अंगातील शक्ती मिळेल त्या मार्गाने बाहेर येईल. त्यासाठी तुम्ही जर क्रोध हे माध्यम निवडले असेल, तर ती शक्ती क्रोधावाटे बाहेर पडेल. अशा प्रकारे आपल्यासाठी माध्यम निवडताना काळजी घ्यायला हवी. तुम्ही जर एखाद्या कार्याचे माध्यम निवडून शक्ती पणाला लावलीत, तर तुमच्या हातून रचनात्मक कार्ये होऊ शकतील.

महिलांसाठी त्यांची भावनात्मक शक्ती बाहेर पडण्याचा मार्ग म्हणजे अश्रू होय. या माध्यमाचा उपयोग महिला फार सहजपणे करतात म्हणून त्या निश्चिंत होऊन रडतात. कुणी त्यांना वेडंवाकडं बोललं तर त्या रडू शकतात. 'मुली कधी रडत नाहीत,' अशी नवीन मान्यता जर तयार झाली, तर त्यांची प्रतिक्रिया वेगळ्या माध्यमाद्वारे व्यक्त होऊ शकेल. मुलींच्या भावना आसवांच्या माध्यमातून बाहेर न पडता वेगळ्या माध्यमातून बाहेर पडू शकतील.

अश्रू हे मुलींसाठी वरदानही ठरू शकतात आणि अभिशापही. त्यांच्या मनात दबलेल्या भावना अश्रूंच्या माध्यमातून बाहेर पडतात आणि मग त्यांना हलके वाटायला लागते. असं झालं नाही तर आतल्या आत दबलेले अश्रू आजारपणाचे कारण बनू शकतात. अशा अवस्थेत आजारपणदेखील भावना बाहेर पडण्याचे माध्यम होऊ शकते. या व्यतिरिक्त अन्य माध्यमांचादेखील वापर केला जाऊ शकतो. रचनात्मक माध्यमाचा वापर करण्यासाठी मनन करणे फार आवश्यक असते. मनन करून आपल्यासाठी दमदार

लक्ष्य निर्धारित करावे, रचनात्मक कलांचा अभ्यास करून भावनात्मक कमकुवतपणा दूर करावा.

आत्मनिर्भर होण्यासाठी आपल्या गुणरूपी संपत्तीचे संवर्धन करा आणि आपल्या दोषांवर मात करा. आपले दोष आणि दुर्गुण यांच्याबद्दल जेव्हा आपल्याला माहिती होते, तेव्हाच ते दूर होऊ शकतात. आपले दोष प्रकाशात आणण्यासाठी पुढील तीन अध्याय लक्षपूर्वक वाचा.

खंड २
नोकरदार महिला

१

नोकरदार महिला आणि गृहिणी

समस्या आणि समाधान

घराबाहेर जाऊन काम करणाऱ्या महिला आपले घर नीट चालवू शकतात का? गृहिणी, स्वतःची 'गृहिणी' अशी ओळख असल्यामुळे संतुष्ट आहेत का?

बऱ्याच काळापासून समाजात हा विषय वादग्रस्त ठरलेला आहे. फारच थोड्या स्त्रिया आपल्या आर्थिक स्वावलंबनाबाबत विचार करू शकतात. नोकरी सांभाळून घरही व्यवस्थित सांभाळता येतं का? असा प्रश्न उभा राहतो तेव्हा काही सक्षम स्त्रिया या प्रश्नाचं उत्तर देताना सांगतात, 'हो, का नाही सांभाळता येत?' पण काही महिला म्हणतात, 'हे फार कठीण कार्य आहे. अक्षरशः तारेवरची कसरत असते, पण सगळं सांभाळावंच लागतं.'

या संदर्भात वेगवेगळ्या महिलांचे वेगवेगळे विचार आणि अनुभव आहेत.

- काही महिलांसाठी नोकरी करणे हा केवळ धनप्राप्तीचा मार्ग असतो.
- काही महिला नोकरी करून स्वतःचा खर्च भागवतात व नोकरीला राहणीमान वाढवण्याचं चांगलं साधन मानतात.
- उच्च पदावर काम करणाऱ्या पुरुषांच्या पत्नी म्हणतात, ''आजकाल ऐशआरामाचा जमाना आहे. त्यामुळे नवऱ्याचा पगार तर घरखर्च भागवण्यातच संपून जातो, इतर सर्व भौतिक साधनं आणि मुलांच्या उच्च शिक्षणाचा खर्च भागवण्यासाठी

त्यांना घराबाहेर पडून काम करावेच लागते.''

- काही महिलांसाठी हा त्यांच्या करिअरचा प्रश्न आहे.
- काही महिलांना आत्मसंतुष्टीसाठी अथवा आपल्या ज्ञानाचा उपयोग होण्याचे माध्यम म्हणजे नोकरी.
- आपल्या समाधानासाठी व समाजसेवेसाठी विविध उद्योग व मोफत दवाखाने चालवणाऱ्यादेखील काही महिला असतात.

नोकरदार महिला असोत अथवा गृहिणी, दोन्हींमध्ये कोणीही श्रेष्ठ वा कनिष्ठ नसतात. दोन्ही प्रकारच्या महिला एका मर्यादेपर्यंत संतष्ट आणि असंतुष्ट असतात. आपण काहीतरी गमावतो आहोत, अशी भावना दोन्ही प्रकारच्या महिलांमध्ये दिसून येते. आपापल्या क्षेत्रातील फायदे दोघींनाही मिळतात, पण त्यांची स्वतःची आपली अशी ओळख असते.

नोकरदार महिलांना आर्थिक स्वातंत्र्याचे समाधान मिळते, तर गृहिणींना घराचे व्यवस्थापन उत्तम प्रकारे सांभाळण्याचे समाधान प्राप्त होते. लहान-सहान गोष्टींसाठी पतीकडून पैसे मागावे लागतात, अशी गृहिणींची तक्रार असते. तर नोकरी करणाऱ्या महिला घराकडे दुर्लक्ष होत असल्याबद्दल नाराज असतात. काही मिळवायचं असेल, तर काही गमवावं लागतं, या गोष्टीचा प्रत्यय येथे येतो. आपल्या अस्तित्वाची ओळख पटल्यानंतर एक गृहिणीदेखील सामाजिक कार्यात सहभागी होऊन, समाजात आपली प्रतिमा निर्माण करू शकते. काम करणाऱ्या महिला स्वतः एक सफल गृहिणी म्हणूनदेखील नाव कमवू शकतात. घरात राहूनही गृहिणी आर्थिकदृष्ट्या स्वावलंबी होऊ शकते. फक्त तिने आपली कुवत ओळखायला हवी. घरात राहणाऱ्या बऱ्याच स्त्रियादेखील बुटिक, इंटीरियर डेकोरेशन, ब्यूटीशियन, कुकरी इत्यादीचे क्लासेस चालवतात. त्यामुळे त्यांची आर्थिक समस्या तर दूर होतेच शिवाय घराकडेही दुर्लक्ष होत नाही.

प्रत्येक माणसाच्या स्वतःच्या गरजा आणि मर्यादा असतात. भारतात पुरुष कितीही समजूतदार आणि सहकार्य करणारा असला, तरी घर सांभाळण्याची प्रमुख जबाबदारी महिलांचीच असते. नोकरदार असोत वा गृहिणी, सामाजिक कर्तव्यं पार पाडण्याची जबाबदारी स्त्रियांनाच सांभाळावी लागते. पुरुष बाहेरच्या सगळ्या जबाबदाऱ्या सांभाळतो आणि स्त्रियांना घरातल्या वेगवेगळ्या जबाबदाऱ्या एकाच वेळी व्यवस्थित पार पाडाव्या लागतात.

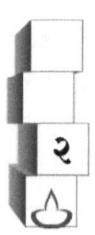

२

कार्याचे नियोजन करा

प्रगतीचा मार्ग

नोकरदार महिलांना नेहमी दुप्पट-तिप्पट कामाच्या ओझ्याखाली राहावे लागते. एकाच वेळी बरीच कामे करू शकतो, या भ्रमाखाली त्या असतात. ज्या स्त्रिया एका वेळी जास्त काम करतात, त्या सहसा कार्याचे नियोजन करीत नाहीत. आपला दिवस कसा जायला हवा? हे आपले आपल्याला ठरवता यायला पाहिजे. आपल्या दैनंदिन कार्यात काही वेगळी कामंदेखील समाविष्ट करायला हवीत.

तुम्हाला जर लीडर व्हायचे असेल, तर सर्वांपेक्षा वेगळे बनावे लागेल. वेळेचा योग्य उपयोग करायला शिकाल, तर इतर सर्व गोष्टी आपोआप होत जातील. म्हणून गांभीर्याने आपण स्वतःचे निरीक्षण करा आणि वेळेचा सदुपयोग कसा करता येईल ते शिकून घ्या. आपण वेळेचा वापर योग्य तऱ्हेने करत आहात असे जर तुम्हाला वाटत असेल, तर तुम्ही शारीरिक, मानसिक शक्तीचा, तसेच इतर वरदानांचा योग्य उपयोग करा. अशा प्रकारच्या गोष्टी प्रभावी नेतृत्वासाठी, लीडरशिपसाठी अत्यावश्यक ठरतात, याच अनमोल ठेवी आहेत, हेही सिद्ध करू शकता.

आता धैर्याने आणि दृढतेने या विषयाची सखोलता समजून घ्या. लीडर बनण्यासाठी आपल्याकडे असणाऱ्या साधनांचा समंजसपणाने वापर करा. तुम्ही जर एखादा व्यवसाय करत असाल, तर साधनांमध्ये पैसा, प्राप्ती आणि सामानाचा समावेश असतो. या सर्व साधनांचा योग्य उपयोग करण्यासाठी वेळेचे आणि क्षमतेचे नियोजन फार महत्त्वाचे असते.

योजना करणे आणि ती राबवणे कठीण नसते, उलट तुम्ही या गोष्टींचा आनंद उपभोगू शकता आणि त्यामुळे तुम्हाला तुमच्यातील नवीन पैलूंचा शोध लागतो. २४ तासांतील फक्त १२ तास अथवा त्यापेक्षा कमी तास काम करून बाकीचा वेळ तुम्ही निश्चिंतपणे आराम करू शकता, सुखाची झोप घेऊ शकता, हे समजल्यावर तुम्हाला खूप आश्चर्य वाटेल. असे घडल्यावर तुम्ही पुन्हा दिवसभर काम करण्यासाठी उत्साही व्हाल. मात्र, यासाठी आपल्या कार्याचे नियोजन तुम्हाला आधीपासून करावे लागेल. कार्ययोजना तयार झाल्यावर तुमच्या कार्यक्रमाविषयी काटेकोर राहावे लागेल.

'मला सगळं माहीत आहे, मी वेळेचा योग्य उपयोग करते, मला काळजी करण्याचे काहीच कारण नाही,' असे म्हणणे योग्य नव्हे. खरंच जर असं असेल, तर आपण आपल्या कामांची फेरतपासणी करा आणि या योजनेमध्ये खालील गोष्टींसाठी वेळ राखून ठेवलाय की नाही तेही बघा –

१) चांगली झोप घेणे

२) तयार होणे

३) स्नान करणे

४) भोजन करणे

५) प्रवासाचा वेळ (कार्यालय दूर असल्यास)

६) प्रार्थना आणि ध्यान करणे

७) चांगल्या पुस्तकांचे वाचन आणि दूरदर्शनवर चांगले कार्यक्रम बघणे

८) आई-वडील आणि घरातील इतर सदस्यांना मदत करणे

९) झाडांना पाणी देणे

१०) रेडिओ ऐकणे, पत्र लिहिणे, वर्तमानपत्र वाचणे, डायरी लिहिणे इत्यादी.

तुम्ही जर कार्ययोजनेची यादी तयार केली असेल, तर वरील सर्व गोष्टींसाठी जरूर वेळ काढू शकाल. नियोजन केले नसेल, तर तुमची कामे वेळेवर होणार नाहीत आणि धांदल उडेल ती वेगळीच. मग तुम्ही जास्त महत्त्वाच्या कामांना कमी वेळ आणि कमी महत्त्वाच्या कामांना जास्त वेळ द्याल. अशा प्रकारे तुमचा तणाव वाढेल व चुकाही होतील. आपल्या खासगी कामांवरदेखील याचा परिणाम होतो.

कार्ययोजना तयार करण्याचे लाभ

१) तुमच्या ध्येयात न बसणाऱ्या कामांना तुम्ही कार्ययोजनेतून वगळू शकता. तुम्हाला नेहमी ध्येयच आठवते, तुम्ही ध्येयवादी बनता.

२) एकाच वेळी तुम्ही एकापेक्षा अधिक कामे करू शकता आणि वेळेची बचत करू शकता. कार्य-योजनेत आपण ऑफिसमधून येताना आपल्या घरातली कामं करत घरी येऊ शकता. उदाहरणार्थ, भाज्या विकत घेणे, किराणा व इतर सामान आणणे इत्यादी. संध्याकाळी घरच्यांबरोबर बाहेर फिरायला गेल्यावर आपण कौटुंबिक प्रश्नांवर चर्चा करू शकता.

उपयोगी टिप्स

- एकाग्रचित्ताने कोणतेही काम करावे म्हणजे ते चांगले होते. एका वेळेस एकच काम उत्तम रीतीने करावे.
- सकाळी व संध्याकाळी करायच्या कामांसाठी तुम्ही ऑफिसची वेळ सोडून वेगळी वेळ निर्धारित करा. सकाळच्या वेळी आपण उत्साह आणि नव्या ऊर्जेने ओतप्रोत असतो. त्या वेळी उत्पादक कार्यांमध्ये स्वतःला व्यस्त ठेवा.
- ऑफिसमधून घरी आल्यानंतर संध्याकाळी हलकी फुलकी कामं सावकाश करता येतात.
- दुकानांमध्ये जेव्हा फार गर्दी नसते तेव्हा निवांत खरेदी करा.
- तुमची कामं चांगल्या प्रकारे पार पडावीत म्हणून कार्य योजनेअंतर्गत त्यांचा समावेश केल्यानंतर पुन्हा एकदा पडताळून बघा. तुमच्यावर कामांचं अतिरिक्त ओझे असता कामा नये. अशा प्रकारे आपण रोजच्या कामांचं नियोजन करू शकता. जास्त महत्त्वाच्या कामांना प्राधान्य द्या व ती आधी करा. अशा तऱ्हेने तुम्ही आळसापासून दूर राहाल. एरवी तुम्ही सोपी कामं आधी करता आणि अवघड कामं टाळत राहता.

अशा तऱ्हेने आपण आपली कामे योग्य पद्धतीने वेळेवर पूर्ण करून सुयश प्राप्त करू शकता. कार्ययोजना करण्यासाठी वेळ वाया कशाला घालवायचा, असा विचार काही महिला करतात, पण ही चुकीची धारणा आहे. योजनेनुसार काम केले, तर कार्ययोजनेचे फायदे लक्षात येतील व तो निर्णय योग्य वाटेल. त्याच्या फायद्यांचा अनुभव घेतल्यावर तुम्ही अधिक प्रेरित होऊन कार्य करू शकाल.

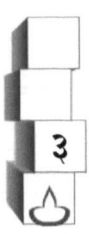

३

कार्यालयात काम आणि व्यायाम

नेहमी स्वस्थ राहा, मस्त राहा

आजमितीला नोकरदार महिलांचं जीवन खूप वेगवान झालं आहे. त्यात कार्यालय जर लांब असेल, तर घरातून तास-दोन तास आधी निघावं लागतं. लोकल ट्रेन किंवा बसमधून प्रवास करून कार्यालयात पोहोचताच काम संपवायचे चक्र सुरू होते. अशा वेळी बऱ्याचदा गडबडीमुळे तणाव वाढत जातो. दिवसाची सुरुवातच जर चुकीची झाली, तर तो दिवस चांगला जात नाही. 'आजचा दिवस काही चांगला दिसत नाही, कोणतंही काम नीट होत नाही,' असा विचार मनात घर करतो. मग मनात विचारांचा कल्लोळ आणि शरीरात आजारांचा क्रम सुरू होतो. या व्यस्त कार्यक्रमात स्त्रियांना व्यायाम करायला वेळच मिळत नाही. आजारांपासून दूर राहण्यासाठी व स्वस्थ राहण्यासाठी प्रत्येक तज्ज्ञाच्या सल्ल्यानुसार व्यायाम करणं अनिवार्य असतं. आपल्या कार्यालयात कामाची सुरुवात करण्यापूर्वी खाली दिलेल्या गोष्टींवर लक्ष द्या आणि ऑफिसात बसूनही काही व्यायाम करा.

- घरातील कामे घाईघाईत उरकून महिला एकदाचं ऑफिस गाठतात. तेथे पोहोचल्यावर आपल्या खुर्चीत त्या वाकड्यातिकड्या मुद्रेत बराच वेळ बसतात. त्यामुळे आवश्यकतेपेक्षा जास्त थकवा त्यांना जाणवतो.
- खुर्चीत बसल्यावर सर्वांत प्रथम पाच ते दहापर्यंतचे आकडे मोजत दीर्घ श्वास घ्यावे. यामुळे ऑफिसात काही कारणामुळे तुम्ही उशिरा पोहोचलात आणि

तणाव आला, तर दीर्घ श्वसनाने स्वतःला तणावमुक्त करू शकाल.

- सध्या कॉम्प्युटरचे युग आहे. अधिकतर ऑफिसेसमध्ये कॉम्प्युटरवर जास्त वेळ काम करावे लागते. त्यामुळे डोळ्यांवर ताण पडणे स्वाभाविक असते. अशा वेळी आपले डोळे वर खाली करा, पापण्यांची उघडझाप करा, डोळे थोडा वेळ बंद करा. थोड्या-थोड्या वेळाच्या अंतराने असे करत राहा. यामुळे ताण कमी होतो.

- आपल्या डोळ्यांच्या मांसपेशी मजबूत करण्यासाठी लांबची एखादी वस्तू बघून लगेच एखादी जवळची वस्तू बघा. काही वेळ असे करत राहा.

- ऑफिसात काम करताना आपल्या मनगटांवर व हातांवरही ताण पडतो. हा ताण घालवण्यासाठी मनगटं काही मिनिटे गोल-गोल फिरवा.

- मान आणि खांदेदेखील शिणतात. त्यांचा शीण घालवण्यासाठी खांद्यांना आधी मागच्या बाजूला व नंतर पुढच्या बाजूला फिरवा. यानंतर आपलं डोकं कधी डाव्या बाजूला, तर कधी उजव्या बाजूला फिरवून व्यायाम करा.

- फार वेळ एकाच मुद्रेत बसून शरीर आखडून जातं. यासाठी दीड तासाच्या अंतराने तुम्ही उठून उभं राहायला हवं. आपल्या मागच्या मांसपेशींवर दाब द्या, आकुंचित करा व शिथिल करा.

- कंबरेच्या शिणलेल्या मांसपेशीदेखील आखडतात. यासाठी उभे राहा आणि आपले तळहात हळूहळू वरच्या दिशेला उचला. काही वेळ अशा अवस्थेत थांबा आणि मग विश्रांती घ्या.

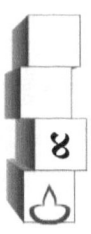

४

कार्यालयात प्रभावशाली कसे व्हाल

जबाबदारी ओझं नव्हे, संधी समजा

आपणही त्या महिलांप्रमाणे नाहीत ना, ज्या ऑफिसमध्ये आपली ओळख कशी असावी या विचाराने सतत चिंतित असतात? ऑफिसमध्ये कोणतंही महत्त्वाचं काम, सल्ला वा निर्णय घेण्यासाठी तुमची आठवण केली जाते का? लहान पदावर काम करत असूनही ऑफिसमध्ये तुमचा असा प्रभाव आहे का, ज्यामुळे तुम्ही एकानंतर एक अशा उच्च पदावर पोहोचू शकता?

या सर्व प्रश्नांचं उत्तर जर होकारार्थी असेल, तर येथे आपल्यासाठी काही सूचना आहेत. बऱ्याच लोकांना वाटतं, की फक्त उच्च पदावर काम केल्यावरच आपल्याला सामर्थ्य प्राप्त होतं आणि त्या अधिकारांमुळेच आपला प्रभाव वाढतो. पण ही गोष्ट पूर्णपणे खरी नाही.

तुम्ही जर एखाद्या ऑफिसमध्ये कामाला जात असाल, तर तेथे पद जरी छोटे असले तरी तुमच्याजवळ काही अधिकार आणि सामर्थ्य जरूर असेल. गरज असते ती फक्त अधिकार ओळखण्याची, त्यांचा योग्य पद्धतीने वापर करण्याची! जबाबदाऱ्यांवर विश्वास असेल, तरच तुम्ही हे काम करू शकाल. त्याही पुढे जाऊन काम करायचे असल्यास तुम्हाला ऑफिसची परिस्थिती, कार्यप्रणाली, प्राथमिकता यांची माहिती हवी.

आपले अधिकार कदाचित आपण वाढवू शकत नाही, पण आपल्याला कोणी

काम सोपवण्याआधी स्वतः होऊन आपल्या जबाबदाऱ्या पूर्ण करत राहा. त्यामुळे तुम्ही इतरांपेक्षा एक पाऊल पुढे राहाल. तुमच्या जबाबदाऱ्या पार पाडता पाडता इतर कामंही आपलं कर्तव्य समजून पार पाडा. आमच्यावर जबाबदाऱ्या सोपवल्या जातील, तेव्हाच काम करू, अशी वाट बघत बसू नका. ज्या महिला इतरांपेक्षा एक पाऊल पुढे राहून आपले कार्य पार पाडतात, ऑफिसमध्ये त्यांचाच प्रभाव अधिक असतो. 'मला दिलेले काम पूर्ण झाले, माझी जबाबदारी संपली,' असा विचार करून संतुष्ट राहणाऱ्या महिला सोपवलेले काम फक्त एक तडजोड समजून पूर्ण करतात. तुमची जबाबदारी पूर्ण केली, याचा अर्थ असा नव्हे की तुम्ही स्वतःचे डोळे, कान, बुद्धी सगळं बंद करून बसायचं. ज्या पद्धतीने तुम्ही काम करता ते काम करता करता विचार करत राहा, हेच काम अधिक चांगल्या पद्धतीने कसे करता येईल? कंपनीची कार्यक्षमता वाढवण्यासाठी एखादे नवे, फायदेशीर पाऊल आपण समाविष्ट करू शकतो का?

जास्त जबाबदाऱ्या अंगावर घ्या

जास्त जबाबदाऱ्या स्वीकारणे म्हणजे दुसऱ्यांचे काम आपण करणे हा त्याचा अर्थ नव्हे. आपण जे काम करतो ते अधिक चांगल्या प्रकारे, नव्या पद्धतीने आणि सर्वांच्या डोळ्यांत भरेल अशा पद्धतीने करणे म्हणजे जबाबदारी अंगावर घेणे होय. आपले काम जबाबदारीने पार पाडणे म्हणजे ते उत्कृष्टपणे पूर्ण करणे होय. यामुळे तुमचे अधिकार व कार्यक्षेत्र वाढण्याची संधी तुम्हाला प्राप्त होईल.

नियुक्त केलेले काम योग्य प्रकारे केल्यावर तुम्हाला उत्कृष्ट कार्यकर्त्याची पदवी ऑफिसतर्फे बहाल केली जाईल. तसेच बॉसने व इतर कर्मचाऱ्यांनीदेखील त्यांचे ध्येय निश्चित करावे. उदाहरणार्थ, आगामी ४ महिन्यांसाठी जे काम तुम्ही करणार आहात, त्याबद्दलची संपूर्ण माहिती प्राप्त करून त्या विषयी कार्य योजना तयार करणे. हे कार्य करताना सगळ्या शक्यतांचा सारासार विचार करणे, सर्वोत्तम पद्धत अमलात आणणे, होणाऱ्या फायद्यांचा आढावा तयार करणे व उच्च अधिकाऱ्यांसमोर या गोष्टी प्रस्तुत करणे. यांसारखे लक्ष्य निर्धारित करून त्याच्या पूर्ततेसाठी आपली कार्यकुशलता वेळोवेळी पारखून घ्यायला हवी आणि आपण अजून किती पाण्यात आहोत, किती यशस्वी झालो आहोत, हेही अधूनमधून तपासायला हवे.

आपल्या कामाबरोबरच कंपनीच्या अन्य कार्यक्षेत्रांबद्दलही तुम्ही सजग राहायला हवे. स्वतःच्या कामाबरोबर कंपनीचे प्रश्न सोडवण्यासाठी तुम्ही मदत करण्याचा प्रयत्न करा. ऑफिसात आपली प्रतिभा दाखवणे व सर्वांना आपल्याशी सहमत करून घेणे

यासाठी हा सिद्धान्त फार महत्त्वाचा आहे. बॉस व इतर कर्मचाऱ्यांच्या कार्यपद्धतीवरही दृष्टी असू द्या आणि त्यांचा कार्यभार तुम्ही कशा पद्धतीने हलका करू शकता, हेही बघा. सर्वांना मदत करत राहा त्यामुळे जास्तीत जास्त सहकर्मी तुमचे हितैषी होतील.

काही लोकांना तुमच्याबद्दल ईर्षा वाटत असली, तरी ते तुमच्या अशा वागण्याने विनम्र होतील. कारण वेळप्रसंगी तुम्ही त्यांच्या मदतीला धावाल, असा विश्वास त्यांच्या मनात निर्माण झालेला असतो.

मदतनीस बना

ऑफिसातील सर्व सहकाऱ्यांना मदत करत असल्याने तुमची एक वेगळी 'प्रतिमा' तयार होईल. त्यामुळे ऑफिसातील प्रश्नांमध्ये आणि महत्त्वाच्या कामांमध्ये तुम्हाला समाविष्ट करण्यात येईल. योग्य वाटल्यास काही जबाबदाऱ्या आणि अधिकारही तुमच्याकडे आनंदाने सुपूर्द केले जातील.

अशाप्रकारे स्वैच्छिक मदतीमुळे ऑफिसमध्ये तुमचा प्रभाव वेगळाच दिसून येईल. तुम्ही इतरांना मदत करू शकलात किंवा नाही, ही गोष्ट वेगळी पण ही पद्धत तुम्हाला ऑफिसातील महत्त्वपूर्ण कर्मचारी बनवू शकते. जबाबदारीची जाणीव व कंपनीच्या कार्यप्रणालीबद्दलची सजगता या दोन्ही गोष्टी तुम्हाला कोठे पोहोचवतील, याची कदाचित तुम्ही आज कल्पनादेखील करू शकत नाही.

तुमच्यावर सोपवलेली कोणतीही जबाबदारी तुम्ही लीलया पेलू शकता याबद्दल आत्मविश्वास बाळगा. आपल्या कामाशी निगडित इतर कामांच्या बाबतीतही जागरूक राहा आणि शक्य होईल तेवढी माहिती मिळवत राहा. 'मी काहीही शिकू शकते, मी सर्व काही करू शकते,' अशी स्वतःची विचारधारा बनवा.

तुम्ही जर तुमचे अधिकार वाढवू इच्छित असाल, तर तुम्हाला तुमची कार्यक्षमता व कार्यकुशलता दाखवता आली पाहिजे. नव्या जबाबदाऱ्या पेलण्यासाठी तुम्ही पूर्णपणे सक्षम आहात, असा विश्वास इतरांना वाटायला हवा. त्या कामातील बारकावे तुम्ही जाणता व ते काम सहज करू शकता हे तुम्हाला सिद्ध करता आलं पाहिजे.

जे योग्य आहे तेच करा. 'मी हे नवीन आव्हान पेलू शकते,' हा तुमचा दृढ विश्वास पाहून इतर लोक नक्कीच प्रभावित होऊन भविष्यात तुम्ही उच्चपदाचे मानकरी होऊ शकता.

आपण इतरांना आवडत नाही, ही शंका मनातून काढून टाकाल, तरच यशाची

एक एक पायरी तुम्हाला चढता येईल. आपण आपल्या कामात जास्तीत जास्त कुशल कसे होऊ या गोष्टीवर तुम्ही लक्ष केंद्रित करा. तुमच्या कार्यक्षमतेतील वृद्धी अथवा ऑफिसमध्ये वाढत जाणारी तुमची प्रसिद्धी या गोष्टींमुळे काही लोकांना तुमच्याविषयी द्वेषही वाटेल. परंतु अशा वेळी तुम्ही निराश होऊ नका. उलट त्यांच्याशी विनम्रतेनं वागून आपल्या कामावर व्यवस्थित लक्ष देण्याची आवश्यकता आहे.

'इतर लोक माझ्याबद्दल काय विचार करतात?' या गोष्टीची बऱ्याच महिलांना काळजी वाटत असते. अशा दृष्टिकोनामुळे त्यांची प्रगती खुंटते. वरच्या पायऱ्या चढताना नवीन जबाबदाऱ्या सांभाळल्यामुळे तुमचे संबंध सर्वांशी चांगले होतील. यावर जर कुणाला आनंद वाटत नसेल, तर ते लोक तुमचे खरे मित्र नव्हेत, असेच समजा.

नकारात्मक विचार, हीन भावना आणि उतावळेपणामुळे तुम्ही मागे राहता. त्यामुळे ती जागा दुसऱ्याला मिळते. म्हणून ऑफिसमध्ये तुम्हाला संपूर्ण आत्मविश्वासाने, आपल्या भावनांना नियंत्रणात ठेवून फक्त आपल्या कार्यावर लक्ष केंद्रित करता आलं पाााहिजे. कुणाचीही पर्वा न करता योग्य तेच करता यायला हवं.

तुम्हाला तुमच्या कामाविषयी जर जिव्हाळा वाटत असेल व तुम्ही आत्मनिर्भर होऊ इच्छित असाल, तर आपल्या वैयक्तिक गरजा पूर्ण करण्याकडे तुमचा कल राहणार नाही. याउलट अशा लहान-सहान गोष्टींमुळे तुम्हाला जो त्रास सहन करावा लागत होता, त्यापासून मुक्त राहायला आवडेल. नव्हे तेच तुमचं सर्वांत मोठं ध्येय राहील.

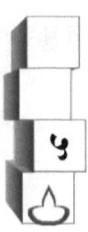

५

घरात आणि ऑफिसमध्ये संतुलन कसे राखता येईल

संतुलित जीवन जगा

आजच्या काळात भौतिकवादाबरोबर भारतीय समाजाचे स्वरूपदेखील पार बदलले आहे. विभक्त कुटुंब व्यवस्था आणि नोकरी करणाऱ्या महिलांच्या संख्येत बरीच वाढ झालेली आहे. महिलांचे आर्थिक स्वातंत्र्य आणि ध्येयवादी (Career Oriented) प्रवृत्तीला समाजानेदेखील स्वीकारले आहे. काळाप्रमाणे समाजदेखील बदलत असून, हे उचितही आहे. नोकरपेशा महिलेकडे आज कोणी हीन दृष्टीने बघत नाहीत, तिच्या मिळकतीलाही तुच्छ लेखत नाहीत. आज आई-वडील मुलांबरोबर मुलींनादेखील करिअर व ध्येयवादी होण्याचे शिक्षण देत आहेत. मुलींना पूर्ण संधी दिली जात आहे, त्यांना कोचिंग व व्यावसायिक शिक्षण देण्यात कंजूसपणा केला जात नाही. कोणतंही कार्यक्षेत्र आज असं नाही की जेथे महिलांनी प्रवेश केला नाही; मग ते लष्करी क्षेत्र का असेना!

गृहिणी असो वा नोकरदार महिला, प्रत्येकीला आपलं काम आणि घर यामध्ये संतुलन राखता यायला हवं. असं करणं म्हणजे तारेवरची कसरत असते, पण ती अनिवार्य गोष्ट आहे. यासाठी खालील गोष्टी सतत लक्षात ठेवायला हव्यात.

- संपूर्ण कुटुंबाच्या संमतीनेच नोकरी करण्याचा निर्णय घ्यावा. आपण जर लग्नाआधी काम करत असाल, तर लग्नानंतर आपल्या सासरच्या लोकांची संमती घ्यावी.

- घरातील आणि कार्यालयातील कामांसाठी वेगवेगळी वेळ ठरवावी. आपली आर्थिक स्थिती चांगली असेल, तर वेळ वाचवणारी विविध उपकरणं विकत घ्यावीत.
- आपल्या प्रतिष्ठेला तडा जाईल अशी हलकी नोकरी करू नये. प्रतिष्ठा सांभाळून प्रपंच चांगल्या प्रकारे चालवण्याचा आत्मविश्वास बाळगावा.
- घरातील कामांची टाळाटाळ करू नये. जेवढे महत्त्व बाहेरच्या कामांना देता तेवढेच घरातील कामांनाही द्या.
- ऑफिसमध्ये आपल्या आर्थिक स्वातंत्र्याचा गवगवा करू नका आणि आपल्याला मिळणाऱ्या सवलतींचे प्रदर्शनही करू नका.
- कुटुंबातील सदस्य व पतीच्या सन्मानाला तडा जाईल, अशी कामे करू नका.
- आपल्या कार्यक्षेत्रातील गोष्टींचा परिणाम आपल्या वैयक्तिक जीवनावर होऊ देऊ नका. ऑफिसामध्ये कोणत्याही सहकाऱ्याची विनाकारण प्रशंसा करू नका, ऑफिसामध्ये कोणत्याही माणसाला आपल्या घरातली कामं सांगू नका. आपले निर्णय घेण्यात लुडबुड करू देऊ नका.
- आपल्या सहकाऱ्यांबरोबर व अधिकाऱ्यांबरोबर संतुलित आणि मधुर व्यवहार राखा. न मागता कुणाला सल्ला देऊ नका आणि आपले मत दुसऱ्यांवर थोपवू नका.
- ऑफिसातील कार्यक्रमाबरोबर कुटुंब आणि नातेवाइकांच्या कार्यक्रमांना देखील महत्त्व द्या. सामाजिक कार्यांपासून लांब पळू नका.
- आपले दांपत्य जीवन, कुटुंब, नातीगोती, समाज, कार्यक्षेत्र व आपले सहकारी या सर्वांशी समान संतुलन ठेवणं सोपं काम नाही. यासाठी कुटुंबाची साथ फार महत्त्वाची असते. म्हणून त्यांच्याशी वागताना औदार्याची आणि सहकार्याची भावना ठेवा. गरज पडल्यानंतर तुम्हाला तुमच्या कुटुंबाकडूनच उचित सहकार्य मिळू शकतं.

आपल्या भावना पवित्र ठेवा. घर आणि कार्यालय दोन्ही एकाच वेळी व्यवस्थित सांभाळून दाखवा.

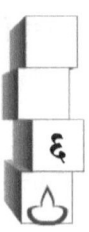

६

आजची स्त्री आणि मनमानी खरेदी

लक्षात ठेवण्यायोग्य गोष्टी

सणसमारंभ कोणता का असेना, बाजारात दुकानांमध्ये मांडलेले महागडे कपडे, सजावटीच्या वस्तू अथवा देण्याघेण्यासाठीच्या भेटवस्तू खरेदी करण्यामध्ये स्त्रियांचं प्रमाण जास्त असतं. इतक्या सगळ्या महागड्या वस्तू स्त्रिया एकाच वेळी वापरतात का? असा प्रश्न पडतो. स्त्रियांना आपण घरातील बचत बँक समजतो, पण त्या तर बाजारात सारखी खरेदी करताना दिसतात. यात आश्चर्य करण्यासारखी किंवा काळजीसारखी बाब नाही. याचे कारण आहे स्वतःला आवडेल तशी खरेदी करणे. शास्त्रज्ञांच्या मतानुसार त्यांच्या शरीरात बाजार, दुकान आणि सामान बघून होणारी रासायनिक प्रतिक्रिया यासाठी जबाबदार आहे.

बाजारात गेल्यावर महिला आणि पुरुषांच्या मेंदूत वेगाने रासायनिक प्रतिक्रिया होते, त्यामुळे त्यांच्या मनात खरेदी करण्याच्या लहरी म्हणजेच मनाला रुचेल ते खरेदी करण्याची इच्छा निर्माण होते, असे वैज्ञानिकांचे म्हणणे आहे. महिलांना वेगळ्या वस्तू आकर्षित करतात तर पुरुषांना वेगळ्या!

एवढंच नव्हे, तर प्रत्येक वस्तू नीट पारखून किफायतशीर दरात खरेदी करण्याच्या पारंपरिक मान्यतेला आजकाल आव्हान दिल्याचेही या अध्ययनात आढळून आले आहे. या वैज्ञानिकांच्या मतानुसार स्त्रिया आजकाल कोणतीही वस्तू खरेदी करण्याचा निर्णय भावनावश होऊन अर्धचेतनावस्थेत घेतात. ग्राहकाला बाजारातील कोणतीही वस्तू आकर्षित करते, तेव्हा तो सर्व सिद्धान्त विसरून खरेदी करतो. यालाच 'मनमानी खरेदी' असे म्हणतात.

कोणत्याही चकचकीत आणि सजलेल्या शोरूममध्ये जेव्हा एखादी महिला प्रवेश करते, तेव्हा तेथील सेल्समन आणि सेल्सगर्ल हसून तिचे स्वागत करतात. अशा प्रकारच्या वातावरणात माणसाचा मूड चांगला होतो आणि खरेदी करण्यासाठी तो आकर्षिला जातो.

या सिद्धान्तामुळे आजकाल बाजार, दुकानं आणि त्यांचा सेल्स स्टाफ सर्वांचे स्वरूप बदलत आहे. वस्तूंच्या गुणवत्तेपेक्षा दुकानांची सजावट आणि आकर्षक सेल्सगर्ल आणि सेल्समन यांचा मधुर व्यवहार, भुरळ पाडणारे संभाषण यांच्याकडे लक्ष केंद्रित करण्यात येत आहे. अशा वेळी भावनांच्या आहारी न जाता समंजसपणा व हुशारीने काम करणे आवश्यक आहे. म्हणजेच वस्तू खरेदी करण्यापूर्वी जर काही गोष्टी ध्यानात ठेवल्या, तर अनावश्यक खर्च होणार नाही व तुमच्यावर पश्चात्ताप करण्याची वेळ येणार नाही.

बाजारातून सामान विकत घेताना घ्यावयाची काळजी

- सामानाची यादी करण्यापूर्वी नेहमी स्वतःला एक प्रश्न विचारा. यादीत लिहिलेल्या वस्तूंची घरासाठी किंवा स्वतःसाठी खरोखरंच आवश्यकता आहे का? की फक्त ती घ्यायची इच्छा झाली आहे? ज्या वस्तूंची गरज आहे, त्या वस्तूंची नावं यादीत लिहा. ज्या वस्तूंची गरज नाही, फक्त विकत घ्यायची इच्छा झाली आहे अशा वस्तू विकत घेऊ नका.

- सर्वांत आधी जे सामान विकत घ्यायचे आहे, त्याच्याविषयी स्वयंपाक्याला व घरातील लोकांना विचारा. त्यानंतर ते सामान किती आणायचे आहे, याची यादी तयार करा.

- वेळ वाचवण्यासाठी नेहमी घराबाहेर जाताना सामानाची यादी आपल्या बरोबर ठेवा (जरी तुम्ही बाजारात वेगळ्या कारणाने जात असलात तरी) मुलाला शाळेत सोडून परत येताना तुम्ही थोडीफार खरेदी करू शकता. यामुळे तुमच्या इतर कामांबरोबर खरेदी पण होते आणि वेळही वाचतो.

- किराणा माल विकत घेताना व्यवस्थित निवड करा. दीर्घकाळ टिकणाऱ्या वस्तू जास्त प्रमाणात विकत घेतल्या तरी चालतात, पण आपले बजेट ध्यानात ठेवूनच खरेदी करा.

- सामान विकत घेतल्यावर आपल्या सामानाचे वजन करा. 'एखादी वस्तू आतून खराब निघाल्यास आपण वस्तू बदलून देणार की पैसे परत करणार,' ही गोष्ट

दुकानदाराला आधीच विचारून घ्या.

- आपण नेहमी ज्या दुकानदाराकडून सामान विकत आणता त्यांच्याशी थोडा भाव अवश्य करा.

- एखाद्या स्कीममध्ये कधी कधी एका वस्तूबरोबर दुसरी वस्तू मोफत असते, ती वस्तू दुकानदाराकडून अवश्य मागा. त्याने टाळाटाळ केली, तरी तुम्ही आग्रह धरा. ती वस्तू घेण्याचा तुमचा हक्क आहे.

- सामान विकत घेण्याआधी आजूबाजूच्या दुकानांमध्ये वस्तूंचे भाव बघून घ्या. जेथे किफायतशीर भाव वाटतात तेथूनच सामान विकत घ्या. असे केल्याने पैशांची निश्चितच बचत होते.

- सामान विकत घेताना तुम्ही स्वतः हिशेब करा. दुकानदाराकडून चूक होऊ शकते. चूक आढळल्यास लगेच त्याला दाखवा. यामुळे बऱ्याच कटकटी कमी होतील.

- प्रत्येक वेळी दुकानदाराकडून पावती घ्यायला विसरू नका. भाजी विकत घेताना ताजी खरेदी करा. कोणतंही सामान विकत घेताना भाव अवश्य करा.

- वस्तू विकत घेताना 'आ' आणि 'इ' चा वापर करा. बऱ्याच स्त्रिया इतरांकडे बघून तुलना करतात आणि मग स्वतः त्या वस्तूची गरज नसली तरी खरेदी करतात. अशा वेळी तुम्ही स्वतःला फक्त एक प्रश्न विचारा, 'आ' की 'इ' म्हणजे ही वस्तू खरेदी करणे आवश्यक (आ) आहे का इच्छा (इ) आहे? आवश्यक म्हणजे ती वस्तू खरोखर घरात लागणार आहे आणि इच्छा म्हणजे ती वस्तू फक्त मनाला चांगली वाटली, तुमच्या मैत्रिणीने विकत घेतली म्हणून तुम्हालादेखील ती घ्यायची आहे.

तुलना, ईर्षा, सणवार किंवा कधी कधी माणूस गरज नसताना विनाकारण काही वस्तूंची खरेदी करतो. याचा अर्थ असा नव्हे, की आपली इच्छा पूर्ण करू नये. इच्छा जरूर पूर्ण करा, परंतु प्रथम आवश्यकता पूर्ण व्हायला हवी. अन्यथा लोक गरजेची वस्तू न घेता इच्छा झाली म्हणून एखादी वस्तू विकत घेतात आणि मग गरजेची वस्तू विकत घेण्यासाठी कर्ज काढतात.

'आ' की 'इ' असा प्रश्न विचारल्यावर आपणास आश्चर्य वाटेल, पण तुम्ही मात्र गरजेची व तुम्हाला लागणारी वस्तूच खरेदी कराल. अशाप्रकारे 'आ' की 'इ' हा लहानसा प्रश्नसुद्धा तुम्हाला जागरूक करू शकतो.

खंड ३
स्त्री - कुटुंबाची शक्ती

१

संवादहीनता

सांसारिक संबंधांत बाधा

परिपक्व झाल्यावर प्रत्येक मुलगी, पत्नी, आई, एक यशस्वी गृहिणी होण्याची इच्छा बाळगते. एका पूर्ण स्त्रीची कल्पना ती रंगवत असते. लग्नाच्या पूर्वतयारीनंतर जेव्हा प्रत्यक्षात ती शुभ घटिका तिच्या जीवनात येते, तेव्हा तिच्या कल्पनेला वास्तवतेचे पंख लाभलेले असतात.

तिच्यात जर धैर्य असेल, तर स्वतःला पूर्णपणे नव्या वातावरणाशी जुळवून घेणे, सासरच्या सर्व माणसांना समजून घेणे, तेथील चालिरीती आत्मसात करणे अशा गोष्टी तिला कठीण वाटणार नाहीत.

आपली स्वप्नं, आकांक्षा आणि कल्पना पूर्ण होत आहेत हे बघून तिचा मनमयूर आनंदाने नाचायला लागतो. बरीच स्वप्नं तिने लहानपणापासून आपल्या अचेतन मनामध्ये रंगवलेली असतात. लग्नानंतर पतीबरोबरच तिला एक कुटुंबही मिळते व त्या कुटुंबालाच ती आयुष्यभर आपले मानते.

पती आणि पत्नी दांपत्यरथाची दोन चाके आहेत, असे आपण किती वर्षांपासून म्हणत आहात कुणास ठाऊक! पण या दोन चाकांमध्ये संतुलन असणे किती गरजेचं आहे, हेच कोणाला समजत नाही. लग्नानंतरची काही वर्षे एकमेकांना समजून घेण्यातच व्यतीत होतात. तेथे भाव, स्पर्श, एकमेकांची काळजी घेण्याबरोबरच संवादांचीदेखील महत्त्वाची भूमिका असते. या कालावधीत पती-पत्नीमध्ये विरोध आणि भांडणतंटा

होणं स्वाभाविक असतं, परंतु मधल्या काळात परिस्थिती पार बदललेली असते. सगळे संवाद चुकीचे वाटू लागतात. भांडणं, विरोध, तक्रारी... कशातच अर्थ वाटत नाही. सगळंच नीरस, रुक्ष वाटायला लागतं.

संवादहीनतेच्या या स्थितीत पती-पत्नी अत्यावश्यक संवादांच्या पलीकडे अन्य कोणत्याही विषयांवर बोलायला इच्छुक नसतात. बऱ्याच गोष्टी ते एकमेकांना सांगतही नाहीत. किंबहुना, त्यांना तशी गरजच वाटत नाही. दोघे जण आपापल्या कामात दिवसभर व्यग्र असतात. संध्याकाळी मुलांबद्दल, घरखर्चाबद्दल थोडाफार आवश्यक वार्तालाप क्वचितच होतो. रात्री शारीरिक गरज, जवळीक साधली, तर ठीक, नाहीतर असेच झोपी जातात.

दांपत्य जीवनाच्या लांबच्या प्रवासात अशी परिस्थिती निर्माण होणं योग्य नव्हे. ही स्थिती धोकादायक असू शकते. पती आपले आर्थिक व्यवहार, ऑफिसमधील ताणतणावही लपवत असतो. त्याला वाटतं या सगळ्या गोष्टी पत्नीला सांगण्याची काय गरज आहे आणि सांगावं म्हटलं तर तिच्याजवळ वेळच कुठे आहे? तिलादेखील कधी वाटत नाही की, 'आज आपण काळजीत दिसता? काय झाले?' असे पतीला विचारावे. पत्नीदेखील स्वतःचे तणाव लपवत असते. तिला वाटते, 'यांना सांगून काय फायदा? समजून तर घेणारच नाहीत.' पतीदेखील तिला कधी म्हणत नाही, 'दमलीस ना दिवसभर राबून. ये जरा, बैस, माझ्याजवळ! तब्येत ठीक आहे ना?'

अशी परिस्थिती नसेल, तर ते दांपत्य जीवनासाठी धोक्याचे तर असतेच, शिवाय पती-पत्नीच्या मानसिक स्वास्थ्यासाठीदेखील घातक असते. खरं म्हणजे पती-पत्नी एकमेकांसाठी मानसिक आधार असतात. त्याचप्रमाणे पती-पत्नीच्या मानसिक स्वास्थ्याचा परिणाम त्यांच्या मुलाबाळांवरही होतो. मुलं फार संवेदनशील असतात, त्यामुळे आई-वडिलांच्या कमी-जास्त प्रेमाचा त्यांच्यावर लगेच परिणाम होतो.

लग्नाला दहा-बारा वर्षे झाली की कित्येक जोडपी एक दुसऱ्यांना 'बर्थ डे कार्ड' देणे किंवा वाढदिवसाच्या शुभेच्छा देणे याला बालिशपणा, किरकोळ बाब समजतात. लग्नाच्या वाढदिवशी व्यक्तिगत भेटी देण्याऐवजी घरासाठी एखादी मोठी वस्तू विकत घेतली जाते. सणावाराला किंवा कुणाचे लग्न असल्यास नवरा बायकोंचे आगमन एकत्र होतं, पण थोड्या वेळानंतर दोघं वेगवेगळ्या ग्रुपमध्ये व्यस्त झालेले दिसतात. कित्येक जोडप्यांमध्ये एकमेकांची प्रशंसा करायलाही वेळ नसतो. या गोष्टीला बराच कालावधी लोटलेला असतो.

एकमेकांना समजून न घेता आल्याने अशा स्थितीत पती-पत्नी दोघं गप्प राहणंच श्रेयस्कर समजतात. सारखं व्यस्त राहणं आणि दमून जाणं हाही भाग त्यामध्ये येतोच. दोघांमधून एक जरी अंतर्मुखी असला, तरी दुसरा आपोआप गप्प राहायला शिकतो.

पती कामासाठी लांबच्या दौऱ्यावर जातात, तेव्हा स्त्रिया आपले काम आणि मुलं याच्यात गुरफटलेल्या असल्यामुळे त्यांच्यात उत्साहच शिल्लक राहात नाही. पती महोदय घरी परतल्यावर मुलांमध्ये व्यस्त होतात आणि पत्नी आपल्या कामात! दिसायला पती-पत्नी दोघं खूप आकर्षक आणि सुंदर असतात, परंतु त्यांच्यामधील संवादाचा अभाव स्पष्ट दिसून येतो. अशा जोडप्यांची मुलं अंतर्मुखी होतात. ती प्रतिभाशाली असूनही लोकांच्या समोर यायला लाजतात, संकोच करतात.

लग्नाला किती वर्षे झाली हे महत्त्वाचे नसून संवादशून्यतेची स्थिती येऊ न देणे महत्त्वाचे असते. ही जबाबदारी तुमची आहे. कित्येक ठिकाणी पती-पत्नीमध्ये पारदर्शिता आणि मोकळेपणा नावालाही आढळत नाही. कित्येक पुरुषांना इतरांच्या घरी जायला आवडत नाही. समारंभ असो वा पार्टी असो, डान्सफ्लोअरवर ते सर्वांत शेवटी येणाऱ्यांपैकी असतात. त्यांच्या बायका मात्र नृत्याच्या शौकीन असतात. त्यांना गर्दीत राहायला, नातेवाइकांना घरी बोलवायला व त्यांच्याकडे जायला आवडतं. अशा परिस्थितीत पुरुषांनी निराश होता कामा नये.

तुमच्या लग्नाला कितीही वर्षे झाली असली, तरी खाली दिलेल्या प्रश्नांची उत्तरं लिहून तुम्ही तुमच्या दांपत्य जीवनातील संवादशून्यतेचे कारण शोधू शकता.

१) किती दिवसांपूर्वी तुम्ही तुमच्या पतीबरोबर रात्री उशिरापर्यंत मैत्रिणींबद्दल, लहानपणाबद्दल अथवा महाविद्यालयीन दिवसांच्या आठवणींबद्दल बोलत होता?

२) किती दिवसांपूर्वी तुम्ही दोघांनी एकत्र बसून संगीत ऐकलं, चहा घेतला, बागकाम केलं किंवा वृत्तपत्रातील एखाद्या बातमीवर चर्चा केलीत?

३) किती दिवसांपूर्वी थिएटरमध्ये जाऊन दोघांनी नाटक, सिनेमा पाहिला किंवा संगीताच्या मैफलीचा आनंद लुटला?

४) किती दिवसांपूर्वी दोघांनी मिळून जुना अल्बम काढून फोटो पाहिले?

५) किती दिवसांपूर्वी शेवटचे बर्थ डे कार्ड दिले होते अथवा त्या दिवशी तुम्ही त्यांच्यासाठी विशेष काय केलं होतं?

६) किती दिवसांपूर्वी तुमचं त्यांच्याशी भांडण झालं होतं?

७) किती दिवसांपूर्वी तुम्ही त्यांच्या कार्यक्षेत्राविषयी किंवा प्रापंचिक अडचणींविषयी बोलला होता?

८) किती दिवसांपूर्वी स्वतःच्या अडचणींसाठी तुम्ही त्यांचा सल्ला घेतला होता?

९) तुम्ही स्वतःच्या किती टक्के गोष्टी त्यांना सांगता, किती त्यांच्यापासून लपवून ठेवता अथवा सांगणं आवश्यक समजत नाही?

१०) प्रशंसा करण्यासारखी घटना घडल्यावर तुम्ही त्यांची प्रशंसा करता का?

संवादहीनतेच्या स्थितीपासून बचाव करण्यासाठी अशा प्रश्नांची उत्तरे शोधून काढा आणि त्या स्थितीतून मुळापासून बाहेर यायचा पूर्णपणे प्रयत्न करा.

पती-पत्नीच्या नात्यात मैत्रीचा व्यवहार असणं फार महत्त्वाचं असतं. मित्र म्हणजे खऱ्या अर्थानं मित्र असायला हवा. प्रत्येक परिस्थितीत अहंकार सोडून, मित्राच्या खांद्याला खांदा लावून तुम्ही उभ्या राहा. मैत्रीमध्ये गैरसमज आणि चुका ही अंतर्गत बाब असते. ती बाजूला सारून मैत्री दृढ करा, तणाव वाढवू नका. प्रत्येक व्यवहारी माणसाला आणि दांपत्य जीवनाला श्रोत्याची भूमिका यशस्वी बनवत असते. आपला जोडीदार सांगत असलेलं शांतपणे, लक्ष देऊन ऐका. आपलं म्हणणं काय आहे, ते पण सांगा. वार्तालाप होऊ द्या. एकालाप नको.

दांपत्य जीवनातील कंटाळवाणेपणा घालवण्याची दुसरी पायरी म्हणजे जिवंतपणा होय. दांपत्य जीवनाच्या सजीवतेसाठी दोघांनी मिळून सतत काही ना काही नवीन गोष्टी करीत राहायला हव्यात. मग बऱ्याच दिवसांनंतर दोघांनी सिनेमा पाहिला तरी चालेल. एकमेकांसाठी काहीतरी खरेदी करा. बऱ्याच दिवसांनंतर लग्नाचा अल्बम काढून बघा. सेकण्ड हनीमूनपेक्षा चांगली दुसरी कोणतीच गोष्ट नसते. मुलांना काही दिवसांसाठी आजोळी पाठवून तुम्ही दोघं एखादी ट्रिप काढा. दांपत्य जीवनाला कितीही वर्षे होऊ द्या, तुम्ही एकमेकांच्या वाढदिवसाला, लग्नाच्या वाढदिवसाला एकमेकांना कार्ड व एक फूल यांच्याबरोबर शुभेच्छा द्यायला विसरू नका. कितीही व्यस्त असलात, तरी प्रमुख सण आणि जन्मदिवस आपल्या घरी साजरा करण्याचा प्रयत्न करा. लहान-सहान क्षण एकमेकांसोबत साजरे करा. हेच क्षण जीवनाला उत्साह देणारे असतात, आपल्याला ताजेतवाने करणारे असतात.

अबोला आणि अहंकार यांनी प्रश्न सुटत नसतात. यासाठी कठोर बनू नका.

एकमेकांवर रुसणे काही तासांपर्यंत मान्य आहे, पण काही दिवसांपर्यंत ही गोष्ट लांबवू नका. नाराज झाल्यावर काही ऐकणं ठीक आहे, पण सदैव गप्प राहणं चुकीचं असतं. तुमच्या नाराजीचे कारण जोडीदाराला समजल्यावर तुम्ही त्यांना आपली बाजू मांडायची संधीसुद्धा देत नाही. कितीतरी दिवस न बोलता तोंड फुगवून तुम्ही बसता. त्यामुळे तुमचा मानसिक ताण वाढणारच आणि तुमचा जोडीदारदेखील काळजी करत राहणार. त्याला संवाद पुन्हा बंद का झाला याचे कारण माहीत नसते. जोपर्यंत तुम्ही स्वतः तुमच्या चिडचिडीचे कारण सांगणार नाही, तोपर्यंत जोडीदाराला कसे बरे कळणार? तो तुमचा सहप्रवासी आहे. बऱ्याच गोष्टी तुम्ही सांगितल्या नाही, तरी त्याला कळतात ही गोष्ट मान्य असली, तरी प्रत्येक वेळीच असं घडणं शक्य नाही. तुमच्या जोडीदाराला एखादी गोष्ट समजली नाही, तर तुम्ही स्वतःहून त्याला ती गोष्ट सांगायला हवी. स्वतःच्या स्वाभिमानाबरोबर त्याच्याही स्वाभिमानाला महत्त्व द्यायला शिका. तो जर गप्प गप्प राहिला, तर तुम्ही त्याला बोलतं करा. त्याचा रुसवा काढा. रुसवा काढण्यात कुणीही कंजुसी करता कामा नये. एक-दोन तासांच्या वर रुसवा टिकता कामा नये या गोष्टीबद्दल नेहमी सतर्क राहा.

प्रेमसंवाद होऊ द्या. यासाठी प्रत्येक दहा मिनिटांनंतर 'आय लव्ह यू' म्हणायलाच पाहिजे असं नाही तर आपलं प्रेम वेळोवेळी आपल्या शब्दांमधून व्यक्त करा. कारण तुमचा जोडीदार तुमच्या क्रियांमधून, तुम्ही त्याच्यावर प्रेम करता हे जाणत असला, तरीही कधी कधी शब्दांच्या माध्यमातून ऐकायला त्याला निश्चितच आवडतं. प्रशंसेची गोष्ट असेल तर संकोच करू नका. तुम्हाला वाटतं ना की तुमची कुणी प्रशंसा करावी, तर मग सुरुवात तुम्ही स्वतः करा. 'लव्ह नोट्स' लिहिण्यासाठी वय नसतं. दांपत्य जीवनात रोमान्स नसेल, तर ते दांपत्य कसलं?

ताणतणाव आणि समस्या जोडीदारापासून लपवून ठेवू नये. त्या सर्व त्याला मोकळेपणाने सांगून त्याचा सल्ला घ्या. याबाबतीत त्याला अज्ञानी किंवा मूर्ख समजून त्याच्यापासून कोणतीही गोष्ट लपवू नका. वस्तुस्थिती समजावून सांगा. आपला तणाव त्याला सांगा आणि सल्ला मागा. तुम्ही सगळं काही सांगितल्यावर तुमचा जोडीदार तणाव दूर करण्यासाठी नक्कीच मदत करेल आणि घरात तणावरहित वातावरण निर्माण करण्यासाठी प्रयत्न करेल. यामुळे तुम्हाला तुमच्या प्रश्नाचे उत्तर मिळायला मदत होईल. जोडीदाराला सांगून त्याला कशाला दुःखी करू, असा विचार आपण कधीही मनात आणू नका. उलट दोघांनी मिळून चांगला मार्ग निवडून एकमेकांना मानसिक आधारही द्यावा.

एकमेकांमध्ये दररोज नावीन्य शोधण्याला कोणतीही सीमा नसते. व्यक्तिमत्त्व समुद्रापेक्षा जास्त खोल असतं. एकमेकांबद्दल जाणून घ्यायची इच्छा कधीही समाप्त होता कामा नये. 'पुरे झाले आता, खूप चांगल्या प्रकारे यांना ओळखलंय, आता आयुष्यात काय शिल्लक राहिलंय?' असं कधीही समजू नका. तुमच्याजवळ जर ती विशेष दृष्टी असेल, तर तुम्ही आपल्या जोडीदाराला नित्य नव्या रूपात पाहाल. प्रत्येक दिवशी तुम्ही त्याच्यातील काही सकारात्मक तर काही नकारात्मक पैलू बघाल.

सप्तपदीची सात पावलं तुम्ही एकमेकांसोबत चालला आहात, तेव्हा आपल्या जोडीदाराला तनामनाबरोबर आत्म्यानेदेखील आपला समजा. प्रत्येक चांगल्या वाईट गोष्टीसह त्याचा स्वीकार करा. कठीण परिस्थितीत, तणावाच्या वेळी, निराश झाल्यावर त्याला साथ द्या. तुम्ही तुमच्या सकारात्मक व्यवहाराने त्याच्या दोषांना गुणांमध्ये बदलू शकता. तुम्हाला तुमच्याशी ज्या प्रकारचा व्यवहार केलेला आवडणार नाही त्या प्रकारचा व्यवहार तुम्ही कधीही जोडीदाराबरोबर करणार नाही याची दक्षता बाळगा. तुमच्या कुटुंबीयांबद्दल कुणी काही टीका केलेली तुम्हाला आवडत नाही ना, मग प्रथम तुम्ही स्वतः असं वागू नका. जोडीदाराच्या नकारात्मक प्रतिसादानंतरही जर तुम्ही सकारात्मक प्रतिसाद दिलात, तर एखाद्या दिवशी त्याला आपल्या चुकांची नक्की जाणीव होईल. तुम्ही तुमच्या जोडीदाराला शांतपणे एवढंच सांगा, 'असं वागलेलं मला आवडत नाही.'

जोडीदाराला योग्य स्वातंत्र्य द्या, त्याला एकट्याला वेळ घालवू द्या, स्वतःचे निर्णय स्वतःला घेऊ द्या. त्याचे छंद जोपासण्यासाठी त्याला प्रेरित करा म्हणजे तो आपले विस्मृतीत गेलेले सर्व छंद पुन्हा सुरू करेल. आपल्या आवडीनिवडी एकमेकांना सांगा. अशा प्रकारे तुम्हीदेखील तुमचे छंद जोपासण्यासाठी त्याची मदत घेऊ शकाल.

दांपत्यजीवन काळामध्ये बांधता येत नाही. त्याला स्वैरपणे वाहतं ठेवा. नदी जेव्हा डोंगरातून उगम पावते तेव्हा ती वेगाने वाहत असते. मग मैदानी प्रदेशात आल्यावर लहान नद्या आणि ओढ्यांमध्ये ती नदी रूपांतरित होते. समुद्रापर्यंत पोहोचता पोहोचता ती धीरगंभीर बनते, पण तरी वाहतच राहते. त्याचप्रमाणे प्रौढावस्थेत मुलं स्वतःच्या पायावर उभी असतात, तेव्हा दांपत्य जीवन सर्वांत जास्त मधुर होतं. पण या स्थितीपर्यंत जर संवादहीनता टिकून राहिली, तर मात्र ही स्थिती कष्टप्रद होते. म्हणून अशी वेळ येऊ देऊ नका. कारण याच कालखंडात आतापर्यंतच्या जीवनाची व्याख्या, विश्लेषण एकत्र बसून करायचं असतं. वेळेअभावी आपली राहिलेली कामं, आवडीनिवडी एकत्र येऊन

पूर्ण करण्याची हीच वेळ असते.

दांपत्य जीवनाचे माधुर्य आणि कडवेपणा तुमच्या जीवनातील प्रत्येक पैलूवर प्रभाव टाकतात. जसं तुमचे व्यक्तिमत्त्व, कार्यशैली, मानसिक-शारीरिक अवस्था, सामाजिक संबंध, मुलांशी तुमचा व्यवहार इत्यादी. संवादहीनता तुम्हाला कडवेपणा देत नाही, पण माधुर्यही देत नाही. दांपत्य जीवनाच्या प्रत्येक अवस्थेमध्ये संवादाच्या कमतरतेचा खोलवर प्रभाव पडतो. त्यासाठी शक्य असेल, तर संवादहीनतेची स्थितीच येऊ देऊ नका. अशी स्थिती आल्यास ती ओळखून तिला दूर करण्याचा प्रयत्न तुम्ही स्वतः सुरू करा. या संदर्भात आपल्या जोडीदाराबरोबर अवश्य चर्चा करा. झुळुझुळु वाहणाऱ्या नदीप्रमाणे अथवा गुणगुणणाऱ्या झऱ्याप्रमाणे दांपत्य जीवन जगलं पाहिजे.

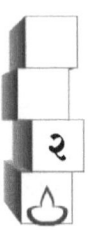

२

संवादमंच

नाती उत्तम ठेवण्याचा पाया

काही लोकांच्या समस्या पती-पत्नींच्या नात्याशी संबंधित असतात. त्यांच्यात वेगवेगळ्या कारणांनी भांडणं होत असतात. उदाहरणार्थ, मुलं, पैसा, नातीगोती, मित्रमंडळी, कामं यांपैकी कशामुळेही भांडणं होतात. यासाठी नवरा-बायकोच्या संबंधांत 'कम्युनिकेशन प्लॅटफॉर्म' तयार व्हायला हवा. प्रत्येक पतिपत्नीने एकमेकांशी योग्य वार्तालाप करायला हवा. आज दिवसभरात काय केलं, काही ठिकाणी चुकीचा प्रतिसाद कसा दिला गेला, त्यानंतर सत्याची आठवण झाली व त्यामुळे आपण टेन्शनमधून बाहेर आलो इत्यादी. या प्रकारचा संवाद (कम्युनिकेशन) व्हायला पाहिजे. दररोज असा वार्तालाप झाला, तर पती-पत्नीमध्ये संवादमंच (कम्युनिकेशन प्लॅटफॉर्म) तयार होतो आणि समस्या सुटू लागतात.

जीवनाचे उद्दिष्ट काय आहे? लग्न का झाले? या भूतलावर काही अनुभव घेण्यासाठी आपण आलो आहोत, ही गोष्ट दोघांनाही कळावी आणि तो अनुभव प्राप्त करणे वाद-विवादापेक्षा जास्त महत्त्वाचं आहे, हे लक्षात घ्यावे. पती-पत्नी या पृथ्वीवर जो अनुभव घेण्यासाठी आले आहेत, त्यात दोघांनी एकमेकाची मदत करावी. मग जर का दोघेही या गोष्टीसाठी तयार असतील, तर त्यांच्यातील प्रेम 'तेजप्रेम' असेल. प्रेम आणि द्वेष यापलीकडचे प्रेम म्हणजे 'तेजप्रेम' होय. या प्रेमात ईर्षा, कपट किंवा अहंकार नसतो. हे प्रेम निष्कपट व निःस्वार्थ असते. अशा प्रेमाचा प्रभाव मुलांवर जबरदस्त

पडतो. मग ते कुटुंब आनंदाने केवळ स्वतःसाठीच नव्हे, तर विश्वासाठीदेखील चांगल्या कामाकरिता निमित्त बनेल.

पती-पत्नीच्या नात्यात जे संवाद व्हायला हवेत ते होत नसल्यामुळे बऱ्याच प्रकारचे ताणतणाव आपोआप निर्माण होतात. परस्परांमधील तणावाची बरीच कारणे आहेत. जसं अनुमान, कपट, धोका, असत्य, अहंकार यामुळे निर्माण झालेला अबोला. पतीला वाटतं, 'मी असं बोललो तर ती नाराज होईल,' आणि पत्नी विचार करते, 'मी असं सांगितलं तर हे नाराज होतील.' जेव्हा समस्या निर्माण होते, तेव्हा एकदमच सगळ्या तक्रारी ते एकमेकांना सांगू इच्छितात. समोरचा माणूस चूक करतो, तेव्हा दुसरा त्याला लगेच सांगतो, 'तू असं करतेस/करतोस... तुला असं करायला नको.' चूक होत असते तेव्हाच ती दाखवण्याची उत्सुकता जास्त असते, परंतु हे सगळं फार आधी, चुका होण्यापूर्वी सांगितलं गेलं पाहिजे. कुणीही चूक केली तर ती चूक एकमेकांना सांगायची की नाही, याबद्दल पती-पत्नीने आपापासात ठरवून घ्यावं. एकमेकांच्या चुका केव्हा, कसे, कोठे दाखवायच्या हे आधीच जर ठरलेले असेल, तर समस्या उद्‌भवल्यावर संवाद साधणे फार सोपे जाते. समोरचा माणूस जेव्हा चुका दाखवेल, तेव्हा रागावण्याची शक्यता कमी होईल आणि हळूहळू सगळ्या शंका दूर होऊ लागतील.

लोकांच्या मनात वेगवेगळ्या प्रकारची भीती असते, शंका असतात; कारण अद्याप पती-पत्नीमध्ये संवादमंच (प्लॅटफॉर्म) कधी तयार झालेलाच नसतो. मनातून कपट निघालेलंच नसतं. या नात्यातून कपट पूर्णपणे निघून जायला हवं कारण आपल्या जीवनात जोडीदार एक निमित्त बनून आला आहे, कुणी जीवनभर आपल्या सोबत राहायला तयार आहे, एवढी मोठी संधी चालून आली आहे, तर तिचा सर्वांत जास्त फायदा घ्यायला हवा. कपटमुक्त होऊन सुसंवाद साधून आधीच कम्युनिकेशन प्लॅटफॉर्म (संवादमंच) तयार करायला हवा. दोघांची समज जर एका स्तरावर असेल, दोघं सत्याशी निगडित असतील, तर या नात्यात फार सुंदर गोष्ट होऊ शकते. या मधुर संबंधांचा पुरेपूर फायदा उचलला जाऊ शकतो. सत्यप्राप्तीसाठी दोघे एकमेकांसाठी निमित्त बनू शकतात. एक उच्चतम विकसित समाज (तेजसंसार) निर्माण होण्यासाठी असे परिवार सर्वांत जास्त सहयोगी ठरतात.

एखाद्या स्त्रीचे सासरच्या माणसांबरोबर जेव्हा भांडण होते, तेव्हा बरेच दिवस ती त्या विचारांमध्ये गुरफटलेली असते. ती खूप निराश होते. या दुःखी व निराश विचारांपासून कसे मुक्त व्हावे, हेच तिला कळेनासे होते. महिलांनी यासाठी ध्यान विधी

करावा. ध्यानाने मनाला अस्वस्थ करणाऱ्या नकारात्मक विचारांपासून मुक्त होणे शक्य होते.

मन ज्या विचारांमध्ये गुरफटलेले असते, त्यापासून लवकर मुक्त होत नाही यावर उपाय म्हणून ध्यानाचे बरेच विधी आहेत. मनाला दुसरीकडे वळवण्यासाठी ध्यानाचा प्रत्येक विधी उपयुक्त ठरतो. त्यासाठी लहानसा प्रयोग जरी कुणी केला, तरी तो महत्त्वाचा ठरतो... त्या समस्येतून थोडी तरी सुटका होते. त्यातून पूर्ण मुक्त होण्यासाठी इतर उच्च दर्जाचे प्रयोग करता येतात.

प्रथम त्या ताणाचा* स्वीकार करा. जो तणाव आला आहे तो स्वीकार आहे. आता पुढे काय करू शकते? कोणत्या प्रकारचं ध्यान करता येईल? या वेळी तुम्ही ध्यानाचे जे प्रकार शिकला असाल ते करायला हरकत नाही. हा ताण कुणाला आला आहे, याची प्रथम चौकशी करा. ध्यान कोण दूर करू शकत नाही? कोठे दुःख, पीडा, ताण आहे? कुठे धडधड होत आहे? अस्वस्थता कशामुळे वाढत आहे? अशा वेळी, शरीराला ताण देऊन नंतर शिथिल करा, शवासन करा, थंड पाणी प्या.... असं काही केलं तर तुम्ही तेथून आपलं ध्यान हटवू शकाल. आज तुमची जी अवस्था आहे, जे काही तुम्ही शिकला आहात त्याचा वापर जरूर करा.

ध्यानाच्या प्रकारांचा अभ्यास ध्यानावरची पुस्तकं वाचून करू शकता. श्वासावर ध्यान कसे केंद्रित करावे किंवा वेगवेगळ्या प्रकारच्या आवाजामधील सूक्ष्मता पकडता येणे वगैरे गोष्टी शिकू शकता. आपल्या ध्यानाला दुसरीकडे केंद्रित केले, तर काही काळासाठी तुम्ही क्रोधातून बाहेर याल, पण हे फार थोड्या काळासाठी होईल. आपल्याला स्थायी इलाज करायचा आहे, समज वाढवायची आहे. हे ताण का येतात? प्रेशर कुकरची शिटी का वाजते? आम्हाला यापुढे कोणत्या गोष्टीचे श्रवण आणि पठण करायचे आहे, पुढे कसे जायचे आहे, यावरही काम करा.

**नात्यातील ताण मुळापासून घालवण्यासाठी वॉव पब्लिशिंग्ज् द्वारा प्रकाशित 'मधुर नात्यांकडे वाटचाल' हे पुस्तक वाचा.*

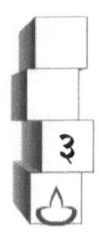

३

घराला स्वर्ग बनवा, नरक नको

घरातील सदस्यांना घर स्वर्गासारखे वाटावे

माणूस ज्या ठिकाणी राहतो, त्या स्थानाला तो स्वर्ग बनवू शकतो. एक पुरुषही आपल्या कार्यालयाला स्वर्ग बनवू शकतो, कारण तो कार्यालयातच जास्त वेळ राहतो. एक स्त्री घराला स्वर्ग बनवू शकते, कारण ती घरातच जास्त वेळ राहते. माणूस जिथे जास्त वेळ राहतो, त्या ठिकाणची प्रत्येक वस्तू योग्य जागी ठेवतो, त्यामुळे वस्तू वेळेवर सापडते. जेव्हा एखादी वस्तू जागेवर मिळत नाही, तेव्हा त्या जागेला नरक म्हटलं जातं. ज्याप्रमाणे ही गोष्ट बाह्य वस्तूंशी संबंधित आहे, त्याचप्रमाणे ती माणसाच्या आंतरिक अवस्थेलाही लागू पडते.

लोक ज्या घरात राहतात, त्यांना जर घरी आल्यावर प्रसन्न वाटत नसेल, तर ते घर त्यांच्यासाठी स्वर्ग होऊ शकणार नाही. एखाद्या पतीला घरी गेल्यावर जर तक्रारीच ऐकाव्या लागणार असतील, तर तो या भीतीपोटी घराबाहेर राहणेच पसंत करेल. प्रत्येक वेळी घरी जायचे टाळेल. रस्त्यात जो कोणी भेटेल, त्यांच्याशी तो अर्धा अर्धा तास बोलेल. याचा अर्थ त्याचे घर स्वर्ग नाही. तो घरी लवकर पोहोचू इच्छित नाही. त्याला नेहमी असेच वाटत असते की मी जेवढ्या उशिरा घरी पोहोचेन तेवढं चांगलं, कारण तितकीच डोकेदुखी कमी होईल. घरी गेल्यावर ज्या तक्रारी, जे आरोप त्याला ऐकावे लागतील त्यांच्यामुळे त्याला खूप त्रास होतो. उशिरा घरी पोहोचल्यावर या कटकटी तरी कमी होतील, असे त्याला वाटत असते.

आजकाल बऱ्याच घरांमध्ये हेच चित्र दिसून येतं. आपल्या आरोपांमुळे व तक्रारींमुळे आपण घराला नरक बनवत आहोत, याची त्या घरातल्या महिलांना कल्पनादेखील नसते. घरात संवादमंच (प्लॅटफॉर्म) बनवल्यास घराचे स्वर्गात रूपांतर होण्यास विलंब लागणार नाही; अशा पद्धतीने त्या महिलेने विचार का करू नये? आठवड्यात केव्हा, कोणत्या गोष्टी पतीच्या कानावर घालायच्या हे ती स्त्री ठरवू शकते. स्त्रिया आपल्या पतीबरोबर बोलून आठवड्यातल्या त्या विशिष्ट दिवशी सर्व गोष्टी त्याच्या कानावर घालू शकतील. दररोज जर त्या पतीशी समंजसपणे वागल्या, तर अगदी सहजरीत्या घरात नंदनवन फुलू शकते. घरातल्या आठवड्यातील फक्त एकाच दिवशी सर्व सदस्यांसह योग्य पद्धतीने तक्रारी समोर ठेवल्या, तर घरातलं वातावरण खेळीमेळीचं राहायला मदत होईल. संपूर्ण आठवडाभर घराचं वातावरण कलुषित राहू नये यासाठी स्त्रिया बरंच काही करू शकतात.

स्त्रिया घराला स्वर्ग बनवू शकतात, कारण त्या घरात राहतात. त्यांना घरातल्या सर्व गोष्टी माहीत असतात. घरात येणारी माणसं कोणत्या अवस्थेत घरी येतात– रिकाम्या पोटी येतात की बाहेर खाऊन, ऑफिसातून दमून येतात की त्रस्त होऊन, या गोष्टी घरातल्या स्त्रियांना ठाऊक असतात. अशा प्रकारे घरात येणाऱ्या सदस्यांच्या अवस्थेनुसार त्या आधीच तयारी करून ठेवू शकतात. घरात येणाऱ्या लोकांचा थकवा दूर करण्यासाठी घरात काय असायला हवं, याची तयारी स्त्रिया आधीच करून ठेवू शकतात. ज्या घरांमध्ये अशी तयारी आधीच केलेली असते, ते घर सदस्यांना आपसूकच स्वर्गासारखे वाटू लागते. घरातल्या स्त्रियाच जर स्वतः त्रस्त असतील, तर त्या घराचे नंदनवन बनवण्याचा विचार तरी कशा करू शकतील आणि आपल्या काळजी करण्यामुळे इतरांनाही काळजी करायला लावतील.

सर्वसामान्यपणे आपण बघतो की जवळजवळ ८०% स्त्रिया घरातल्या सर्व सदस्यांना ताजा नाश्ता देतात आणि स्वतः मात्र रात्रीचं शिळं अन्न खातात. ही सवय चांगली नव्हे. अन्न वाया जाऊ नये म्हणून त्या शिळं अन्न खातात आणि स्वतःचं पोट बिघडवून घेतात. शिळं अन्न खाल्ल्याने त्यांना जुलाब होतात आणि घरातील मंडळींना त्यांच्यावर इलाज करावा लागतो.

मुलं शाळेत आणि नवरा दुकानात अथवा ऑफिसात गेल्यावर संपूर्ण दिवस त्या काहीतरी काम करत बसतात आणि आपली तब्येत बिघडवतात. 'आता मुलं शाळेतून घरी येतील, नवरा ऑफिसमधून येईल... त्यांना खायला करून द्यायचे आहे... कपडे

इस्त्री करून ठेवायचे आहेत,' असा विचार करत त्या कुटुंबातील माणसांच्या मागण्या पूर्ण करण्यात व्यस्त असतात. परंतु आता थोडं थांबून स्वतःबद्दलही विचार करा. तुम्हाला तुमच्या कुटुंबाविषयी प्रेम आहे, ही चांगली गोष्ट आहे, परंतु विचार करा... तुमचीच तब्येत बरी राहिली नाही, तर तुमच्या कुटुंबाची देखभाल कोण करणार?

आता जग बदललंय. बदलत्या काळानुसार, बदलत्या मान्यतांनुसार फक्त मुलांनाच आपला जीवनविमा समजणे चुकीचे ठरेल. आपलं म्हातारपण सुखासमाधानाने व्यतीत व्हावं म्हणून स्वतःकडे लक्ष द्यायला हवं नाहीतर आपण मानसिकरीत्या शक्तिहीन होऊ. आपल्या तब्येतीची काळजी घेण्यासाठी आपल्याला कुटुंबाकडून प्रेम आणि जिव्हाळा कसा मिळेल, हेही बघायला हवं. यासाठी तुमचा नवरा आणि तुमची मुलं तुमच्या कामात तुम्हाला मदत करू शकतात. म्हणून कुटुंबाच्या सर्व सभासदांनी एकत्र येऊन मीटिंग बोलवा आणि ठरवा, की आपण पत्नीची अथवा आईची कशा प्रकारे मदत करू शकतो? दिवसभरातल्या कामांची यादी तयार करा. अशा प्रकारे अगदी सहजपणे आपण आपल्या कुटुंबाला निरामय, सुखी ठेवू शकाल आणि मुलंदेखील आत्मनिर्भर होतील.

बऱ्याच महिला विचारपूर्वक काम करीत नाहीत, त्यामुळे त्यांची तब्येत बिघडते. शाळेतून आल्याबरोबर आईचा कोमेजलेला चेहरा बघून मुलांच्या आनंदावर विरजण पडतं, ती उदास होतात. दिवसभर शाळेत शिकून घरी आल्यावर मुलाला आईबरोबर मोकळेपणानं गप्पा मारायच्या असतात, पण घरी आल्यावर आईचा सुकलेला चेहरा बघून किंवा तिला पलंगावर झोपलेली बघून त्याच्या मनातील सर्व गोष्टी मनातच राहतात. शाळेत आज तो काय काय शिकला, शिक्षकांच्या गप्पा, शाळेतल्या गमतीजमती इत्यादी गोष्टी त्याला आईच्या कानावर घालायच्या असतात, पण घरी आल्यावर सगळं मनातल्या मनातच राहतं आणि मग तो उदास होतो. आई खुश नसल्यामुळे त्याच्या कोमल मनावर परिणाम होतो. पती दमूनभागून घरी येतो आणि तो जेव्हा पत्नीचा कोमेजलेला चेहरा, तिचं कृश झालेलं शरीर, तिची उदासीनता बघतो तेव्हा त्या बिचाऱ्याची भूकच मरते. असं होऊ नये, असे जर तुम्हाला वाटत असेल, तर तुम्ही स्वतःसाठी थोडा वेळ काढा. स्वास्थ्यवर्धक आहार घ्या. त्या-त्या मोसमातील फळभाज्या, पालेभाज्या, सॅलड आणि ताजी फळं यांचा आहारात समावेश करा म्हणजे भरपूर व्हिटॅमिन्स मिळतील. डॉक्टरांना तब्येत दाखवून या. त्यांच्या सल्ल्यानुसार टॉनिक व व्हिटॅमिन्सच्या गोळ्या घेत जा. भाज्या जास्त शिजवू नका. त्यामुळे त्यांचा पौष्टिकपणा कमी होतो.

तुमच्या समजेप्रमाणे तुम्ही आपल्या नवऱ्याची व मुलांची सेवा करत असता, पण स्वतःकडेसुद्धा लक्ष द्या. पती आणि मुलांबरोबर बसूनच जेवा. दररोज त्यांना दूध द्या व त्यांच्याबरोबर तुम्हीही दूध पित जा. तुम्हीच सुदृढ, निरोगी नसाल तर त्यांची सेवा कशी कराल?

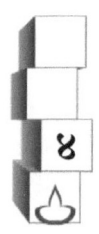

४

कुटुंबाचा पाया मजबूत करा

पतीच्या सहभागाने संघ तयार करा

कुटुंबाचा पाया मजबूत करण्यासाठी कुटुंबात संघ तयार करा. संघटनेत भाऊ, बहीण, वडील, पती-पत्नी सगळे असू शकतात. म्हणजे संपूर्ण कुटुंब एक संघ बनू शकतं. पती-पत्नी जर आपल्या कल्पना आणि पूर्वग्रह सोडून बाहेर यायला तयार असतील, तर ते आपल्या वैवाहिक जीवनात संघ तयार करून फायदा घेऊ शकतात.

तेजसंसारी लोकांसाठी ग्रुप योजना सिद्धान्त खूप प्रभावी सिद्ध होतो. कारण यामुळे पती-पत्नीमध्ये विश्वासाबरोबर तेजप्रेम निर्माण होण्याची उच्चतम शक्यता असते. कुटुंबात एकनिष्ठता सहजतेने प्राप्त करता येते, यामुळे कुटुंबाचा पाया मजबूत होण्यास मदत होते. आपापसात संघ तयार केल्यामुळे त्यांच्यातील आध्यात्मिक गुण एकरूप होतात. या प्रकारचे ग्रुप तयार केल्यामुळे दोघंही सदैव सुखी आणि समाधानी राहतात. फक्त आत्मपरिवर्तन न होता त्यांच्या मुलांनादेखील उत्तम चारित्र्याचे वरदान मिळते. अशी मुलं निपजणं विश्वाची फार मोठी गरज आहे.

घरापासूनच ग्रुपयोजना सिद्धान्ताच्या उपयोगाची सुरुवात करायला हवी. ज्याने आपला जोडीदार समंजसपणे निवडला आहे आणि तो जर ग्रुपयोजनेचे महत्त्व जाणत असेल, तर आपल्या जोडीदाराला ग्रुपचा सदस्य नक्कीच बनवेल. तेजसंसारी परिवारात फक्त जोडीदारालाच नव्हे, तर घरातील इतर सदस्यांनादेखील ग्रुपमध्ये सामील करून

घेता येईल. अशाप्रकारे ग्रुप योजनेची शक्ती, आध्यात्मिक शक्तीला घरात सक्रिय करते. आध्यात्मिक शक्ती अदृश्य असते, पण तीच सर्वांत मोठी शक्ती असते.

ग्रुपयोजना सिद्धान्त अमलात आणल्यावर कुटुंबात एकमेकाबद्दल सहानुभूती, प्रेम आणि विश्वास वृद्धिंगत होतो. कुटुंबात एक संवादमंच तयार होतो. ही अवस्था माणसाला प्रेम, आनंद व सफलता प्रदान करते.

पती-पत्नीमध्ये प्रेमपूर्ण सहकार्य असल्याने ते स्वेच्छेने एकमेकांचं कार्य करू शकतात. प्रेम ही अशी गोष्ट आहे, ज्यासाठी माणूस आपली इच्छा, सुविधा आणि दिशा बदलू शकतो. प्रेमाच्या शक्तीमुळे आत्मपरिवर्तन सहज घडतं. प्रेमामुळे माणूस व्यसनापासून परावृत्त होतो. प्रेमप्रतिज्ञा केल्यावर माणूस मोठ्यातली मोठी अडचण सहन करू शकतो.

कुटुंबात ग्रुप तयार केल्यामुळे भोजन करताना सर्व सदस्य दररोज एकमेकांना सहज भेटू शकतात आणि विकासवार्ता करू शकतात. याप्रकारे दररोज विकासवार्ता झाल्याने सर्वांचा विकास ध्येयाकडे होतो. आत्मपरिवर्तनाचे (निर्मळ आणि अकंप मनाची प्राप्ती) मूलभूत ध्येय तेव्हाच साकार होते.

ज्यांना हे नियम ठाऊक आहेत असे मोठमोठे समजदार उद्योगपती, आपल्या कुटुंबाबरोबर ग्रुप बैठक करतात. त्यामुळे त्यांना जगण्याचा आनंद आणि काम करण्याचं उद्दिष्ट प्राप्त होतं.

कुटुंब एक, मंदिर अनेक

ग्रुपचे महत्त्व समजून कुटुंबातील सदस्यांनी जर आपापसात ताळमेळ आणि संवादमंच तयार केला, तर ते कुटुंब खूप आनंदी होईल. अशा कुटुंबाला बघून तुमच्या आजूबाजूला असणारे शेजारी आश्चर्यचकित होतील. अशा प्रकारचा आनंद आणि जिव्हाळा आपल्या कुटुंबात नांदावा म्हणून ते पण एक 'ग्रुप' प्रस्थापित करतील. अशाप्रकारे पती-पत्नीच्या एका संघामुळे एक कुटुंब, कुटुंबामुळे समाज, समाजामुळे राष्ट्र आणि राष्ट्रामुळे विश्व बनते.

एका आनंदी कुटुंबाला बघून कित्येक कुटुंब आनंदी बनू शकतात. जगात आनंद वाढत राहिला, तर त्याचे तरंग, त्याच्या लहरी संपूर्ण ब्रह्मांडात सर्वत्र पोहोचतील. ते विश्व किती बरे सुंदर असेल! कोठेही युद्ध, मारामाऱ्या, भांडणतंटा नसेल. प्रत्येकाला विकसित होण्याची आणि आनंद साजरा करण्याची संधी मिळेल. अशाप्रकारे

पती-पत्नीचा संघ संपूर्ण विश्वाच्या शक्यता विकसित करून पूर्ण विश्व बदलण्याचे काम करू शकतो.

अशाप्रकारचे संघ कुटुंबातील सदस्यांमध्ये एकाच चेतनेचे विचार पसरवू शकतात. ज्यामुळे या कुटुंबात सहकार्य, प्रेम आणि परस्पर सद्भावना वाढीला लागतील. दोघं मिळून कुटुंबात हवा तसा बदल घडवून आणू शकतात. असे केल्याने प्रत्येक संकटाच्या वेळी कुटुंबातील सदस्यांचा त्यांना आधार वाटेल. पती-पत्नी दोघं मिळून कुटुंबातील सर्व सदस्यांचा एक प्लॅटफॉर्म बनवू शकतात. कुटुंबातील सर्व सदस्य मिळून विचारमंथन करू शकतील अशी व्यवस्था, असे वातावरण ते निर्माण करू शकतात.

पती-पत्नी काही गोष्टींबद्दल एकमेकांना सचेत करू शकतात, संकेत (reminder) देऊ शकतात. घरात वादविवाद होण्यापूर्वीच कोणता इशारा द्यायचा, याचा विचार करून ठेवावा. संवादमंच बनवण्याचे किंवा तयार करण्याचे कार्य रागात असताना किंवा विवादाच्या वेळी करू नये. पती-पत्नीने विवाद होण्याच्या खूप आधी संकेत किंवा इशारे तयार ठेवावेत. वेगवेगळ्या अवस्थांसाठी एकमेकांच्या संमतीने वेगवेगळे संकेत निर्धारित करावेत. 'असं असं घडलं, तर मी तुम्हाला अशी मुद्रा करून आठवण करून देईन.' हे निर्धारित संकेत आपला उद्देश गाठण्यास फार मदत करतात. पती-पत्नीमधील दुरावा संघाचे बळ कमी करू शकतो म्हणून आपल्या ध्येयाला अहंकारापेक्षा श्रेष्ठत्व द्या. एकमेकांना देण्यात येणारे संकेत टीका केल्यासारखे वाटता कामा नये. 'तुम्ही असे आहात... तू अशी आहेस... तुम्ही नेहमी असेच करता... तुझ्यामुळे सगळं घडतं...' अशी वाक्यं बोलून ग्रुपची नियमावली तोडू नका.

येथे आपल्याला एक गोष्ट समजून घ्यायला हवी. कधीही समोरच्या व्यक्तीवर टीका करू नये. उलट त्याला समजावून सांगा, 'तुझ्या रागावण्यामुळे कुटुंबातील आनंद त्या वेळी कमी होतो, तेव्हा मी तुला निर्धारित संकेत देऊ शकते/शकतो का? कोणतं रिमाइंडर देऊ शकते/शकतो?' अशाप्रकारे पती-पत्नीने आलोचनामुक्त होऊन एकमेकांची प्रशंसा करायला शिकलं पाहिजे.

पती-पत्नी अमृताचा वापर करून आपल्या कुटुंबाचा विकास साधतात. विषाचा (आलोचना, कपट, घृणा) वापर करून ते अहंकाराचे रोप वाढवत नाहीत. जीवनात यशस्वी होण्यासाठी, कुटुंबात सुख-शांतीचे वातावरण ठेवण्यासाठी, सर्वांचे सहकार्य प्राप्त करण्यासाठी 'आपण इतरांच्या मदतीशिवाय यश, आनंद प्राप्त करू शकत नाही,' ही गोष्ट समजून घेणे फार आवश्यक आहे. उच्चतम विकास साधायचा असेल, तर

जास्तीत जास्त मदत करणारे हात हवे असतात आणि हे हात टीकेनं नव्हे, तर प्रशंसा करूनच प्राप्त करता येतात. मधानं इच्छित जर परिणाम साध्य होत असेल, तर विषाची काय गरज? म्हणून पती-पत्नीने एकमेकांची प्रशंसा करून परस्परांचे गुण वाढवण्यासाठी मदत करावी.

पती-पत्नीच्या ग्रुपमध्ये 'कम्युनिकेशन प्लॅटफॉर्म' तयार व्हायला हवा. प्रत्येक पती-पत्नीला परस्परांशी योग्य शब्दांत वार्तालाप करता यायला हवा. जसं, दिवस संपताना, आज दिवसभर काय काय झाले, आज काही ठिकाणी अशा तऱ्हेनं चुकीचा प्रतिसाद दिला गेला, संकल्प कसे विफल झाले वगैरे. अशा प्रकारच्या विचारांची देवाण -घेवाण व्हायला हवी. प्रत्येक दिवशी असा संवाद होत असेल, तर पती-पत्नीमध्ये एक प्रकारे कम्युनिकेशन प्लॅटफॉर्म तयार होतो.

पती-पत्नींनी एकमेकांना आधीच विचारून ठेवावं, की एकाने चूक केली, तर दुसऱ्याला ती चूक दाखवण्याचा, त्याबद्दल बोलण्याचा हक्क आहे की नाही? अशाप्रकारे आपापसात विचारविनिमय करून मुलांचं संगोपन कसं करावं, हेही त्यांनी ठरवून घ्यावं. यामुळे त्यांना मुलांशी निगडित बऱ्याच प्रश्नांची उत्तरं मिळू शकतात.

पती-पत्नीमधील एक जण मुलांना रागावत असेल, तेव्हा दुसऱ्याला मुलांवर रागावणाऱ्याबद्दल राग येत असतो. पण दोघांनी आपापसात ताळमेळ ठेवला आणि मुलांना कधी रागवायचं, कधी गोंजारायचं हे ठरवलं, तर या समस्या उभ्या ठाकणार नाहीत. दोघांच्या भूमिका योग्य वेळी वठल्या, तरच मुलांचं संगोपन उत्तमरीत्या होईल.

खंड ४
स्वस्थ नारी

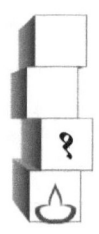

१

स्वस्थ नारीच्या हातात विश्वाचं भविष्य

निरोगी व्हा

ईश्वराने जेव्हा या सृष्टीची रचना केली, तेव्हा त्याने रचनात्मकतेच्या शिखरावर स्त्री आणि पुरुषाना घडवले. नर आणि नारी म्हणजे शिव आणि शक्ती, ज्यांच्यामुळे या विश्वाला पूर्णत्व लाभतं. स्त्री आणि पुरुष एकमेकांचे पूरक आहेत, एकमेकांशिवाय ते अपूर्ण आहेत. ईश्वराने पुरुषाला सशक्त आणि शक्तिशाली बनवलं, तर स्त्रीला कोमल आणि प्रेममयी!

स्त्री ही जीवनाचा आधारस्तंभ आहे. ती मजबूत आणि सुदृढ असणं फार आवश्यक आहे. स्त्री ही जननी आहे, तिला आपल्या तब्येतीविषयी सतत जागरूक राहायला हवं. पूर्वी स्त्री घरात राहून कौटुंबिक जबाबदाऱ्या सांभाळायची, तेव्हा स्वतःसाठी तिला भरपूर वेळ मिळायचा. आजकाल स्त्रिया शिकून-सवरून चार भिंतीच्या बाहेरील अनेक क्षेत्रांत काम करताहेत. घर आणि घराबाहेरील कार्यात व्यस्त राहिल्यामुळे स्वतःसाठी त्या वेळ काढू शकत नाहीत. वेळेअभावी, टेन्शन आणि व्यस्त जीवनामुळे अधिकतर स्त्रियांची खाण्या-पिण्याची, झोपण्याची निश्चित वेळ नसते. स्त्रीच्या अशा प्रकारच्या अनियमित दिनचर्येमुळे अनेक रोगांना आमंत्रण मिळालं आहे. सूर्य ठरलेल्या वेळी उगवतो आणि मावळतो. सर्व ऋतू आपापल्या ठरलेल्या वेळेवर येतात आणि जातात. निसर्गात सर्वकाही व्यवस्थित चालू आहे, अव्यवस्थित झालं आहे ते फक्त माणसाचं जीवन... खास करून कामासाठी घराबाहेर पडणाऱ्या स्त्रियांचं जीवन.

स्त्रियांचा विकास फार प्रोत्साहनीय बाब आहे, परंतु यामुळे तिने आपल्या आरोग्याबाबत उदासीन राहू नये. स्त्री जननी आहे, तिच्यावर भावी पिढीची जबाबदारी आहे म्हणून स्वतःच्या तब्येतीबद्दल जागरूक राहणं हे तिचं प्रथम कर्तव्य आहे. कुटुंब, समाज, देश व संपूर्ण विश्वाला उत्तम बनवण्याची जबाबदारी स्त्रीवर आहे. स्त्री जर स्वस्थ असेल, तर देश स्वस्थ राहील आणि देश स्वस्थ असला, तर विश्व स्वस्थ राहील. ही स्वस्थता नुसती शारीरिक असून चालणार नाही, तर मानसिक स्तरावरदेखील आवश्यक आहे. संस्कारांमुळे संपूर्ण जीवनाचा दृष्टिकोन बदलत असतो म्हणून जीवनाचे मुख्य ध्येय जाणून घेणं आवश्यक आहे. तुमच्या जीवनाचं खरं ध्येय तुमच्या मुलांना योग्य दिशा व योग्य संस्कार देणे हेच आहे.

नारी जर स्वस्थ असेल, तर चिंता आणि ताण यांपासून दूर राहते, प्रत्येक समस्येचा सामना स्वतः करू शकते. या वैज्ञानिक युगात स्वतःविषयी जाणून आरोग्य व आजारांबद्दल माहिती मिळवा. स्वतःसाठी वेळ द्या, म्हणजे तुम्ही निरोगी राहून सगळ्या जबाबदाऱ्या व्यवस्थितरीत्या पार पाडू शकाल.

तुमचं तन-मन जेव्हा निरोगी, आनंदी व उत्साही राहील, तेव्हाच तुम्ही पूर्ण निरोगी राहू शकाल. यासाठी तुम्ही स्वतःच तुमचा मार्ग शोधा. रोज सकाळी फिरायला जा, योगा-प्राणायाम करा, जिमला जा, पोहायला जा, हास्यक्लबला जा अथवा नृत्य करा...

आपल्या शरीराबरोबरच आपले विचार आणि आपल्या भावना यांनादेखील दिशा द्या आणि विश्वाला भविष्य द्या. आजच्या स्त्रीच्या डोळ्यांत पाणी नव्हे, तर आत्मविश्वास झळकायला हवा.

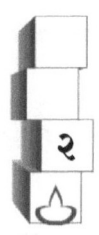

२

निरोगी स्त्री आत्मनिर्भर होऊ शकते

निरोगी राहण्यासाठी १३ उपाय

माणसांमध्ये आजार उद्‌भवण्याचे प्रमुख कारण म्हणजे मानसिक तणाव होय. यामुळे ९० टक्के आजारपण येते. स्त्रियांवर याचा प्रभाव पुरुषांपेक्षा दुप्पट होतो. ॲलर्जी, तारुण्यपीटिका, रक्ताल्पता, दमा, अल्सर आणि कॅन्सर इत्यादी रोगांच्या मागे मानसिक तणाव हेच मुख्य कारण होऊ शकते आणि या कारणांकडे सध्या कुणी लक्ष देत नाही. आजारपणाच्या इतर कारणांवर उपाय होऊ शकतो, परंतु तणाव, पीडा यांच्याकडे दुर्लक्ष केले जाते. खरंतर असं करणं चुकीचं आहे. मानसोपचारतज्ज्ञांच्या मतानुसार मानसिक पीडा आणि तणाव जर निराशा, लाचारी आणि ग्लानी इत्यादी प्रवृत्ती निर्माण करत असतील, तर कॅन्सर होण्याची दाट शक्यता असते.

क्रोध जर दाबून ठेवला, तर ती गोष्ट फार भीषण होऊ शकते. दबलेल्या भावनादेखील रोगांना निमंत्रण देतात. आपल्या भावना व्यक्त करायलाच हव्यात म्हणजे आतल्या आत त्या रोगाचे मूळ बनता कामा नये. भावना आणि क्रोध दाबून ठेवल्यामुळे घातक ट्युमर्स होऊ शकतात. खाली काही आजारांबद्दलची माहिती थोडक्यात दिली आहे, त्याचा फायदा घेऊन स्वतःची काळजी घ्या.

निरोगी आणि सुखी राहण्यासाठी आपल्या पूर्वजांनी शेकडो गोष्टी सांगितलेल्या आहेत. त्यापैकी काही इतक्या उपयुक्त आहेत, की त्या जर अमलात आणल्या, तर

वेगवेगळ्या रोगांपासून आपण दूर राहू शकाल. येथे काही प्रमुख गोष्टी प्रस्तुत करत आहोत.

१) दररोज सकाळी उठल्याबरोबर ईश्वराला प्रार्थना करा. 'हे ईश्वरा, सर्वांना शांती प्रदान कर.'

२) उठल्यानंतर थंडीत कोमट आणि उन्हाळ्यात थंड पाणी प्या. हे पाणी तांब्याच्या भांड्यात ठेवलेले असेल, तर दुधात साखर. असं हे पाणी पिल्यामुळे पोट साफ होते आणि पोटातील कृमी मरतात. शरीर स्वच्छ आणि हलके होते. दिवसभर काम केले तरी ताजेपणा टिकून राहतो, मरगळ दूर होते.

३) सकाळच्या मोकळ्या हवेत आणि स्वच्छ वातावरणात थोडा वेळ उद्यानात किंवा घराबाहेरील रस्त्यावर फिरायला जा. फिरल्याने शरीर मोकळे होते. शरीर आपली गमावलेली ताकद पुन्हा प्राप्त करते. बुद्धीची दारे खुलतात आणि मन दिवसभर शांत राहते.

४) आता दात, जीभ, डोळे, नाक, कान आणि घसा त्यांच्या स्वच्छतेकडे लक्ष द्या. तोंड धुतेवेळी डोळ्यांवर पाणी मारा. यामुळे डोळे स्वच्छ होतील व थंड वाटेल. डोळे धुतल्याने डोळ्यांचे आरोग्य वाढेल आणि डोळ्यांचे आजार कधीही होणार नाहीत.

५) स्नान करण्यासाठी शुद्ध पाणी वापरायला हवे. थंडीच्या दिवसात बंद खोलीत आणि उन्हाळ्यात खुल्या ठिकाणी अंघोळ करावी. परंतु स्नान करण्याआधी तिळाच्या किंवा सरसोच्या तेलाने संपूर्ण शरीराची मालीश अवश्य करा. मर्दन केल्यामुळे शरीर सुदृढ होतं आणि लहानमोठे रोगही दूर होतात. यामुळे आपली त्वचा मऊ, चमकदार, सुरकुत्याविरहित आणि सुंदर बनते. डोळ्यांचं तेज आहे तसंच टिकून राहतं. शरीराच्या अंग-प्रत्यंगात जीवशक्तीच्या रूपात रक्त मिसळून जातं. तेलात जर थोडा ओवा, लवंग आणि आल्याचा रस टाकून शिजवलं, तर हे तेल शरीरासाठी टॉनिक बनेल. शरीराची छिद्रं मोकळी होतील. त्यांच्यामधून अनावश्यक द्रव्ये उत्सर्जित केली जातात आणि शरीरात चरबी वाढण्याचे प्रमाण घटते.

६) स्नानादी झाल्यानंतर सकाळी हलका नाश्ता करायला पाहिजे. नाश्त्यात दूध, चहा, बिस्किटे, फळं, खजूर, मेवा आपण घेऊ शकता. या वस्तू जर उपलब्ध

नसतील, तर चहा आणि बिस्किटं खायला हवीत. दुपारचे जेवण पौष्टिक, परंतु साधे आणि सुपाच्य असावे. भोजन आपली प्रकृती, रुची, वेळ आणि ऋतू लक्षात ठेवून करावे. तसेच आपल्या भुकेपेक्षा एक चपाती कमी खावी. भोजनात सॅलड व फळांचाही समावेश करावा. यांच्यामुळे जेवण सुलभतेने पचायला मदत होते. दुसरी गोष्ट म्हणजे पोट हलके व मऊ राहते. योग्य प्रमाणात केलेले जेवण शरीराला बल प्रदान करते आणि विकारांचा प्रादुर्भाव होऊ देत नाही.

७) जेवणानंतर मूत्रत्याग जरूर करावा. यामुळे पोट हलके राहते व मलाशी संबंधित रोग होत नाहीत. मूत्रविकाराशी संबंधित लहान-सहान रोगदेखील नष्ट होतात.

८) दुपारच्या जेवणानंतर अर्धा तास आराम करावा. संध्याकाळच्या जेवणानंतर शतपावली करणे फार आवश्यक असते. जेवणानंतर पाच मिनिटे डाव्या कुशीवर व पाच मिनिटे उजव्या कुशीवर अवश्य झोपावे. या दोन्ही कुशींवर झोपल्यामुळे पोटातील अन्न पचणे सोपे होते. गॅसेस होत नाहीत आणि जरी गॅसेस झाले, तरी गुदामार्गाने बाहेर निघून जातात. जेवणानंतर धावपळ आणि अंघोळ करू नये. जेवणानंतर ही दोन्ही कामं करणे नुकसानदायक ठरते.

९) रात्री निश्चिंत होऊन झोपावे. अशाने झोप चांगली लागते. झोपण्यापूर्वी दोन्ही पायांना गुडघ्यापर्यंत तेलाचा थोडा मसाज अवश्य करावा. यामुळे गाढ झोप लागते. निरर्थक स्वप्ने पडत नाहीत. सकाळी शरीर हलके राहते आणि मन शांत राहते.

१०) निरोगी राहण्यासाठी कपड्यांचंदेखील फार महत्त्व असते. उन्हाळ्यात सुती कपडे, तर हिवाळ्यात गरम कपडे घातल्याने शरीराला आराम वाटेल. फार घट्ट कपडे वापरू नयेत. अशा प्रकारच्या कपड्यांमुळे अवयव अशक्त होतात. निरोगी शरीरातील प्रत्येक अवयव कार्यक्षम असायला हवेत. कार्यक्षमतेमुळे गमावलेली शक्ती पुन्हा ग्रहण केली जाते. शरीराचे सौंदर्यदेखील वाढते. क्रियाशीलता म्हणजे जीवन आणि शिथिलता म्हणजे मृत्यू होय.

११) उपवास करा : ईश्वराने पोटाला शरीराच्या सर्व अवयवांचा पालन पोषण करणारा घटक बनवलं आहे. व्यापारी ज्याप्रमाणे सर्वांना अन्न पुरवतो, त्याप्रमाणे पोटदेखील स्वतःच्या भांडारगृहातून अन्नाचे रक्तात रूपांतर करून सर्व अंगांना थोडे थोडे वाटून देतं. म्हणून सारखं खाऊ नये. आठवड्यातून एक वेळ उपावास केला किंवा नुसती फळं खाल्ली, तर ते आरोग्यासाठी हितकर असते.

पत्नी पतीसाठी उपवास करते आपण हे नेहमी बघतो. अशा उपवासामागे असलेली भूमिका महिलांना योग्य प्रकारे कळायला हवी. उपवासाचा खरा अर्थ समजून घेऊनच उपवास करावेत. उपवास या शब्दाचा अर्थ आहे - स्वतःबरोबर उपस्थित राहण्याची कला.

केवळ महिलांनीच उपवास करावा, असा काही नियम नाही. एखाद्याबद्दल जर तुमच्या मनात प्रेम असेल, तर त्याच्यासाठी किंवा कोणीही कुणासाठी उपवास करू शकतो. उपवास करताना मुख्य गोष्ट म्हणजे त्याच्या मागचा उद्देश काय आहे, हे जाणून घेऊन मगच उपवास करावा. प्राचीन काळी महिला जास्त बाहेर जात नसल्यामुळे एकमेकींना भेटत नसत. उपवासाच्या निमित्ताने भेटणं व्हायचं. उपवास, उत्सव आणि त्या निमित्ताने मनोरंजनाचे कार्यक्रम होत असत व महिला एकत्र येत असत. महिलांच्या मनोरंजनासाठी सणवार, उत्सव साजरे करण्यात येत असत.

आजच्या काळात उपवास करताना, 'हा उपवास माझ्या शरीराला निरोगी ठेवणार आहे,' अशी समज ठेवून केल्यास तुम्ही आजारी पडणार नाहीत. उपवासाने जर तुम्ही आजारी पडत असाल, रोग वाढत असतील, तर उपवास त्वरित बंद करा. उपवास केल्याने तुमची तब्येत चांगली राहात असेल, शरीराची चरबी कमी होत असेल, तर उपवास करणे हितावह ठरेल.

त्याच्याबरोबर उपवासाचे आध्यात्मिक महत्त्वही जाणून घ्या. उपवास तुम्हाला कोणत्या गोष्टीची आठवण करून देते ते बघा. उपवास जर सत्याची आठवण करून देत असेल, तर तुमचा उपवास योग्य पद्धतीने झालाय असे समजा. भुकेमुळे सत्याची आठवण होणे हेच उपवासाचे खरे लक्षण होय. उपवासाने भक्तिभावना वाढून कामं करताना देखील उपवासाच्या तथ्याची आठवण व्हायला हवी. अन्यथा आपण कामात इतके रमतो, की दिवसभरात आपल्याला सत्याची (ईश्वराची) आठवण करायला सुद्धा वेळ मिळाला नाही, आता माझा आत्मविकास कसा होईल, अशी तक्रार दिवस संपल्यावर रात्री मनात राहते. अशा प्रकारे उपवास अथवा भूक जर तुम्हाला सत्याची आठवण करून देत असेल आणि तुमच्या आत्मविकासासाठी निमित्त होत असेल, तर उपवास योग्य पद्धतीने घडला, असे जाणा.

उपवास जर योग्य पद्धतीने झाला, तर तो औषधाचं काम करतो. आतड्यांना

अतिरिक्त ऊर्जा प्रदान करतो आणि शरीरात जीवन-शक्तीचा संचार करतो.

१२) निद्रा : अनिद्रा एक रोग आहे. अनिद्रेची मूळ कारणं चिंता, शोक, विषाद, निराशा आहेत. नकारात्मक भावनांना जर स्वतःपासून लांब ठेवलं, तर या रोगापासून सुटका होऊ शकते.

झोप न येण्याची बरीच कारणं असतात. यातली काही कारणं अशी आहेत- झोप येत असूनही काम करीत राहणे, शरीरात वात आणि पित्त भडकणे, सर्दी, खोकला, श्वसनाचे आजार, पोट अथवा शरीराचे अन्य अवयव दुखणे, उचकी, ढेकर, तहान जास्त लागणे इत्यादी. या व्यतिरिक्त श्रम न करणे, एखादी दुःखद घटना, जास्त आवाज, चहा, कॉफी, तंबाखू यांचं अधिक सेवन इत्यादी कारणांमुळे झोप येत नाही. संपूर्ण रात्र जागरण घडते. अस्वस्थता, रात्रभर कूस बदलणे, सारखी झोप उडणे, मध्यरात्री डोळे उघडल्यावर पुन्हा झोप न येणे इत्यादी लक्षणे अनिद्रेची होत. अनिद्रेमुळे शरीरात आळस, सुस्ती वाढते आणि दमल्यासारखे होते.

एक बालक, एक किशोर आणि एक वृद्ध माणूस यांची कार्यं भिन्न भिन्न असतात, ती एकसारख्या झोपेनं संतुष्ट होत नाहीत. लहान मूल १८ ते २० तास झोपून विकसित होते, पण वृद्ध माणसांना तेवढ्या झोपेची गरज नसते. काही लोकांना चार ते सहा तासांची झोप पुरेशी असते. कमी व गाढ झोप झाल्यावर शरीराला नेहमी ताजेतवाने ठेवता येते. रात्री कमी झोप घेतली व दिवसा डुलकी (कॅट नॅप) घेतली, तर शरीरासाठी खूप उपयुक्त ठरते.

उत्तम आरोग्यासाठी जेवढे योगदान व्यायाम आणि भोजनाचे असते, तेवढेच झोपेचेदेखील असते. शारीरिक श्रम करणाऱ्या व्यक्तींपेक्षा मानसिक श्रम जास्त करणाऱ्या लोकांना झोपेची अधिक गरज असते. सामान्य माणसाला ७ ते ८ तासांची झोप पुरते. गाढ झोप लागणे उत्तम आरोग्याचे लक्षण होय.

झोपताना कामाबद्दलचे विचार आणि चिंता, भय, क्रोध, तणाव इत्यादी गोष्टींचा त्याग करावा. मन प्रसन्न ठेवायचा प्रयत्न करावा. अंथरुणावर अंग टाकल्यावर मांसपेशी शिथिल करा. संपूर्ण शरीर सैल सोडा. जणू शरीर प्रेतवत पडले आहे. सर्व काही विसरून ईश्वरस्मरण, शुभविचार आणि उपासना करत झोपी जावे. विश्रांती झाल्यावर शरीरातील ताजेपणा, स्फूर्ती आणि उत्साह वाढतो.

शुभ विचारांचा आपल्या शरीरावर इतका जबरदस्त परिणाम होतो, की त्यामुळे अनेक आजार आपोआप बरे होतात. म्हणून वेळ मिळेल तेव्हा ईश्वराचे किंवा आपल्या गुरुदेवांचे स्मरण करा, जप व ध्यान करा आणि त्यांच्या कृपेला विसरू नका. विचार शुद्ध, शुभ आणि पवित्र ठेवा. तुमच्या चांगल्या-वाईट विचारांचा सरळ सरळ प्रभाव शरीरावर पडतो. दूषित विचारांमुळे फक्त मनच दूषित होऊन रुग्ण बनतं असं नव्हे, तर शरीरदेखील रोगी बनतं. म्हणून निरोगी राहण्यासाठी वैचारिक शुद्धता असणं अनिवार्य असतं.

१३) आपल्या समस्या सर्वांनाच सांगत बसू नका : तुम्ही जेव्हा अडचणीत असता, तेव्हा आपल्या अडचणींबद्दल सर्वांना सांगत बसता. ही स्वाभाविक गोष्ट आहे. परंतु असं केल्याने तुमच्या अडचणी कमी होत नाहीत याबद्दल तुम्ही कधी विचार केलाय का? म्हणून तुमच्या अडचणींचा बाऊ सर्वत्र करू नका. अशाने तुम्ही अडचणीत आहात हे सर्वांना कळतं. आपल्या अडचणींचे सारखे रडगाणे गाण्यात काहीच अर्थ नाही. डॉक्टरांकडे मात्र आपल्या आजाराबद्दल तुम्ही अवश्य सांगू शकता.

काही स्त्रियांना आपल्या अडचणींबद्दल बोलायला फार बरं वाटतं. आपल्या समस्या सोडवण्यावर लक्ष देण्याऐवजी त्या अडचणींची चर्चा करत बसतात. इतरांशी बोलून मनावरील भार कमी होतो ही गोष्ट खरी आहे, पण याला आपली सवय होऊ देऊ नका. इतरांची सहानुभूती प्राप्त करण्यासाठी आपली गाऱ्हाणी तिखट-मीठ लावून सांगण्याची सवय सोडा कारण हे तुमच्या दुर्बल मनोवृत्तीचं प्रतीक आहे. आपल्या इच्छाशक्तीवर काम करून आत्मनिर्भर व्हा.

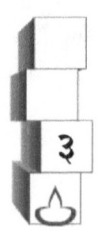

३

अतिरिक्त समय न देता शरीर सुदृढ ठेवा

निरोगी राहण्यासाठी उपयुक्त गोष्टी

स्त्रिया आपल्या कुटुंबातील सर्व सदस्यांच्या स्वास्थ्यप्रबंधक असतात. आपल्या पतीसाठी डॉक्टरांची अपॉइंटमेंट घेणे, आपल्या सासू-सासऱ्यांना वेळेवर औषधपाणी देणे, आपल्या मुलांचे नियमित चेक-अप करवून घेणे इत्यादी. या सर्वांबरोबरच त्यांनी आपल्या शारीरिक व मानसिक आरोग्यालादेखील प्राधान्य देणं गरजेचं असतं. शरीर सुदृढ ठेवण्यासाठी व्यायाम करणं आवश्यक असतं, पण आजकालच्या धावपळीच्या जीवनात व्यायाम करण्यासाठी वेळ काढणे महिलांना शक्य होत नाही. तुम्हालापण ही समस्या भेडसावत असेल, तर तुम्ही घरातली कामं करताना काही साधारण गोष्टींकडे विशेष लक्ष देऊन कामाबरोबर व्यायामदेखील करू शकता आणि जास्तीचा वेळ न देता आपल्या शरीराला फिट ठेवू शकाल.

खाली दिलेल्या वीस गोष्टींवर लक्ष देऊन आपली शारीरिक व मानसिक सुरक्षा मजबूत करा.-

१) तुम्हाला व्यायाम आवडत असेल, तर एखाद्या मोठ्या बागेत फिरायला अथवा पळायला जा. घरातल्या कोणा सदस्याला किंवा शेजारणीला आपल्या सोबत अवश्य घेऊन जा. कुणी सोबत येणारं नसेल, तर आपल्या पाळीव कुत्र्याला घेऊन जाऊ शकता. मात्र, अंधार होण्याआधी घरी यायचे भान ठेवा.

२) स्वतः स्वतःचे डॉक्टर बनू नका. म्हणजे स्वतःसाठी औषधांची निवड डॉक्टरांचा सल्ला घेतल्याशिवाय करू नका.

३) ज्या व्यायामामुळे आरोग्य सुधारते आणि जे केल्यामुळं आनंद मिळतो असा व्यायाम प्रकार निवडायला हवा.

४) तुमचं वय ३५ वर्षांपेक्षा जास्त असेल आणि कित्येक महिने अथवा कित्येक वर्षांनंतर तुम्ही व्यायामाला सुरुवात करत असाल, तर डॉक्टरांचा सल्ला घेऊनच सुरू करा.

५) हृदयरोग, उच्च रक्तदाब, मधुमेह यांसारख्या आजारांपासून बचाव करण्यासाठी आपले वजन नियंत्रित ठेवा आणि दिवसातून कमीत कमी ३० मिनिटे पायी चाला. चालताना आपला वेग संतुलित ठेवण्याकडे लक्ष द्या.

६) ऊन आणि जोराचा वारा यापासून स्वतःचं संरक्षण करा. बाहेर निघण्यापूर्वी क्रीम आणि स्कार्फचा उपयोग करा.

७) शिळं अन्न खाऊ नका. ताजे अन्न खाल्ल्याने कित्येक आजारांपासून मुक्त राहाल.

८) तणावरहित राहण्यासाठी योग, ध्यान, सकारात्मक विचारधारा यांबरोबर संतुलित आहार घ्या.

९) जास्त प्रमाणात चहा, कॉफी, अमली पदार्थ घेऊ नका. सिगारेटच्या धुरापासून स्वतःला लांब ठेवा.

१०) तुम्ही स्वतः पीठ मळा - फूड प्रोसेसरची मदत घेऊ नका. पीठ मळण्याने बोटं, मनगट आणि खांद्यावर दाब पडतो. अशा रीतीने खांदे आखडण्यापासून तुमचा बचाव होऊ शकतो.

११) चपाती लाटतानादेखील मनगट आणि बाहूंचा व्यायाम आपोआप होतो.

१२) घरातील जळमटं काढण्यासाठी तुमच्या कंबरेवर आणि दंडावर जोर पाडतो. यामुळे तुमची स्ट्रेचिंग एक्सरसाइज होते.

१३) गालिच्याला हँडलच्या ब्रशने निश्चित अंतरावरून ब्रशिंग केल्याने तुमच्या दंडावर आवश्यक तो जोर पाडतो.

१४) अंथरुण नीट करणे, चादर, रजईला कव्हर लावल्याने खांदे आणि पाठीवर जोर पडून व्यायाम होतो.

१५) घरातील केर, फरशी स्वच्छ करताना, पाय आणि पाठीवर दाब पडतो कारण केर काढताना व फरशी पुसताना कित्येकदा वाकावे लागते.

१६) घरातील झाड-लोट फरशीवर बसून केल्यामुळे पोट, पाय, जांघा आणि हातांचा व्यायाम होतो.

१७) कपडे धुतल्याने हाताचा आणि कंबरेच्या वरच्या भागाचा व्यायाम होतो.

१८) कपडे पिळताना आणि वाळवताना मनगट आणि मानेचा व्यायाम होतो.

१९) आपली नखं नियमित कापत जा, त्यामुळे त्यांच्यात मळ साचणार नाही. नखांमध्ये मळ साचल्याने अनेक किटाणू जेवताना, जेवण बनवताना अन्नात जाऊ शकतात.

२०) मेकअप केला असेल, तर झोपण्यापूर्वी क्लिंझिंग मिल्कने स्वच्छ करा. सौम्य साबण लावून थंड पाण्याने चेहरा स्वच्छ करा. जमत असल्यास झोपण्यापूर्वी शॉवर घ्या.

अशा तऱ्हेने घरातील कामं करताना व्यायामाचे महत्त्व लक्षात असू द्या. यामुळे 'एका दगडात दोन पक्षी' ही म्हण तुम्ही सार्थक करू शकाल.

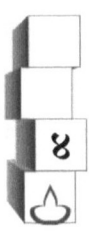

४

स्वच्छता - 'स्व'ची इच्छा

अंतर्बाह्य स्वच्छता कशी करावी

प्रत्येक माणसाला आपली स्वतःची अशी वेगळी आणि खरी ओळख तयार करण्याची इच्छा असते. तो योग्य ध्येय आणि योग्य टप्पा प्राप्त करू इच्छितो. आपले ध्येय प्राप्त करण्यासाठी प्रथम आपल्याला स्वतःचं शरीर निरोगी ठेवायला हवं. कारण शरीरच ध्येयप्राप्तीसाठी निमित्त बनणार असतं.

स्वतःला निरोगी ठेवण्यासाठी स्वच्छतेची फार आवश्यकता असते. कारण निसर्गोपचारात म्हटलंय, 'अस्वच्छता शरीरासाठी रोग आहे; तर स्वच्छता आरोग्य आहे.' शरीर असा आरसा आहे ज्यामध्ये आपण आपले प्रतिबिंब बघतो. स्वच्छ शरीर निरोगी असतं, निरोगी शरीरात निरोगी मन असतं. निरोगी मनात शुभ विचार असतात तेच आपल्याला ध्येयापर्यंत घेऊन जाण्यात मदत करतात.

आरोग्यासाठी आपल्या तनामनाची स्वच्छता करणे फार गरजेचे असते म्हणजेच अंतर्बाह्य स्वच्छता करून आरोग्याचे जतन करा. शरीराच्या स्वच्छतेसाठी नियम आणि अनुशासन आवश्यक आहे. कारण अनुशासन किंवा शिस्तीमुळे नियमपूर्वक कार्य केलं की ते सफल होतं. यासाठी रोज आपणास आपल्या संपूर्ण शरीराची स्वच्छता करावी लागेल.

यामध्ये सर्वांत महत्त्वाची गोष्ट म्हणजे पोटाची स्वच्छता. पोट जर स्वच्छ झाले नाही, तर मळ आतड्यांमध्ये जाऊन बसेल व त्यामुळे गॅसेस होतील आणि गॅसेसचा

अर्थ आहे आजारपण. पोट व्यवस्थित साफ होण्यासाठी दररोज रात्री झोपताना आणि सकाळी उठल्याबरोबर त्रिफळा चूर्ण कोमट पाण्याबरोबर घ्यावे. यामुळे पोटाची आतून सफाई होईल, आतड्यांची पण सफाई होईल. आठवड्यातून किंवा पंधरा दिवसांतून एकदा शुद्ध एरंडेल तेल घेतल्यानेदेखील आतडे स्वच्छ होतात.

सकाळी झोपेतून उठताच आधी परमेश्वराचं स्मरण करा. मग प्रातर्विधी आटोपल्यावर व्यायाम आणि प्राणायाम करा. व्यायामाने शरीर पुष्ट होते, प्राणायामाने शरीरातील नाड्या शुद्ध होतात, शरीरातील प्राणवायूची पूर्तता होते, काया सुदृढ होते, मन प्रसन्न होते.

डोळे, नाक, कान स्वच्छ करा. डोळे गार पाण्याने धुवा. आठवड्यातून एकदा डोळ्यात नेत्रांजन, गुलाबजल किंवा मध घाला. शरीराची स्वच्छता करणं सोपं असतं, पण मनाची स्वच्छता करणंदेखील महत्त्वाचं असतं.

आपल्या मनात अनेक भावना जन्म घेतात. कधी मन आनंदाने नाचते, कधी रागाने बेफाम होते, तर कधी दुःखी होते. आपल्या भावनांचा परिणाम आपल्या मनावर होतो आणि मनाचा परिणाम तनावर.

क्रोध, चिंता, तणाव, मोह, माया, लालसा, आळस, मत्सर, घृणा अशा कितीतरी भावनांमुळे प्रत्येक वेळी आपल्यावर विपरीत परिणाम होतो. हा सगळा मनाचा मळ आहे. मनाला नकारात्मकतेच्या धुळीनं हे मलिन करतात. म्हणून मनाला मळकट होऊ देऊ नका. तुमचं मन जर ईश्वराबद्दल प्रेम, भक्ती, श्रद्धा, विश्वास या भावनांनी ओतप्रोत असेल, तर त्याला कोणीही मलिन करू शकणार नाही.

यासाठी प्रथम आपल्या विचारांवर लक्ष केंद्रित करा. नकारात्मक विचार म्हणजे अस्वच्छता. म्हणून विचारांमध्ये सकारात्मकता आणून विचारांची दिशा बदला. ज्या विचारांमध्ये स्वार्थ नाही, जे संपूर्ण जगाबद्दल विचार करू शकतात, असे विचार मनात आणा. विचारांना फक्त स्वतःपर्यंत सीमित ठेवू नका, असीम करा म्हणजे तुमच्या मनात सर्वांच्या कल्याणाची भावना जागृत होईल.

क्रोध, मत्सर, लालचीपणा हे दुर्गुण आपल्यामध्ये असतात. आपण क्रोध करतो, कारण आपल्यात रागाची निर्मिती होते. आपण रागाचे कारण इतरांना सांगतो. परंतु समोरच्या माणसावर रागाचा परिणाम होत नाही, तर स्वतःवरच होतो. क्रोधाच्या प्रभावामुळे तुम्ही बेचैन होता, हिंसक बनता. क्रोधामुळे तुमचं मन बेहोश, निर्मळ न

राहिल्याने आपल्यावरील ताबा गमावून बसते आणि मग आपल्या हातून चुकीची कामं होतात.

क्रोधावर समजेद्वारा विजय प्राप्त करा, कारण क्रोधामुळे बुद्धी भ्रष्ट होते. म्हणून क्रोधाला सजगतेने बघा. क्रोधामुळे स्वतःचं आणि इतरांचं काय नुकसान होतं, याबद्दल विचार करा. कारण काही का असेना, रागामुळे नुकसान फक्त तुमचंच होतं, यासाठी क्रोध आल्यावर सचेत व्हा. आपलं नुकसान होऊ देऊ नका. मग थोड्याच वेळात तुम्हाला तुमचा राग शांत झालेला दिसेल. क्रोध आल्यावर लगेच आपली प्रतिक्रिया व्यक्त करू नका. समोरच्या माणसाच्या चुकांबद्दल त्याला क्षमा करा. क्षमाशील बनणं सोपं वाटत नाही, पण तसं नसतं. एकदा प्रयोग करून, अजमावून बघा. निश्चितच तुमच्या मनातील मालिन्य धुतले जाईल.

द्वेष आणि लालसेच्या भावना आपल्या मनातून नाहीशा करा. स्वतःला समजून घ्यायचा प्रयत्न करा. परमेश्वराची लीला समजून घ्यायचा प्रयास करा. सगळं काही त्याच्या निर्देशानुसार घडतंय. आपण एक श्वासदेखील त्याच्या इच्छेविरुद्ध घेण्यास असमर्थ आहात. आनंदाची अभिव्यक्ती मनाद्वारे करण्यासाठी आपल्याला पाठवलंय. मग त्या मनात चुकीच्या भावनांचा कचरा कशासाठी साठवायचा?

समस्येमुळे चिंता, ताण उत्पन्न होतो, पण प्रत्येक समस्या परमेश्वरच सोडवतो ही गोष्ट लक्षात ठेवा. सगळं त्याच्यावर सोपवा. तो तुम्हाला नक्कीच मार्गदर्शन करेल. तुम्हाला त्या मार्गावरून फक्त चालायचं आहे. चिंता करत राहिल्याने काहीच साध्य होणार नाही, कारण चिंतायुक्त मन चिंतेशिवाय दुसरा काय विचार करणार आणि समस्येचं कसे निराकरण करणार? चिंता आपल्या शरीराला इतकं खिळखिळं करून टाकते, की त्यामुळे आपली चिंता आणखीच वाढत जाते. चितेवर जाण्याआधी आपलं मन चिंतेने नव्हे, तर केवळ ईश्वराच्या भक्तीने, आराधनेने भरून जावं.

शरीराची स्वच्छता बाह्य सौंदर्याला खुलवते, पण अंतर्मनाच्या स्वच्छतेमुळे अंतर्बाह्य सौंदर्य खुलतं. मनाच्या सौंदर्याची चमक शरीरावर दिसायला लागते. प्रेम, आत्मविश्वास, एकाग्रता, समर्पण, भक्ती इत्यादी भावनांमुळे आपण सर्वोच्च स्तरापर्यंत पोहोचू शकतो. परमेश्वराबद्दल प्रेम वाटत असेल, तर मनात दूषित भावनांसाठी जागाच राहणार नाही. अशाप्रकारे आपण तनामनाची अंतर्बाह्य स्वच्छता करू शकाल.

५

'स्व'संवादाद्वारे आत्मनिर्भर बना

आरोग्याची प्राप्ती : सकारात्मक शब्दांद्वारे

आत्मनिर्भर स्त्री होण्यासाठी स्व-संवादांना (मनात चालणारे वार्तालाप) समजून घ्या आणि त्यांना दिशा द्या. इतरांबरोबर वार्तालाप करताना माणूस चुकीच्या शब्दांचा वापर करत असेल, तर लोक (आई-वडील, शिक्षक, मित्र, शुभचिंतक) त्याला लगेच टोकतात, 'असं म्हणू नये, तसं करू नये' वगैरे. पण तोच माणूस जेव्हा आपल्या मनाशी वार्तालाप करतो, तेव्हा तेथे त्याला अडवणारं कोणी नसतं. आपण मोठे झाल्यावर बाह्य वार्तालाप शिकून घेतो परंतु आपल्या आत होणारा संवाद (स्व-संवाद) कधी शिकू शकत नाही. याची दोन कारणं आहेत :

१) आपल्याला स्व-संवाद शिकायची कधी आवश्यकता भासली नाही.

२) त्यात सुधारणा करण्यासाठी असा कोणी जाणकार भेटला नाही, ज्याला स्व-संवाद कसा करतात हे माहीत होतं.

स्वतःबरोबर स्व-संवाद योग्य रीतीने करता येणं अतिशय गरजेचं आहे. यासाठी सर्वांत आधी आपल्याला स्व-संवादाचे महत्त्व जाणून घ्यायला हवे. स्व-संवादानेच आपण आपल्यातील आनंदाच्या झऱ्याशी संपर्क साधण्याची प्रणाली शिकू शकता. स्व-संवादामुळे नात्यात सुधारणा, संपूर्ण विकास आणि आत्मनिर्भरता शक्य आहे. स्व-संवादाचे तंत्र आणि त्याचे महत्त्व समजून आपण सर्व दुःखांपासून मुक्त होऊ शकतो.

बाहेर वार्तालाप करताना आपण अपशब्द वापरायला भीतो; कारण इतरांशी आपले संबंध बिघडू नयेत, असे आपल्याला वाटते. त्याचप्रमाणे स्वतःशी योग्य नातं प्रस्थापित करण्यासाठी खाली दिलेल्या नकारात्मक संवादांचा त्याग करावा.

- 'मी निर्णय घेण्यास पात्र नाही. मी कोणताही निर्णय घेतला, तर तो चुकीचाच ठरतो.'
- 'माझं स्वतःवर प्रेम नाही. स्वतःला योग्य बनवण्यासाठी स्वतःची निंदा करायला हवी.'
- 'मी खूप लहान आहे, माझ्याच्याने ही सगळी कामं कशी होऊ शकतील?'
- 'मी खूप जाड आहे, मला या जगात असुरक्षित वाटतं.'
- 'मी फार बारीक असल्याने चांगली दिसत नाही.'
- 'मी फार काळी आहे, लोकांना काळी माणसं आवडत नाहीत.'
- 'माणसं वाईट आहेत, मला त्यांची नजर लागेल.'
- 'या जगात कुणावरही विश्वास ठेवता कामा नये.'
- 'माणसं फक्त स्वतःच्या स्वार्थासाठी चांगलं बोलतात.'
- 'माझ्या आईच्या जीवनात जे घडलं, तेच माझ्या जीवनात घडणार आहे.'
- 'माझ्या वडिलांना कधी न्याय मिळाला नाही, कारण सध्याचं युगच असं आहे. या युगात कुणालाच न्याय मिळत नाही.'
- 'जास्त हसलात तर नंतर रडावे लागेल.'
- 'जीवनात सर्वांनाच सर्वकाही मिळत नसतं कारण वस्तूंचा अभाव आहे.'
- 'स्त्रिया पैशांचा हिशेब ठेवूच शकत नाहीत.'
- 'जीवन मला योग्य प्रकार जगू द्यायला तयार नाही.'
- 'चांगली परिस्थिती नेहमी असू शकत नाही.'
- 'मी यशस्वी होणं कठीण आहे, मी जिंकूच शकत नाही.'
- 'माझ्यावर कोणीही प्रेम करत नाही, मी प्रेम करण्यायोग्य नाही.'

- 'मला शिकण्यासाठी फार वेळ लागतो, शिकणे फार त्रासदायक आहे.'
- 'आजारपण तर माझ्या रक्तातच आहे.'
- 'इतरांचे अत्याचार सोसण्यासाठीच माझा जन्म झालाय.'
- 'मी नेहमी ऋतूंची शिकार होते.'
- 'मी संपत्ती स्वतःजवळ बाळगू शकत नाही.'
- 'माझ्याकडे पैसा लवकर येत नाही, आला तरी टिकत नाही.'

अशा आपल्या स्व-संवादाने शरीरावर व मनावर सखोल प्रभाव पडतो. माणसांना ही गोष्ट कळत नसल्याने अजाणतेपणी ते आपल्या आत नकारात्मक संवाद साधत असतात. जे संवाद पुन:पुन्हा उच्चारले जातात, ते विश्वासयोग्य होतात. हा विश्वास आपल्याला नकारात्मक परिणाम देतो. 'मी स्वस्थ आहे, निरोगी आहे,' असे दररोज बऱ्याच वेळा म्हटल्यावर अचेतन मनाला ही गोष्ट पटायला लागते. जेव्हा अचेतन मन एखादी गोष्ट मान्य करते, तेव्हा त्याचा प्रभाव आपल्या जीवनात पडताना आपण बघतो. अचेतन मनाचा हा गुण समजल्यावरच आपण स्वास्थ्य, प्रेम, धन व समाधान प्राप्त करू शकतो. अचेतन मन आपल्या जुन्या वैचारिक साच्याप्रमाणे कार्य करतं व ते हे काम नवीन वैचारिक साचा मिळेपर्यंत करत राहते. आजच आपला नवा वैचारिक साचा तयार करा. त्यात प्रेम, आरोग्य, वेळ आणि भरपूर आनंद असावा. या नव्या सकारात्मक वैचारिक साच्याला (पॅटर्न) तोपर्यंत दररोज कमीत कमी शंभर वेळा म्हणत राहा. त्यामुळे तो कोणतीही गोष्ट मान्य करतो. या पुनरावृत्तीमुळे जुने प्रोग्रामिंग नष्ट होते. नवीन, तेज आणि ताजा बनण्यासाठी या सूत्राचा भरपूर फायदा घ्या. सकारात्मक शब्द निवडत राहा. प्रेमाने व सहजपणे ते पुन:पुन्हा म्हणा. काही ओळी पाठ करा म्हणजे त्या चेतन मनाला सजग न करता अचेतन मनात जाऊ शकतील. हा स्वसंवाद आपल्या शरीराला शिथिल करून, खुर्चीवर बसून अथवा झोपून, लय-तालासह करू शकता. शरीर जेव्हा विश्रांती घेत असेल, तेव्हा स्व-संवादाचा परिणाम दहा पटीने वाढतो. शक्य असेल तर आपल्या नवीन वैचारिक स्वसंवादाला कवितेचं रूप द्या. ही कविता वेळ मिळेल तेव्हा गुणगुणत बसा. अचेतन मनापर्यंत पोहोचण्यासाठी संगीत आणि ताल हे अचूक रस्ते आहेत.

शरीर जेव्हा आजारी पडतं, तेव्हा मन नकारात्मक स्व-संवाद करतं, लहान-सहान गोष्टींवर चिडचिड करतं, लवकर त्रासून जातं. मग हे नकारात्मक संवाद शरीराला

स्वस्थ ठेवण्यात बाधक ठरतात. शरीर स्वतःच स्वतःला नीट करणं जाणतं. अट इतकीच असते, की त्याच्या कामात विघ्न उत्पन्न करू नये. नकारात्मक संवाद निरोगी जीवनातील (बाधा) अडचण होय.

ज्याप्रमाणे शरीराच्या अनेक व्याधी असतात, त्याचप्रमाणे क्रोध, अहंकार, भय, चिंता, घृणा, द्वेष, लालुच या मनाच्या व्याधी होत. ईर्षा, क्रोध, भय, चिंता, ताण, द्वेष यांनी पीडित मनुष्याने खाल्लेल्या अन्नाचे पचन नीट होऊ शकत नाही. इतरांपासून आपण जे मानसिक विकार लपवून ठेवू इच्छिता ते आपल्यासाठी नुकसानदायक ठरतात. अहंकारामुळे गुडघ्याचे विकार होतात, तसेच कुणाबरोबर कपट केल्यास घसा व फुप्फुसाचे आजार उद्भवतात. आपला हट्ट पूर्ण करण्याची सवय असेल, तर माणसाला पोटाचे आजार उद्‌भवतात. आपल्या गोष्टीवर अडून बसण्याच्या सवयीमुळे माणूस आपल्या आतला कचरा बाहेर जाऊ देत नाही. जे विचार (स्व-संवाद) प्रकट झाल्यावर माणसाच्या आत्मसन्मानाला तडा जाण्याची शक्यता असते, त्या विचारांना दडवून ठेवल्याने शरीराचे अवयव रोगग्रस्त आणि कमकुवत होतात. अतिक्रोध आणि चिडचिडेपणा यकृत (लिव्हर) आणि पित्ताशयासाठी (Gallbladder) नुकसानदायक असतात. भीतीमुळे गुदद्वार आणि मूत्राशयाला नुकसान पोहोचते. ताण आणि काळजी स्वादुपिंडाला (Pancreas) नुकसान पोहोचवतात. अधीरता आणि क्षणिक आवेशामुळे हृदय आणि लहान आतड्यांना (Intestine) नुकसान पोहोचते. दुःख मनात दाबून ठेवल्याने फुप्फुसे आणि मोठ्या आतड्याची कार्यक्षमता कमी होते. म्हणून स्वतःचा स्वीकार करा. स्वतःला सुरक्षित ठेवल्यास अनेक व्याधी नष्ट होतात. यासाठी दररोज हा स्व-संवाद पुनःपुन्हा म्हणा - 'मी जशी आहे, तशा स्वरूपात स्वतःचा स्वीकार करते.'

मनाच्या चुकीच्या स्वसंवादामुळे त्रस्त झालेली माणसं इतरांना काहीही देऊ इच्छित नाहीत, असे आपण बघतो. त्यांच्या या चेंगटपणाच्या सवयीमुळे त्यांचे आतडे मलविसर्जन करण्यात, त्वचा घाम बाहेर टाकण्यात, फुप्फुसे श्वास पूर्ण बाहेर सोडण्यात अक्षम व्हायला लागतात.

आपण अशुभ विचारांनी नव्हे, तर शुभ विचारांद्वारे आपल्या तब्येतीची काळजी घेऊ शकता. तणावाचे कारण वेळीच शोधून त्याचा स्वीकार करायला हवा. कारण वेळेचं नियंत्रण आपल्याजवळ वर्तमानातच आहे. यासाठी इतरांकडून अपेक्षा करता कामा नये. अपमान झाल्यावरदेखील मन छोटे करू नये. लहानपणी झालेल्या अपमान आणि वाईट घटनांमुळे मनुष्य संकुचित जीवन जगत असतो. त्यामुळे त्याच्या शरीराचा

चांगल्या प्रकारे विकास होऊ शकत नाही. तो आत्मनिर्भर होऊ शकत नाही, कोणतीही जबाबदारी अंगावर घ्यायला घाबरतो. त्याला खांदे व पाय यांचे आजार होण्याची दाट शक्यता असते. कारण पायामुळे आपण पुढे चालत राहतो आणि खांद्यांमुळे कोणतीही जबाबदारी उचलतो. जर लहानपणी तुमच्या जीवनात अशा काही गोष्टी घडल्या असतील, तर हा स्वसंवाद करा – 'आता मी पुढे जाण्यासाठी तयार आहे, कारण माझा दिव्य योजनांवर पूर्ण विश्वास आहे. मी आता नवीन जबाबदारी घेऊ शकते. यासाठी लागणारे धाडस निसर्ग मला प्रदान करत आहे. मी सुरक्षित असून समृद्ध होत आहे.'

नकारात्मक संवाद आजाराला आमंत्रण देतात. त्यामुळे अनेक आजारपणाची लक्षणं प्रकट होतात, जी शरीराला भोगावी लागतात. म्हणून नकारात्मक स्व-संवादाची उजळणी न करता सकारात्मक स्व-संवाद पुनःपुन्हा म्हणा. स्व-संवादांमुळे उत्पन्न होणाऱ्या आजारांपासून बचाव करण्यासाठी सकारात्मक स्व-संवादाची शक्ती अजमावून बघा आणि आपल्या स्व-संवादांना या पुस्तकात केलेल्या मार्गदर्शनानुसार दिशा द्या. सकारात्मक स्व-संवाद आणि आत्मसूचनांद्वारे योग्य आरोग्य मिळवा.

आजारपणावर डॉक्टरी इलाज करण्याबरोबरच सकारात्मक स्वसंवाद पुनःपुन्हा म्हणणे आवश्यक आहे. कोणत्याही स्व-संवादाला वारंवार मनातल्या मनात किंवा जोराने म्हणणे म्हणजेच आत्मसूचना होय.

व्याधींवरील उपायाबरोबर मनाची ताकद औषधाच्या रूपात देण्यासाठी स्व-संवादांची विश्वास आणि प्रेमाने पुनरावृत्ती करा. 'मला स्व-संवादाची जादू कळली आहे म्हणून मी आता बरी होत आहे, मी आरोग्यसंपन्न होत आहे, मला जे काही त्रास आहेत, त्यातून मी मुक्त होत आहे. माझ्या जीवनात दिव्य योजनेनुसार सगळं काही चांगलं आणि उचित घडतंय.'

याबरोबरच तुम्ही पुढील संवादाचीसुद्धा उजळणी करू शकता. 'दररोज, क्षणोक्षणी माझे शरीर अधिकाधिक उत्तम होत आहे.' (In every minute, in every way my MSY (body) is getting better and better) यासह आणखी एक स्व-संवाद म्हणू शकता, ''मी ईश्वराची दौलत आहे, कोणताही आजार माझं नुकसान करू शकत नाही.' (I am God's property, no disease can harm (touch) me.)

सकारात्मक स्व-संवादाच्या शक्तीचा उपयोग करण्याबरोबर आजारपणाची कारणे समजून घेण्याचा प्रयत्न करा. हा रोग तुम्हाला कोणत्या कारणामुळे (तुमच्या

खाण्यापिण्याच्या सवयी, झोपणे अथवा व्यायाम न करण्याच्या चुकीच्या सवयीमुळे) झाला आहे? तुमच्यात जर चुकीच्या सवयी नसतील, तर शांतपणे स्वतःला विचारा, 'माझ्या अंतरंगात कोणते स्व-संवाद चालू आहेत, ज्यामुळे हे आजार उत्पन्न झाले आहेत?' आपल्या रोगांचे जेव्हा कोणतेही शारीरिक कारण नसते, तेव्हा आपले स्व-संवाद दोषपूर्ण असतात. कित्येकदा महिलांना आपल्या शरीरामुळे समाजात अडचणी सोसाव्या लागतात किंवा त्या स्वतःला हीन आणि कमकुवत मानतात. म्हणून खाली लिहिलेले स्व-संवाद सतत म्हणून आपल्या शरीराचा स्वीकार करा –

१) 'मी जशी आहे, त्यात आनंदी आहे. माझे शरीर जसे आहे, तशा रूपातच मी त्याचा स्वीकार करते, कारण माझे शरीर हा माझा मित्र आहे.'

२) 'स्त्री असण्याचीदेखील एक वेगळी जाणीव आहे. मी माझ्या सर्व क्षमता जाणते आणि सगळ्या दोषांचा स्वीकार करते. मी नेहमी सुरक्षित आणि प्रेममयी असते.'

३) 'ज्या चुकीच्या विश्वासामुळे ही व्याधी निर्माण झाली आहे, आता आपल्या चेतन (जागृत) मनाच्या त्या विचारप्रवाहाला (चुकीचा विश्वास, मान्यता) मी सोडायला तयार आहे. आता मी मुक्त आहे, स्वतंत्र आहे. I am Free, I am Freedom. मी मुक्ती आहे, मुक्त आहे. मी आनंदी आहे, आनंद आहे.'

४) ही शुभ इच्छा (नवा वैचारिक पॅटर्न) पुनःपुन्हा म्हणा. शेवटी रोगमुक्तीची घोषणा पुन्हा एकदा करा, ''मी आता स्वतंत्र आहे, मुक्त आहे. I am Free, I am Freedom. मी मुक्ती आहे, मुक्त आहे. मी आनंदी आहे, आनंद आहे.' दररोज जेव्हा जेव्हा आठवेल तेव्हा तेव्हा या स्व-संवादांचे उच्चारण पुनःपुन्हा करा.

५) तुम्ही रोगमुक्तीच्या प्रक्रियेतून जात आहात अशी कल्पना करा. स्वस्थ झाल्याचा अनुभव तुमच्या आत तुम्हाला जाणवतोय. आवश्यकता भासेल तेव्हा याच शब्दांना, शुभ विचारांना, स्व-संवादांना पुनःपुन्हा म्हणा. 'मी माझ्या नकारात्मक स्व-संवादांपासून मुक्त होत आहे. मी शांत झाले आहे. मी जीवनावर विश्वास ठेवते. मी सुरक्षित आहे. एक विशिष्ट सकारात्मक वैचारिक पॅटर्न माझ्या अंतरंगात आनंद निर्माण करतोय, त्याचा मी अनुभव घेत आहे, मी शांत आहे. महत्त्वपूर्ण आहे, मी संपूर्ण आहे, मी स्वतःवर प्रेम करते आणि स्वतःचा स्वीकार करते. मी प्रेम करण्यायोग्य आहे. मला प्रसन्न, ताजेतवाने वाटते, मी प्रेमपूर्वक आपल्या शरीराची, मेंदूची आणि इतर अवयवांची देखरेख करते. मी जीवनातील

आनंदाला व्यक्त करते, त्याचा स्वीकार करते. माझ्या जीवनात नेहमी चांगली कामं होत आहेत, याचा मला विश्वास वाटतो. मी चैतन्य आहे, मी अगदी मजेत जीवनाच्या प्रत्येक अनुभवाबरोबर वाहते आहे. सगळं काही व्यवस्थित चाललंय. मी आनंदाने आपल्या भूतकाळाला मुक्त करतेय आणि आता एकदम छान आहे. मी आता केवळ वर्तमानकाळात जगते, माझे जीवन आनंदाने भरले आहे. माझ्या अंतरंगात प्रसन्नतेने भरलेले विचार सहजपणे विहार करीत आहेत.'

आपल्या मनातल्या गोष्टी व्यक्त करा व रोगमुक्त व्हा!

काही माणसं आपलं मत, आपल्या भावना व्यक्त करू शकत नाहीत. अशा माणसांना घशाचे व फुप्फुसाचे आजार होतात. आपल्या अशा व्याधींपासून मुक्त होण्यासाठी वेळ मिळेल, तेव्हा स्व-संवाद म्हणत चला -

१) 'जीवन (चैतन्य) माझ्याबरोबर आहे, ही गोष्ट मी जाणते. मला जे हवंय ते मिळत असतं.'

२) 'मी आपल्या भावना जाहीरपणे व्यक्त करते, कारण भावनांना जाहीर करणं आपल्यासाठी सुरक्षित बाब असते.'

३) 'मला जे पाहिजे ते मागण्यासाठी मी स्वतंत्र आहे. स्वतःला प्रस्तुत करणे सुरक्षित असतं.'

४) 'अगदी सहजपणे मी माझ्या अधिकारात (हक्काबाबत) बोलते.'

५) 'आनंदी, शांत आणि मोकळ्या मनाने, धाडसाने मी वार्तालाप (संप्रेषण) करते.'

६) 'सर्व प्रकारच्या दोषांपासून मी मुक्त आहे, इतरांच्या विचारांचा मी आदर करते. मी खुल्या अंतःकरणाने प्रेमाची गाणी गात असते. मी सहजपणे स्वतःच्या हक्कासाठी बोलू शकते. मी सहजपणे पूर्णता करू शकते.'

वर दिलेल्या तंत्राव्यतिरिक्त तुम्ही खाली दिलेल्या प्रकारांचादेखील वापर करू शकता. एक अथवा दोन सकारात्मक विचार घ्या. दररोज १० ते २० वेळा ते विचार डायरीमध्ये लिहा आणि मोठमोठ्याने वाचा. त्यांच्यामध्ये एक गती तयार करा आणि आनंदाने गुणगुणत राहा, संपूर्ण दिवस तुमच्या मेंदूला या ओळींवर विचार करू द्या. सतत वापरात येणारे हे दृढ विचार प्रत्यक्ष वास्तवात उतरू लागतात. कधी-कधी तर आपण कल्पनादेखील करू शकत नाही, असे परिणाम दिसून येतात.

या भागात लिहिलेले स्व-संवाद तुम्ही स्वतःच्या आवाजात कॅसेटमध्ये रेकॉर्ड करून घ्या. ही टेप सकाळी, दुपारी अथवा संध्याकाळी रोज किमान एकदा तरी शवासनात झोपून ऐका. शवासन हे एक फार महत्त्वाचे आसन आहे. योगासनात विश्रांती घेण्यासाठी सर्वांत उपयुक्त आसन म्हणजे शवासन होय. या आसनामुळे शरीराला व मनाला पूर्ण विश्रांती मिळते, तसेच शरीर आणि मन तणावमुक्त राहते. शव म्हणजे मृत किंवा निर्जीव शरीर. म्हणून या आसनाला शवासन असे म्हणतात. या आसनात जमिनींवर ब्लँकेट टाकून त्यावर आपल्या शरीराला शिथिल केले जाते, शवासारखे शरीर निपचित पडून राहते. शवासन करावयाची पद्धत पुढीलप्रमाणे आहे.

शवासन

१) पाठीवर झोपा.

२) दोन्ही पायांमध्ये १२ ते १८ इंच अंतर ठेवा. हातांनादेखील शरीरापासून ८ ते १२ इंच दूर ठेवा. शरीर सैल सोडा.

३) डोकं डावीकडे, उजवीकडे अथवा सरळ ठेवा. डोळे बंद असावेत.

४) शरीरात कल्पना व इच्छाशक्तीच्या बळावर शिथिलता उत्पन्न करा. शरीराच्या प्रत्येक अवयवाला शिथिल (रिलॅक्स) करणे शवासनात फार आवश्यक असतं.

५) श्वासोच्छ्वास सामान्य अवस्थेत चालू द्या. तुमचे मन विनाप्रयास हृदयावर एकाग्र करा.

६) हे आसन १५ ते २० मिनिटे करा. शवासन करताना झोप येता कामा नये. शरीराला याप्रकारे विश्रांती देण्याची कला आत्मसात करा.

या आसनाचे अनेक फायदे आहेत. शवासनामुळे शरीर आणि मन या दोहोंना शांती मिळते. त्यामुळे रक्तप्रवाह सुधारतो. हे आसन हृदयरोग्यांच्या आरोग्यासाठी विशेष लाभप्रद आहे. हृदयरोग, रक्तदाब, शारीरिक आणि मानसिक ताण असणाऱ्या

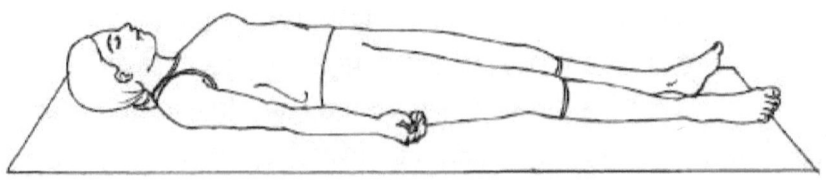

रुग्णांनी शवासनाचा सराव अवश्य करायला हवा.

शरीराला व मनाला निरोगी ठेवण्याचा उपाय तुम्हाला सांगितला आहे. या विधीचा उपयोग आध्यात्मिक स्वास्थ्य प्राप्त करण्यासाठीदेखील करू शकता. सतत स्व-सुसंवादाची आणि आत्मसूचनांची शक्ती यांच्या साहाय्याने तुम्ही सर्व वृत्ती, चुकीचे संस्कार आणि सवयींना न जुमानता धाडसाने सत्यपथावर वाटचाल करू शकता. तुम्ही जेव्हा असे करू शकाल, तेव्हाच प्राप्त करू शकाल 'संपूर्ण स्वास्थ्य.'

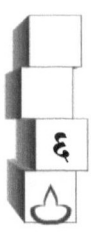

६

जीवनातील उत्साह कायम ठेवा

मिडलाइफ म्हणजे अंत नव्हे, प्रारंभ आहे

मिडलाइफ म्हणजे ३० वर्षांनंतरचे आयुष्य. किशोरावस्था आणि प्रौढावस्था यांच्या मधल्या काळात असणाऱ्या स्त्रीच्या आयुष्यातील एक महत्त्वाचा टप्पा. प्रत्येक स्त्री या टप्प्यावर स्वतःला द्विधा अवस्थेत पाहते आणि पुढची यात्रा कशी असेल, याबद्दल विचार करत असते.

एखादी किशोरवयीन स्त्री आयुष्याच्या तिसाव्या वर्षात प्रवेश करते, तेव्हा तिचे विचार आणि मानसिकता बदललेली असतेच, तिच्या शरीरातही बदल झालेला दिसून येतो. कित्येक वेळा हा बदल लक्षात न येण्यासारखा असतो. इतके पावसाळे बघून झाल्यानंतर अचानक तिच्या ध्यानात येतं, की ती आता अल्लड, चंचल, नाचणारी किशोरी राहिली नाही. तिच्या मनात अद्याप उत्साह आणि उल्हास आहे, पण तरीही ती आता एक परिपक्व युवती झालेली आहे.

आयुष्याच्या या टप्प्यावर तिच्या 'समजे'मध्येही खूप परिवर्तन झालेलं असतं. काही मर्यादेपर्यंत तिच्यासाठी शारीरिक बदल जबाबदार असतो. तिची बारीक अंगयष्टी आता लठ्ठपणाकडे झुकलेली दिसते.

३० वर्षांच्या होईपर्यंत अधिकांश स्त्रिया लग्न करून सुखद वैवाहिक जीवन व्यतीत करत असतात. बहुतेक यांना एक अथवा दोन अपत्येही झालेली असतात. कित्येक स्त्रिया नोकरीचा व्यापदेखील सांभाळत असतात. एकूण काय तर बहुसंख्य स्त्रियांच्या

जीवनात आता निश्चिंतता आलेली असते अथवा तिच्या परिपक्व विचारांमुळे असे वाटत असते.

अशा प्रकारचे शारीरिक व मानसिक बदल झालेले असूनही काही स्त्रियांना आपण ३० वर्षांच्या दिसू नये असेच वाटत असते. त्यांना आपल्या वयापेक्षा आपण कमी वयाच्या दिसावं, असंच वाटत असतं. तिच्या वाढदिवसाच्या कापल्या जाणाऱ्या केकवर ३० प्रज्वलित मेणबत्त्या असाव्यात, असं तिला कधीच वाटत नाही. कारण प्रत्येक स्त्रीला, आपल्यात लहान मूल दडलेलं असल्याचं जाणवत असतं.

मिडलाइफच्या वयातही स्त्री मुलाबरोबर, त्यांच्यासारखं बोबड्या भाषेत बोलू शकते, ही स्त्रियांमध्ये दिसून येणारी एक आगळी-वेगळी आणि चांगली गोष्ट आहे. आपल्या आयुष्याच्या या टप्प्यावर प्रत्येक स्त्री सगळ्या मर्यादा, सगळी बंधनं झुगारून देऊ इच्छिते. ती स्वतःच्या मर्जीने, पूर्णपणे एका नव्या पद्धतीने एकाच वेळी पत्नी, सून, वहिनी आणि एका आईची भूमिका पार पाडत असते. अगदी समरसून, आपलेपणाने ती आपल्या वैयक्तिक जीवनात, नात्यांच्या बाबतीत, कामाच्या बाबतीत, आपल्या व्यवसायातदेखील तितकीच संतुलित, शालीन आणि गरिमापूर्ण असते.

आता नव्या जीवनाच्या उंबरठ्यावर पाय ठेवणारी स्त्री स्वतःला उत्साहाने भारलेल्या रूपात बघत असते. जणू तिच्यासाठी जीवनाचा आरंभ नुकताच झालेला असतो. तिच्यात आपल्या कुटुंबाचा विस्तार करण्याची इच्छा जागृत होते. स्वतः एक मूलच असल्याचा अनुभव करीत संपूर्ण जीवन मोकळेपणानं हसत-बागडत, विकसित होत जगू इच्छिते.

नोट : आरोग्याच्या बाबतीत अधिक माहिती प्राप्त करण्यासाठी, तसेच संपूर्ण स्वास्थ्यासाठी वाचा, वॉव पब्लिशिंग्ज़द्वारा प्रकाशित पुस्तक 'स्वास्थ्य त्रिकोण'.

स्त्री स्वतःला शरीर समजते.
परंतु खरे पाहता स्त्री एक गुण आहे
आणि पुरुषदेखील एक गुण आहे.
स्त्रीगुण जेव्हा एखाद्या शरीरात प्रवेश करतो
तेव्हा ते शरीर लवचिक बनते आणि
पुरुषी गुण जेव्हा एखाद्या शरीरात प्रवेश करतो
तेव्हा ते शरीर कणखर होते.

खंड ५
निरोगी स्त्री

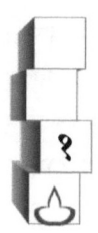

१

मासिक पाळी - त्रास आणि उपचार

योग्य माहिती आणि योगाभ्यास

निसर्गाने स्त्रीला आई होण्याचं वरदान दिलेलं आहे. या सुखाची प्राप्ती करण्यासाठी निसर्गाने स्त्रियांच्या शरीरात विशेष व्यवस्था केलेली आहे. १३-१४ व्या वर्षी मुलींच्या अंडाशयात (ओव्हरी) एक अंडं (डिंब) तयार होतं. पुरुषाबरोबर संभोग केल्यावर जेव्हा हा डिंब पुरुषाच्या शुक्र किंवा वीर्याबरोबर मिसळून प्रस्फुटित होतो, तेव्हा मुलगी गर्भार राहते. काही कारणाने असे घडले नाही, तर डिंब तुटतो आणि रक्तस्रावाबरोबर योनीच्या बाहेर येतो, याच क्रियेला 'मासिक धर्म किंवा मासिक पाळी' असे म्हणतात. मुलींना दर महिन्याला अशी 'मासिक पाळी' येते. जवळजवळ ४५-५० वय झाल्यानंतर ही क्रिया थांबते.

बालपण संपल्यावर किशोरावस्थेच्या उंबरठ्यावर पाय ठेवल्यावर काही शारीरिक बदलांना मुलगी तोंड देते, तीच ही मासिक पाळी होय. ही केवळ शारीरिक बाब नसून मानसिक व भावनात्मक पातळीवरही एक जबरदस्त आणि महत्त्वाचा बदल असतो. लहानपण संपलेलं आणि यौवनावस्था सुरू होण्याचा हा काळ... त्याचं प्रतीक म्हणजे मासिक पाळी होय.

अशा नाजूक प्रसंगी त्या किशोरीला हवी असते सहानुभूती, देखरेख, सगळी माहिती आणि हे काम एक आईच करू शकते, इतर कोणी तेवढे चांगले मार्गदर्शन करू शकत नाही.

ऋतुवती होणं हे एक विशेष पर्व आहे. मनुस्मृती व वेदांमध्ये मासिक पाळीच्या शुभारंभाला प्रजननाचे पहिले चरण म्हटले आहे व यासंबंधी फार गांभीर्याने विश्लेषण केले आहे. कुमारिकेची मासिक पाळी म्हणजे ती प्रजननासाठी पूर्ण समर्थ असल्याचा स्पष्ट संकेतच असतो. याच भावनेला समोर ठेवून महाराष्ट्र व कोकणातल्या ग्रामीण भागात मुलीची पहिली मासिक पाळी आल्यावर घरात उत्सव साजरा केला जातो. याचाच अर्थ ऋतुवती कन्येला सादर आणि सप्रेम भावनेनं नव्या जीवनचरणात प्रवेश करायला मदत केली जाते.

सर्वसामान्यपणे आज जरी मासिक प्रारंभाला अशा तऱ्हेनं सामाजिक उत्सवाच्या रूपात साजरं केलं जात नसलं, तरी व्यावहारिक स्तरावर एका किशोरीच्या या शारीरिक बदलाला गांभीर्याने घ्यायला हवं.

मासिक धर्मासंबंधीच्या मान्यता

महिलांच्या मासिक धर्मासंबंधी खूप समजुती, अनेक पूर्वग्रह प्रचलित आहेत. जसं, महिलांना मासिक धर्माच्या वेळी वेगळं बसायला लावतात. त्या दिवसांमध्ये घरातील माणसं तिनं तयार केलेलं जेवण जेवत नाहीत, चार दिवस तिला शिवतसुद्धा नाहीत. या दिवसात जर तिला कुणी शिवलं तर गाईला शिवून यायचं किंवा अंघोळ करूनच शुद्धी करायची. या चार दिवसांत महिला घराच्या एका कोपऱ्यात पडून राहायच्या. याशिवाय इतरही अनेक मान्यता आहेत. त्या अशा –

१) सक्रिय जीवनापासून त्यांना दूर ठेवण्याचा प्रयत्न केला जातो.
२) खेळ आणि व्यायाम वर्जित असतो.
३) शारीरिकदृष्ट्या त्यांना अशक्त समजून आराम करण्याचा सल्ला दिला जातो.
४) मुळा, दही, सरबत व इतर गार वस्तू खाण्या-पिण्यास मनाई केली जाते.
५) अंघोळ करू दिली जात नाही.
६) मासिक पाळीने अशक्तपणा येतो म्हणून या दिवसात पौष्टिक जेवण देण्यात यावं...

अशीही प्रथा आहे.

या गोष्टी अंधविश्वासांनी भरलेल्या वाटतात. पण जुन्या काळात असे नियम तयार केले गेले त्यामागे अवश्य काहीतरी कारण असणार. मासिक पाळीच्या वेळी

अतिश्रम (काम) करू नये. थंडीपासून रक्षण करावे. कारण या काळात स्त्रीचे शरीर फार कोमल आणि नाजूक झालेले असते. ती खूप संवेदनशील झालेली असते म्हणून घराबाहेर गेल्यावर कीटाणूंच्या आक्रमणाला लवकर बळी पडते. मासिक पाळीत हे नियम पाळल्याने मुली-सुनांना विश्रांती मिळते, म्हणूनच अशा रूढी तयार करण्यात आल्या. याचा खरा अर्थ समजून न घेता, या नियमांना आरोग्याबरोबर न जोडता एक पिढी दुसऱ्या पिढीला अंधविश्वासाच्या नावावर घाबरवत राहिली. त्यामुळे फायदा होण्याऐवजी नुकसानच होत गेले. म्हणून या नियमांची उपयुक्तता समजून घेऊन आपली काळजी घ्यायला हवी.

मान्यता का तयार झाल्या

मान्यता का तयार करण्यात आल्या असतील? याबद्दल आता आपण जाणून घेऊ या. कोणतीही गोष्ट सरळ सरळ सांगितली, तर लोक ती मान्य करीत नाहीत, असं आपण बघतो; पण तीच गोष्ट जर एखाद्या रुढीबरोबर जोडली, तर घाबरून लोक त्या रुढींचे (मान्यतांचे) पालन करतात.

मुलांच्या सुरक्षिततेसंबंधी काही समजुती तयार केल्या आहेत. उदाहरणार्थ मुलांचा रिकामा पाळणा हलवू नये. रिकामा पाळणा हलवण्याने तो सैल पडतो, त्यामुळे एखाद्या वेळी मूल पाळण्यासह खाली पडण्याचा धोका असतो म्हणून अशी समजूत तयार झाली. अशा गोष्टी टाळाव्यात म्हणूनदेखील या रुढी तयार करण्यात आल्या. प्रत्येकाच्या संरक्षणासाठी काही समजुती बनवल्या जातात. मुलांसाठी, महिलांसाठी, वस्तूंसाठी वगैरे. रात्री झाडू नये, अशीही एक समजूत आहे. ही समजूत वस्तूंच्या सुरक्षिततेसाठी बनवली होती. प्राचीन काळात विजेचा शोध लागलेला नव्हता. म्हणून रात्री कुणी केर काढला आणि केराबरोबर एखादी मौल्यवान वस्तू बाहेर फेकली गेली तर... अशा गोष्टी लक्षात ठेवून काही खबरदारी घेतली जात व काही रुढी तयार होत असत. खरं कारण सांगितल्यावर कोणी त्याचं पालन करत नसत, म्हणून भीती घातली की सर्व जण काटेकोरपणे त्यांचं पालन करत.

माणसाच्या जीवनात वेगवेगळ्या अवस्था असतात, वेगवेगळे काळही असतात. प्रत्येक काळात, प्रत्येक अवस्थेत त्याच्या शरीरात परिवर्तन होत असते. त्या बदलांना ध्यानात घेऊन पूर्वजांनी काही रुढी शारीरिक त्रास होऊ नयेत म्हणून तयार केल्या. मासिक पाळीच्या संबंधातील समजुती तयार करण्यामागे प्रमुख कारणं पुढीलप्रमाणे आहेत...

१) संरक्षण :

काळाबरोबर शरीरातील हार्मोन्सदेखील बदलत असतात. कित्येक प्रकारच्या रासायनिक क्रिया शरीरात घडत असतात. यामुळे कधी-कधी शरीर खूप अशक्त बनतं. आपल्या आजूबाजूला असलेलं वातावरण आपण स्वीकारतो हा निसर्गनियम आहे. शरीर जेव्हा अशक्त झालेले असते, तेव्हा ते नकारात्मक वस्तूंसाठी, आजारांसाठी जास्त ग्रहणशील बनतं.

आपण जेव्हा निरोगी असता, तेव्हा शरीर नकारात्मक वस्तू ग्रहण करू शकत नाही. त्या वस्तूंना आत येऊ देत नाही आणि आजारांना थोपवू शकते.

मासिक धर्माच्या काळात स्त्रिया जास्त अशक्त होतात, जास्त ग्रहणशील होतात. त्यामुळे त्यांचे शरीर आजार आणि नकारात्मक वस्तू सहजपणे ग्रहण करतात. या आजारपणातून त्यांचे संरक्षण करण्यासाठी अशा समजुती बनवल्या गेल्या. आजपर्यंत ज्या मान्यता प्रचलित झाल्या, त्या सर्वांमागे एकच कारण आहे 'संरक्षण'.

२) आराम आणि विश्रांती :

स्त्रियांसाठी ज्या रुढी तयार करण्यात आल्या, त्या जर तयार केल्या गेल्या नसत्या, तर कोणी त्यांचं पालन केलं नसतं. त्यांच्या घरातील लोकांनी तर नाहीच आणि स्त्रियांनी पण नाही. मग त्या दिवसांत त्यांच्याकडून जास्त काम करवून घेतले गेले असते. अशा वेळी आधीच अशक्त झालेल्या त्या स्त्रिया नकारात्मक वस्तूंसाठी जास्त ग्रहणशील झालेल्या असतात. या रुढी त्यांना आराम मिळावा यासाठी बनवल्या गेल्या. एरवी दिवसभर त्या कामात असतात. अशा वेळी त्यांना आरामाची एक संधी प्राप्त होते, त्यामुळे त्या उत्साहाने पुन्हा महिनाभर काम करतात. दूषित वातावरणापासून त्या सुरक्षित राहाव्या म्हणून मासिक पाळीच्या दरम्यान त्यांना बाहेर जायला बंदी असते. त्यांच्या आजूबाजूला एक स्वस्थ वातावरण बनवलं जातं. या सर्व कारणांमुळे मासिक पाळीच्या वेळी त्यांनी वेगळं बसावं, अशी रुढी तयार करण्यात आली.

३) स्वच्छता :

मासिक पाळीच्या वेळी स्वच्छता टिकवून ठेवण्यासाठी ही मान्यता बनवली गेली. कित्येक स्त्रिया पाळीच्या वेळी जितकी स्वच्छता ठेवायला पाहिजे तितकी ठेवू शकत नाहीत. त्यांच्या अस्वच्छतेपासून घरातील वातावरण चांगलं राहावं म्हणून त्यांना वेगळं ठेवण्याची रुढी तयार झाली.

मासिक पाळीच्या वेळी स्त्रियांनी पूजा करू नये, अशीही एक समजूत आहे. परंतु त्या काळात काही कारणामुळे जर तुमच्या हातून एखादे धार्मिक कर्मकांड घडले, तर भ्यायचे कारण नाही, अशी समज आज स्त्रियांना दिली जाते. या समजुतींचा खरा अर्थ समजून घेऊन इतरांनादेखील त्यांच्या आहारी जाऊ देऊ नये. जुना काळ वेगळा होता, परंतु आजचे वातावरण वेगळे आहे. आज अशा प्रकारच्या कोणत्याही शक्यता नाहीत. सगळ्या वस्तू एकदम स्वच्छ असल्यावर इन्फेक्शन होण्याची शक्यताच राहात नाही. पण खरी गोष्ट, खरे कारण न सांगता लोकांच्या मनात जेव्हा भीती निर्माण केली जाते, तेव्हाच ते त्या गोष्टीचे अनुकरण करतात. अन्यथा अशा गोष्टींचे अनुकरण करण्याचे काहीच कारण नाही. आजच्या काळात तर या गोष्टी फक्त समजुतीच बनून राहिल्या आहेत.

जोपर्यंत भीती दाखविली जात नाही, तोपर्यंत माणूस नियमांचे पालन करीत नाही. कारण समज देण्यासाठी लोकांजवळ वेळ नाही. सांगणाऱ्याजवळ तर नाही, पण ऐकणाऱ्याजवळही वेळ नाही. म्हणून माणसाला भीती दाखवण्यासारखी सोपी पद्धत शोधली गेली, म्हणजे तो नियमांचे पालन करत राहील. नाहीतर प्रत्येक पिढीला समजावून सांगावे लागेल आणि तेवढा वेळ कुणाकडेही नसतो.

सर्वांत महत्त्वाची गोष्ट म्हणजे या सर्व मान्यतांचं पालन करताना तुमचे भाव कसे आहेत? या गोष्टींचे पालन करून जर ईश्वराबद्दल तुमच्या मनात आदर निर्माण होत असेल, तर चांगली गोष्ट आहे. तुम्ही देवळात जाताना अंघोळ करूनच जाता. यामागची भावनादेखील हीच असते की शुद्ध तनामनाने आपण देवाची पूजा करावी. असं केल्याने ईश्वराबद्दल प्रेमभाव प्रदर्शित होतो. स्वच्छ होऊन गेल्याने आपण ईश्वरापुढे कोणत्या अवस्थेत व कोणत्या भावनेने जाता हे दिसून येते. प्रत्येक माणसाने देवासमोर आपली गाऱ्हाणी घेऊन जाण्यापेक्षा प्रेमाने जावे म्हणून अशा मान्यता बनवल्या गेल्या आहेत. आपण शुद्ध, प्रेमपूर्ण होऊन मंदिरात जावे, यासाठी अशा रुढी रुजल्या. तुम्ही जर स्वतः मान्यता आणि भीतीच्या आहारी गेला असाल, तर त्या अवस्थेत देवळात जाऊ नका. या सर्व गोष्टींसाठी अंघोळ करून देवळात जाण्याची प्रथा बनवली आहे.

या सगळ्या पूर्वग्रहांमागे असलेला उद्देश ध्यानात घ्या. मान्यतांच्या जाळ्यात न अडकता समज ठेवून प्रत्येक कार्य करा.

मासिक पाळीच्या वेळी मुलींना दिली जाणारी समज

त्या लाखो अशा मुली आणि बायकांचे काय हाल होत असतील, ज्यांना वाचता येत नाही, लिहिता येत नाही आणि त्यांना कोणी सांगणाराही नाही. परंतु आजकालच्या

माता खूप जागरूक झाल्या आहेत; कारण मासिक पाळीच्या वेळी त्यांना जो त्रास सहन करावा लागला होता, तो त्रास आपल्या मुलींना सोसावा लागू नये, अशी त्यांची इच्छा असते. आज सर्व महिला अगदी सहजपणे आपल्या मुलींना सगळ्या गोष्टी शिकवू शकतात. शाळांमध्येदेखील योग्य पद्धतीने शिक्षण मिळते. त्यामुळे मुली वेळेआधीच समंजस आणि धाडसी बनतात. हे बघून समाधान होते, परंतु मासिक पाळीच्या बाबतीत बऱ्याच मुली काळजी करतात. 'ही समस्या प्रत्येक महिन्यात का येते?' असा विचार काही मुली करतात. काही मुलींना मासिक पाळी काय असते... हेच माहीत नसते. मासिक पाळी म्हणजे आजार नाही, हे सर्वप्रथम ध्यानात घ्या. ही एक शारीरिक क्रिया आहे. गोळ्या खाऊन या क्रियेला थांबवू नये, असे करणे शक्यही नसते. सामान्यपणे तेराव्या, चौदाव्या वर्षी मुलींना मासिक पाळी येते. आजकाल ९ ते १२ वर्षांतही पाळी येताना आपण बघतो.

मुली जेव्हा बालपण संपवून तारुण्यात प्रवेश करतात, तेव्हा त्यांच्या शरीरात वेगाने बदल होत असतात. या वयात मुलींमध्ये विनाकारण चिंता, संकोच, घाबरल्यासारखं होणं, उतावळेपणा इत्यादी लक्षणं दिसतात. घरातल्या वयस्क मंडळींनी अशा वेळी मुलींना रागावू नये, तर हे नैसर्गिक असते असे आईने प्रेमाने आपल्या मुलींना नीट समजावून सांगावे. मुलींचा शारीरिक विकास पूर्ण होताच तिच्यामध्ये भावनात्मक स्थैर्य येते. अशा वेळी मानसिक स्वास्थ्य सांभाळण्याची फार गरज असते. आयुष्याच्या या नाजूक काळात मुलींनी आपले व्यवहार सांभाळावेत नाहीतर नर्व्हसनेस, अस्थिरता आणि काही चुकीच्या प्रवृत्ती तिच्या व्यवहारात दिसू लागतात. वेळेतच या गोष्टींवर अंकुश ठेवला नाही, तर तिच्या या सवयी व्यवहाराचा भाग बनू शकतात. हीच वेळ असते त्यांच्यातील हीन भावनेवर मात करून त्यांना आत्मविश्वासाने वागायला शिकवण्याची. या वेळी त्यांचे जेवण, व्यायाम, विश्रांती, मनोरंजन या गोष्टींकडे पूर्ण लक्ष दिले पाहिजे म्हणजे त्यांचा शारीरिक, मानसिक आणि भावनात्मक विकास योग्य पद्धतीने होऊ शकेल.

बऱ्याचदा किशोर मुलींना आपल्या मैत्रिणीला १२, १३व्या वर्षी मासिक पाळी आली हे ठाऊक झाल्यावर त्या चिंता करू लागतात. 'मी तर १५, १६ वर्षांची झाले, मला मासिक पाळी का बरे नाही आली?' अशा वेळी चिंता करायची गरज नसते. कित्येक वेळा गरम प्रदेशात राहणाऱ्यांना तेथील वातावरणामुळे आणि आपल्या प्रकृतीमुळे किंवा इतर कारणामुळे पाळी लवकर येऊ शकते. सिनेमा बघूनही मासिक पाळी लवकर येऊ शकते, कारण आजकाल सिनेमात जी दृश्ये दाखवली जातात, त्याचा खोल परिणाम

मनावर होतो. याशिवाय जास्त प्रमाणात गरम मसाले खाणे, जास्त पौष्टिक अन्न खाणे यामुळेदेखील मासिक पाळी लवकर सुरू होते. तरीही हा नियम सर्वांना लागू पडत नाही. थंड प्रदेशात राहणाऱ्यांचा मासिक धर्म उशिरा सुरू होतो. भारतात मसिक पाळी ११ ते १४ व्या वर्षी सुरू होते आणि १६ वर्षांपर्यंत जरी पाळी आली, तरी ती साधारण बाब असते. जर ११च्या आधी पाळी आली अथवा १७व्या वर्षांनंतरही आलीच नाही तर डॉक्टरांशी विचारविनिमय करावा.

दोन पाळ्यांत साधारणपणे २८ दिवसांचे अंतर असावे. हे अंतर २९ दिवसांपासून ३० दिवसांपर्यंत असू शकते. याला सामान्य समजावे. यामुळे घाबरून जाऊ नये.

प्रारंभी एक-दोन वर्षे मासिक पाळी अनियमित असते म्हणजे कधी प्रत्येक महिन्याला, तर कधी जास्त दिवसांनी पाळी येते तेव्हा घाबरण्याचे कारण नाही. सुरुवातीला असे होऊ शकते. कधी-कधी जास्त सर्दी, आजारपण, चिंता, इत्यादी कारणाने अडथळा येतो. काही काळानंतर पुन्हा नियमित होऊन जाते. बऱ्याच काळापासून अनियमित पाळी येत असेल व पोट दुखत असेल, तर डॉक्टरांचा सल्ला अवश्य घ्यावा.

मासिक रक्तस्रावामुळे कमजोरपणा येतो, हा मनातील भ्रम काढून टाका. हे एक प्रकारचे दूषित रक्त असते जे योग्य वेळी काढले जायलाच हवे. गर्भधारणा झाली, की निसर्गतः याचा प्रतिबंध केला जातो. अन्य इतर उपायांनी रक्तस्राव थांबविणे योग्य नाही.

सुरुवातीला जर स्वतःला सांभाळण्याचा काही त्रास होत असेल, तर एखादी अनुभवी मैत्रीण, वहिनी, मोठी बहीण यांचा सल्ला घ्या. मुलीला योग्य प्रकारे प्रेमाने व्यावहारिक सल्ला देणे हे प्रत्येक आईचे कर्तव्य आहे. जर आईचे लक्ष नसेल, तर मुलीनेच निःसंकोचपणे आईला विचारायला हवे म्हणजे ती आपल्याला योग्य तऱ्हेने सांगेल व आपल्याकडे काळजीपूर्वक लक्ष देईल. या दिवसांत पचायला कठीण असे पदार्थ खाऊ नयेत. डाळीचे पदार्थ, चणे, छोले अशांसारखे पदार्थ खाल्ल्याने वातविकार होतो व त्यामुळे पोटदुखी संभवते. अशा वेळी आईने मुलीला खिचडी, आमटी-भात, दूध अशासारखा हलका आहार द्यावा. मुलींनीही जबाबदारीने स्वतःची काळजी घेतली पाहिजे. ज्या दिवशी पाळी सुरू होते तो दिवस, दिनांक, महिना याची नोंद करून ठेवावी म्हणजे पुढच्या महिन्यात मासिक पाळी येण्यापूर्वी निश्चिंतपणे आपण आपली कामे करू शकाल. कोणत्याही परिस्थितीत स्वच्छतेकडे लक्ष दिले पाहिजे. सॅनिटरी पॅड्स वापरावे. जर खरेदी करू शकत नसाल, तर घरच्या घरीच एक ते दीड फूट लांबीचा स्वच्छ, पांढरा, सुती कपडाही वापरू शकता. धुतल्यानंतर डेटॉलच्या पाण्यात बुडवून,

घट्ट पिळून दोरीवर वाळवावे म्हणजे किडे-मुंग्या कपड्यांना लागणार नाही. काही वेळा वापरल्यानंतर ते बदलावेत म्हणजे जंतुसंसर्ग होणार नाही. तेच तेच कपडे वापरल्याने खाज, जंतुसंसर्ग यांसारखा त्रास होण्याची शक्यता असते.

मासिक पाळी सुरू असताना स्नान करणे आवश्यक आहे. थंड किंवा थोडे कोमट पाणी अंघोळीसाठी वापरू शकता. रक्तस्राव जास्त होत नसेल, तर गरम पाणी घ्या. कारण गरम पाणी अंगावर घेतल्याने रक्तस्राव जास्त होण्याची शक्यता असते. रक्तस्राव जास्त नसेल, तर गरम पाणी घेणे चांगले. प्रत्येक स्त्रीमध्ये रक्तस्रावाचे प्रमाण कमी-जास्त होत असते. रक्तस्राव जास्त होत असेल, तर झोपून विश्रांती घ्यावी, गरम पाण्याने स्नान करू नये. थंडीच्या दिवसात एक-दोन दिवस स्नान केले नाही तरी चालते. फक्त हात-पाय-तोंड स्वच्छ धुवावे.

मासिक धर्म चालू असताना स्त्रियांनी, मुलींनी घरातील व शाळेतील हलकी कामे नेहमीप्रमाणे चालू ठेवावी. शाळकरी मुलींनी खेळणे, उड्या मारणे शक्यतो टाळावे. कॉलेजमध्ये जाणाऱ्या मुलींनी आपल्या कॉलेजला जाण्यात कुचराई करू नये. काही तास झोपणे मात्र आवश्यक आहे. फक्त याउलट वागू नये म्हणजे आळशीपणाने, आजारी असल्यासारखे दिवसभर अंथरुणात पडून राहणे उचित नाही.

मासिक पाळीच्या वेळी घेण्यासारखी काही घरगुती औषधे

काही मानसिक कारणांमुळे एखाद्या महिन्यात पाळी आली नाही, तरी घाबरण्याचे काही कारण नाही. आवश्यकता भासली, तरच कुमारिकांना स्त्री-रोगतज्ज्ञांना दाखविण्याचा सल्ला दिला जातो. नाहीतर अशा अवस्थेत घरगुती औषधे वापरू शकता. यासाठी पपई गुणकारी आहे.

१) जर पाळी उलटून १५-२० दिवस झाले असतील, तर कच्च्या पपईची भाजी भरपूर खा किंवा पिकलेली पपई खा. एक आठवडा सतत पपई खाण्यामुळे मासिक पाळी सुरू होऊ शकते. सुरू न झाल्यास, रोज पपई खाणे सुरू ठेवा. त्याचा नक्की परिणाम होतो.

२) पपई खाऊनही एक आठवडा पाळी सुरू झाली नाही, तर पपईच्या बरोबरीने खजूरही खा. नियमित खजूर खाण्यानेही मासिक पाळी नियमित येते. दिवसभरात एक दोन खजूर खा. पण जास्त खजूर खाल्ल्याने जाडी वाढते याकडेही लक्ष असू द्या.

३) याखेरीज सुंठ व गूळही मासिक पाळीच्या अनियमितपणावर गुणकारी आहे.

थोडा गूळ विरघळवून त्यात पाव चमचा सुंठ पावडर घाला, दिवसभरात दोन वेळा खाण्याने मासिक पाळी एक आठवड्यात सुरू होते.

४) गुळाबरोबर सुंठ आवडत नसल्यास गरम दुधाबरोबर दिवसभरात दोन वेळा घ्या. यामुळेही फायदा होतो.

५) मासिक पाळी सुरू असताना जर ओटीपोटात दुखत असेल, गॅसेसचा त्रास होत असेल, तर थोडे तिळाचे तेल पोटावर चोळा व गरम पाण्याच्या पिशवीने शेका. यामुळे आराम वाटतो.

६) एक चमचा साजूक तुपात थोडा हिंग घालून गॅसवर गरम करा व कापसाने दुखऱ्या भागावर लावा.

७) रक्तस्राव जास्त होत असेल व कोणत्याही उपायाने कमी होत नसेल आणि डॉक्टरकडे जाण्याइतकीही ताकद नसेल, तर खाली दिल्याप्रमाणे आयुर्वेदिक गोळी घ्या.

८) हिमालयाच्या १-२ किंवा stypion गोळी दिवसातून दोनदा असे दोन दिवस घ्या.

९) रक्तस्राव कमी न झाल्यास खालीलपैकी ॲलोपाथी औषधेही घेऊ शकता Ayapon (Alarsin) नावाच्या दोन गोळ्या दिवसातून तीन वेळा (२-२-२) घेऊ शकता.

१०) पोटात खूप दुखत असल्यास डॉक्टरांकडे जाण्यापूर्वी Cyclopam नावाची गोळी दिवसातून दोन वेळा सकाळी व संध्याकाळी १-१, जेवणानंतर याप्रमाणे घेऊ शकता किंवा Meftal-Spas ही गोळी दिवसातून दोन वेळा १-१ याप्रम ाणे घेऊ शकता.

११) Meftal-Spas या गोळीने एखादीला चक्कर किंवा झोप येऊ शकते असे होईलच असे नाही. पण तरीही बरे न वाटल्यास स्त्री-रोगतज्ज्ञाचा सल्ला घ्या.

कित्येक जणींची अशी समजूत असते, की रक्तस्राव होत असताना कोणतेही आसन अथवा योगासने करू नयेत. परंतु योगशिक्षकाच्या सल्ल्यानुसार काही आसनांमुळे अशा परिस्थितीत आराम मिळतो व मासिक पाळी सुरू असतानाही आपण सुलभतेने आसने करू शकता, पाय वरती करण्याचा व्यायामही करू शकता.

सुरुवातीच्या काळात पाळी अनियमित येऊ शकते, परंतु नंतर ती नियमित होते.

याखेरीज आणखीही काही त्रास असतील, तर मोठी बहीण किंवा एखाद्या मैत्रिणीला विचारा. यात संकोच करण्याचे काही कारण नाही. त्यामुळे तुमचेच नुकसान होण्याची दाट शक्यता असते.

४५ वर्षे वयाच्या आसपास साधारणतः मासिक पाळी आपोआप बंद होते. ही नैसर्गिक प्रक्रिया आहे. ही प्रक्रिया आपोआप बंद होते, परंतु तरुणपणी पाळी थांबणे किंवा लांबणे याचे कारण शारीरिक दोष (Physiological Disorder) असू शकतो. अशा वेळी डॉक्टरांचा सल्ला घ्या.

हलके, योग्य, पचण्यास योग्य, पौष्टिक अन्न सेवन करावे. हरभरा डाळ, तूरडाळ, शेंगदाणे, डाळींचे पदार्थ, नारळ यांपासून बनविलेल्या पदार्थांमुळे आम्लपित्त व गॅसेस होतात. याबाबतीत प्रत्येकाचा अनुभव वेगळा असू शकतो. कित्येक लोकांना त्रास होतही नाही. यासाठी स्वतःच स्वतःची पडताळणी करा. तळलेले पदार्थ, मिरची-मसाले, आइस्क्रीम अशांसारख्या गोष्टींपासून लांब राहणे चांगले.

कुटुंबातील विभिन्न सभासदांचे आणि विशेषत्वाने मुलीच्या आईचे हे आवश्यक कर्तव्य बनते. प्रौढावस्थेतील एक स्त्री आपली आठवण सांगते, 'अचानक एके दिवशी कपड्यांवर डाग दिसले तेव्हा जणू पायाखालची जमीन सरकली. विचार केला, 'देवा, हा कसला घाव आहे... हे काय बरे झाले असणार?' रडत रडत आईजवळ गेले तर तिने कपडा कसा घ्यावा ते दाखवले आणि सांगितले 'घेऊन झोपून जा.' रडत होते, पण याव्यतिरिक्त काहीच सांगितले नाही. चार दिवस झोपून राहिले.'

दुसरी एक महिला म्हणाली, 'अस्पृश्य बनवून टाकले. पूर्ण पाच दिवस खेळायचं नाही, पाण्याला शिवायचं नाही, देवघरात, स्वयंपाकघरात प्रवेश नाही. चुलत भाऊ आला तर त्याच्या समोर जायला बंदी.' मला जोरात ओरडावंसं वाटलं 'अरे बाबा, असं का?' पण भीतीमुळे गप्प राहिले. माझी आई एकदम 'बंद दरवाजा' झाली होती.'

अशा प्रकारे असे कित्येक अनुभव आपणास ऐकायला मिळतील. पण आज मात्र फार बदल झालेला दिसतो. आज शेजारच्या तरुण मुलीला जर विचारलं 'का गं प्रीती, आज खेळायचं नाही का? काय झालं?' तर तोंड वेंगाडून ती सांगते, 'काय करणार काकू, आंटी आली आहे...'

मासिक धर्माला किशोरीनी 'आंटी', 'चम', 'व्हिजिट' अशी आणखी काही मजेदार नावे दिली आहेत. आजकालच्या मुली मासिक पाळीविषयी फार आत्मविश्वासू आणि जागरूक झालेल्या आहेत. समाजात सध्या अपेक्षेपेक्षा जास्त मोकळेपणा आहे;

यासाठी टीव्हीवरच्या जाहिरातींना धन्यवाद द्यायला हवेत.

मासिक पाळीबद्दलचा योग्य सल्ला आईकडूनच मिळू शकतो

मासिक पाळीबद्दल बाहेरच्या जगात मोकळेपणा आला आहे. सॅनिटरी नॅपकीन्स आणि टॅम्पून्सच्या संबंधात आजकाल भरपूर माहिती दिली जाते, तरी देखील ऋतुवती किशोरीला खालील माहिती देण्यात यावी.

१) हा बदल फार स्वाभाविक आणि सहज आहे, तसेच सौभाग्यपूर्ण आहे. 'तू आता मोठी, परिपक्व आणि जबाबदार झाली आहेस.' या गोष्टीचे प्रतीक म्हणजे तुझ्यात झालेला हा बदल आहे. याचाच अर्थ तू स्वस्थ आहेस. अस्वस्थ झाल्यावर, आजारी पडल्यावर मासिक पाळी व्यवस्थित येत नाही आणि मग कित्येक रोगांची भीती असते.

२) प्रेम आणि जिव्हाळ्यानं समजावून सांगितलं, तर कोणतीही कुमारिका या गोष्टीचा बाऊ करत नाही. उलट तिच्या 'रुटीन'चाच हा एक भाग होऊन जातो.

३) रक्तस्रावासाठी तिला व्यवस्थित नॅपकीन किंवा कापड घ्यायला शिकवणे ही फार महत्त्वाची गोष्ट आहे. मात्र, कापूस, नॅपकीन किंवा घरगुती कापड जे काही तुम्ही वापरता, ते एकदम स्वच्छ असायला हवे. ते किती प्रमाणात घ्यावे, किती वेळा बदलावे, या गोष्टीदेखील तिला व्यवस्थित समजल्या पाहिजेत.

४) आहारात लोह तत्त्वाचा अभाव राहू नये, या गोष्टीकडे लक्ष देणे महत्त्वाचे असते. खाद्यपदार्थांमधून जर लोह व्यवस्थित मिळत नसेल, तर टॉनिक व गोळ्या घ्याव्या लागतील.

५) डोकं दुखणं, पोटात दुखणं, आळस आणि अस्वस्थपणा वाटणं साहजिक आहे. याबद्दलची माहितीदेखील तिला द्यायला हवी.

६) शेवटची आणि सर्वांत महत्त्वाची गोष्ट जी प्रत्येक आईने आपल्या मुलीला सांगायलाच हवी ती म्हणजे 'गर्भ राहणे.' इतर मुलींकडून, मैत्रिणींकडून अथवा पुस्तकांमधून बरीच माहिती मिळू शकते. परंतु आईच्या तोंडून ऐकल्यावर त्या गोष्टीचे गांभीर्य मुलीला कळते. पुरुषाच्या सहवासाने, शारीरिक संबंधाने ती गर्भवती राहू शकते, ही गोष्ट प्रत्येक किशोरीला ठाऊक असायलाच हवी. कुमारिकेचे मातृत्व आपल्याकडे एक खळबळजनक बातमी समजली जाते. एका साधारण भारतीय मुलीसाठी हा एक शाप आहे किंबहुना एखादे मोठे संकट आहे.

म्हणून मासिक पाळी आणि गर्भधारणा यांचा अतिनिकटचा संबंध असल्याचे तिला व्यवस्थित सांगायला हवे, सावध करायला हवे.

आपल्या कन्येकडून मासिक पाळीबद्दलचा विश्वास तुम्ही संपादन करा; म्हणजे कोणतेही असामान्य परिवर्तन जर तिच्यात दिसून आले, तर ती तुम्हाला सांगेल. कोणताही प्रश्न विचारायला ती संकोच करणार नाही आणि नॉर्मल राहील. तिलादेखील एक निरोगी आई होण्याची संधी तुम्ही प्रदान करा.

मासिक पाळीच्या दरम्यान होणारे वेगवेगळे त्रास आणि अनेकविध उपचार :

माणसाच्या शरीराला जे रोग जडतात, त्या सर्व रोगांचे मूळ आहे शरीरात साठणारी घाण. याशिवाय महिलांना इतरही काही कष्टांना तोंड द्यावे लागते. निसर्गनियमानुसार आणखी एक भार वहन करावा लागतो. प्रत्येक स्त्रीच्या मासिक पाळीच्या प्रकृतीप्रमाणे त्यातला त्रास वेगवेगळा असतो.

१) वेदनायुक्त मासिक पाळी

स्त्रियांना येणारी मासिक पाळी एक सामान्य, नैसर्गिक प्रक्रिया आहे. पण, चुकीच्या समजुती, चुकीची सवय, चुकीचा आहार-विहार-विचार-उच्चार इत्यादी कारणामुळे ती अधिक पीडादायक ठरू शकते. स्त्रियांनी मासिक पाळीला महत्त्व दिले नाही, पाळीमुळे होणाऱ्या त्रासांकडे दुर्लक्ष केले, तर त्या स्वतःच अनेक त्रासांना आमंत्रित करतात. हे त्रास सहन करण्यामागे अज्ञान हेही एक महत्त्वाचे कारण आहे, त्याकरिता काही साधारण, परंतु महत्त्वाचे घरगुती उपचार येथे देत आहोत.

उपचार :

- गरम पाण्याने पोट शेकणे, गार पाण्याने इंद्रिय स्नान घेणे.
- मासिक पाळीच्या तीन दिवसांपूर्वी गरम पाण्याने कटिस्नान घ्यावे.
- पाळीदरम्यान व त्यानंतरदेखील गार पाण्याने कटिस्नान घ्यावे.
- पाळीदरम्यान जास्त काम करू नये. विश्रांती घ्यावी.
- लहानशा टबात कमरेखालचा व गुडघ्यांच्या थोडा वरचा भाग पाण्यात बुडतो तेव्हा त्याला कटिस्नान म्हणतात.

२) पाळीदरम्यान जरुरीपेक्षा कमी रक्तस्राव होणे

उपचार :

- गाजराच्या बिया, दाणामेथी, बडीशेप, काळे तीळ, खडीसाखर (प्रत्येकी ५० ग्रॅम) मिसळून वाटा.
- यातील एक ते दोन ग्रॅम पावडर कोमट पाण्याबरोबर तीन-चार वेळा घ्या (पाळीच्या दहा दिवस आधी तीन ते चार महिने घ्या)
- नाश्त्यात पपई खा. जेवताना पानांसकट मुळा खा.

३) मासिक पाळी थांबणे

गर्भधारणा अथवा मेनोपॉजव्यतिरिक्त जर पाळी थांबली, तर ती त्रासदायक ठरते. ॲनिमिया, अतिदुःख, चुकीचा आहार-विहार-विचार, निराशा, मानसिक अस्वस्थता इत्यादी कारणांमुळे शरीरातील हार्मोन्स प्रभावित होतात. त्यामुळे मासिक पाळी थांबते. परंतु कधी कधी एखादा महिना पाळीच येत नाही, असेसुद्धा घडते. एखाद्या पाळीत स्राव होत नाही व पुढची पाळी येते, पण कधी कधी लागोपाठ ३-४ महिने पाळी येत नाही.

रमाचे असेच झाले. तिला दोन मुलं आहेत. दुसरा मुलगा झाला आणि एकदाच पाळी आली. त्यानंतर तीन महिने पाळीच आली नाही. ती डॉक्टरांकडे गेली. डॉक्टरांनी सर्वांत आधी तपासून बघितले. तपासणीनंतर कळले, की ती गर्भवती नाही. मग मासिक पाळी का नाही आली म्हणून इतर तपासण्या केल्या. हार्मोन्सच्या असंतुलनामुळे पाळी येणे बंद झाल्याचे निदान झाले. तीन महिने उपचार केल्यावर पाळी पुन्हा सुरू झाली.

सामान्यपणे पाळी थांबली की गर्भ राहिला, असंच आपल्याला वाटतं; पण कधी कधी इतर कारणांमुळेदेखील पाळी येत नाही. कधी कधी कॅन्सर अथवा इतर आजारामुळेदेखील पाळी येत नाही. तसेच हार्मोन्सच्या असंतुलनामुळेदेखील पाळी येणं बंद होतं. याशिवाय इतरही कारणं असतात ज्यांचे निदान फक्त स्त्रीरोगसंबंधी (गायनाकॉलॉजिकल) तपासणीनंतर होते. कधी कधी प्रजनन संस्थेच्या एखाद्या आजारामुळे मासिक पाळीवर परिणाम दिसून येतो. मासिक पाळी थांबली, तर ती एक असामान्य अवस्था असते; त्याचबरोबर दुसऱ्या गंभीर आजाराचेही ते लक्षण असू शकते म्हणून उपचारासाठी डॉक्टरांकडून तपासणी करणे गरजेचे असते.

उपचार :

- काळी मिरी, सुंठ, पिपळी (त्रिकुटा), काळे मीठ, भारंगी प्रत्येकी एक एक ग्रॅम घेऊन त्यात गूळ मिसळून उकळावे आणि सकाळ-संध्याकाळ घ्यावे.
- दोन ग्रॅम गाजराचे बी आणि जुना गूळ दहा ग्रॅम घेऊन पंधरा पुड्या तयार करा.

दिवसातून तीन वेळा पाच दिवस घ्या.

४) मॅनोरिया (अधिक स्राव होणे)

शरीरात जमलेली घाण आणि कॅल्शियमची कमतरता इत्यादी कारणांमुळे 'मॅनोरिया' होऊ शकतो.

१) नाभीला गरम-गार शेक द्या आणि इंद्रियस्नान घ्या.

२) मासिक धर्म येण्यापूर्वी आठ दिवस गरम कटिस्नान घ्या.

३) पाळी सुरू असताना गार पाण्याचे कटिस्नान घ्या.

४) मानसिक ताण, चिंता इत्यादीपासून दूर राहा. सकारात्मक विचार ठेवा, योग्य दृष्टिकोन ठेवा.

५) पाळी चालू असताना योगासनांचा उपचार चालू ठेवा. ही आसने या भागाच्या शेवटी देण्यात आली आहेत. आसनविधी समजून आसनांचा अभ्यास करा.

६) तीन दिवस जमेल तेवढा वेळ विश्रांती घ्या, बेडरेस्ट घ्या. बिछान्यावर पडल्या पडल्या पाय थोडा वर करा आणि पायाखाली जाड उशी किंवा कुशन घ्या. नाभीखाली बर्फाच्या पाण्यात भिजवलेली पट्टी ठेवा. सॅलड, मोड आलेले मूग, फळं, फळांचे रस, डाळिंब, कोबी, शेंगदाणे इत्यादी पदार्थ आहारात घ्या.

५) मासिक पाळी अनियमित होणे

शारीरिक कारणांशिवाय मानसिक कारणांमुळेदेखील मासिक पाळी अनियमित होऊ शकते. पीयूष ग्रंथी (पिट्यूटरी ग्लँड) शरीरातील प्रमुख ग्रंथी असते. हिचा मेंदूशी सरळ संबंध असतो. मनाच्या विभिन्न अवस्थांचा या ग्रंथीवर प्रभाव पडतो. भावनादेखील या ग्रंथीच्या कार्यक्षमतेला प्रभावित करतात. चिंता, ताण यांसारख्या मानसिक उद्वेगांमुळे या ग्रंथीच्या कार्यप्रणालीवर इतका जबरदस्त प्रभाव पडतो, की ग्रंथीच्या कार्यात व्यवधान उत्पन्न होतो. मासिक धर्मावरदेखील याचा प्रभाव पडतो. त्यामुळे मासिक धर्म थांबू शकतो, पण अशा अवस्थेत चिंता करण्याचे कारण नसते. मानसिक स्थिती सामान्य होताच मासिक धर्मदेखील सामान्य होतो.

अनियमित मासिक पाळीच्या उपायासाठी डॉक्टरांकडून तपासणी करून घेणे आवश्यक ठरते. मासिक पाळी थांबणे हे एखाद्या गंभीर आजाराचे लक्षणदेखील असू शकते. म्हणून कोणत्याही गंभीर धोक्यापासून बचाव करण्यासाठी वेळेवर परीक्षण करणे

चांगले म्हणजे योग्य उपचार करता येतात. जर प्रत्येक महिन्या-दोन महिन्यांनी मासिक पाळी येणे बंद झाल्यास किंवा दोन-तीन महिने पाळी येतच नसेल, तर डॉक्टरांकडे जायला विलंब करू नये.

६) मासिक पाळी आणि कंबरदुखी

कंबरदुखी ही स्त्रियांमध्ये आढळणारी सामान्य तक्रार असते. हा रोग नसून रोगाचे एक लक्षण आहे. विशेषकरून पाळीत काही बिघाड झाल्यास कंबरदुखीचा त्रास जास्त होतो. मासिक पाळीतील अनियमितता, कष्टदायक देहप्रवृत्ती, रक्ताल्पता, रजोनिवृत्ती, स्त्रीरोग, श्वेतप्रदर, रक्तप्रदर, कंबरेची हाडे कमकुवत होणे, प्रसूती, लठ्ठपणा, सूज इत्यादी कारणांमुळे स्त्रिया कंबरदुखीमुळे त्रस्त होतात.

कंबरदुखीची कारणे कोणतीही असोत, स्त्रिया काम करायला असमर्थ होतात आणि त्यांची चिडचिड वाढते. त्या अस्वस्थ होतात आणि त्यांचे कशातच मन लागत नाही.

उपचार :

- सुंठ आणि गोखरू यांचा काढा करून (एक आठवडा) प्यावा. कंबरदुखीत आराम वाटेल.
- शेकल्याने कंबरदुखीत बराच आराम वाटतो.
- खसखस आणि काळी मिरी समप्रमाणात घेऊन त्याचे चूर्ण

करावे. सकाळ-संध्याकाळ दहा ग्रॅम चूर्ण दुधाबरोबर नियमित सेवन करावे.

- पाच ग्रॅम हळदीचे चूर्ण फकीसारखे घ्यावे. वरून गोड दूध प्यावे.
- नारायण तेलाची मालीश दोन मिनिटे करावी. असह्य कंबरदुखीत हा उपाय लाभकारी ठरतो.

कंबरदुखीच्या वेळी आधार म्हणजे प्रॉप्सचा उपयोग फार बरा वाटतो. प्रॉप्स् (खुर्ची, उशी, विटेच्या आकाराचा लाकडी तुकडा, दोरी इत्यादी) चा वापर करून आणि खाली सांगितलेल्या आसनांमुळे कंबरदुखीत बराच आराम वाटू शकतो.

मासिक पाळी चालू असताना ही ९ आसने करावीत

१) पद्मासन :

पद्म म्हणजे कमळ. पद्मासनात पायाचा आकार कमळासारखा होतो म्हणून या आसनाला पद्मासन असे म्हणतात. हे आसन केल्याने चंचल मन स्थिर होते. शरीराला साधण्यासाठी हे आसन उपयुक्त आहे. याच्यामुळे वात, कफ आणि पित्ताचा नाश होतो. मानसिक शांती आणि शक्ती वाढते. आयुष्य वाढते. स्वप्न दोष आणि इतर बऱ्याच आजारांचा नाश होतो. स्मरणशक्ती वाढते. पोटाच्या आजारांपासून सुटका होते. गर्भाशयासंबंधी रोग बरे होतात. सर्वांत आधी या आसनात बसावे. बसायला त्रास होत असल्यास अर्धपद्मासन किंवा सुखासनात बसले तरी चालते. या आसनानंतर बद्धकोनासन करा.

२) बद्धकोनासन :

बद्ध म्हणजे बांधलेला, नियंत्रित आणि कोन म्हणजे कोणताही कोपरा किंवा टोक.

विधी :

१) जमिनींवर समोरच्या बाजूला पाय सरळ पसरून बसा.

२) दोन्ही पाय गुडघ्यातून दुमडून चवडे जवळ आणा.

३) पायांचे चवडे जुळवून घ्या. तळवे आणि टाचा एकमेकांना चिकटलेल्या अवस्थेत ठेवा.

४) चवड्यांचा खालचा भाग जमिनींवर असू द्या आणि टाचा मूलाधाराजवळ (पोटाचा खालचा भाग) असाव्यात.

५) मांड्या पसरून गुडघे खाली दाबा. गुडघे जमिनीला टेकतील असा प्रयत्न करा.

६) दोन्ही पायांचे चवडे हातांनी पकडा. गुडघे, घोटे आणि मांड्या जमिनींवर टेकलेल्या असाव्यात. शरीर (धड) वरती ताणलेले असावे.

७) शक्य असेल तोपर्यंत या मुद्रेत बसा. नाभीच्या वरचा भाग ताणलेला राहू द्या. चवड्यांवर हातांची मजबूत पकड ठेवा, त्यामुळे शरीर ताणून ठेवणे सोपे जाते. खांदे विस्तृत करा आणि खांद्यांच्या हाडांना मागच्या बाजूला ताण द्या.

ज्या स्त्रियांचे नितंब आणि पोट जाड असतील आणि ज्यांची पाळी चालू आहे, त्यांनी जवळपास तीन इंच जाड कांबळे आपल्या मांड्या (थाय) खाली ठेवावे. यामुळे त्यांना आसन करणे सोपे जाईल. अशाप्रकारे बद्धकोनासन करताना सरळ बसणे आणि पोट उंच ठेवणे त्यांना सोपे जाते.

लाभ :

१) या आसनाचा महिलांना विशेष फायदा होतो. अनियमित पाळी नियमित होते आणि गर्भाशय व्यवस्थित काम करू लागते.

२) गर्भवती स्त्री जर दररोज काही मिनिटे या मुद्रेत बसू शकली, तर प्रसूतिपीडा कमी होतात.

३) या आसनामुळे मल, मूत्र विसर्जनासंबंधी आजारात विशेष फायदा होतो. पोट आणि पाठीतील रक्तप्रवाह सुरळीत होतो आणि हे अवयव मजबूत होतात.

४) गुदद्वार आणि मूत्राशय नेहमी स्वस्थ राहतात.

५) हे आसन केल्याने सायटिका आणि हर्निया यांसारखे आजार होत नाहीत.

या आसनानंतर सुप्त बद्धकोनासन करा.

३) **सुप्त बद्धकोनासन :**

सुप्त म्हणजे झोपलेला. हा बद्धकोनाचाच एक प्रकार आहे. हे आसन झोपून केले जाते.

१) पाठीवर झोपा. गुडघे दुमडा आणि पायांच्या तळव्यांना मूलाधार चक्राजवळ आणा.

२) मांड्या आणि गुडघे समोर पसरा. दोन्ही पायाचे तळवे आणि टाचा जवळ आणून एकमेकांना जोडा.

३) श्वास घ्या. चवडे हातांनी पकडा आणि खांद्यापासून थोडे वर उठा.

४) श्वास सोडताना पूर्व स्थितीत या.

या आसनानंतर थोडा वेळ वज्रासनात बसावे.

४) **वज्रासन :**

या आसनात बसणारा माणूस दृढ आणि मजबूत स्थिती प्राप्त करतो. या आसनात बसणाऱ्यांना सहजपणे हलणे डुलणे शक्य नसते. म्हणूनच याला वज्रासन असे म्हणतात. सामान्यतः योगी लोक या आसनात बसतात.

विधी :

१) पायाचे दोन्ही तळवे गुदद्वाराच्या दोन्ही बाजूना अशा रीतीने ठेवा की दोन्ही पायांचे तळवे जांघांच्या खाली येतील.

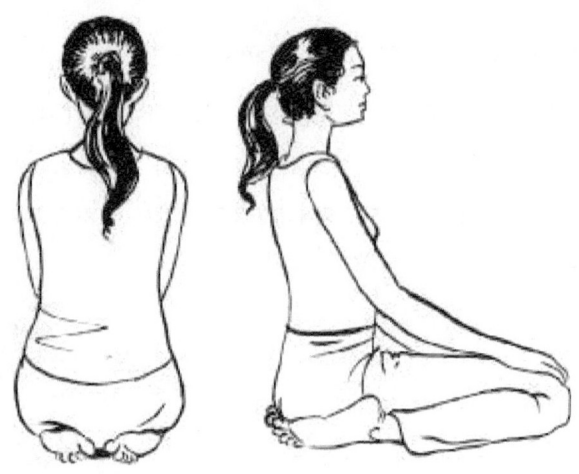

२) घोट्यापासून गुडघ्यापर्यंतचा भाग जमिनीला स्पर्श करायला हवा. संपूर्ण शरीराचा भार गुडघे आणि घोट्यांवर राहील.

३) सुरुवातीला गुडघे आणि घोटे थोडे दुखतील, पण नंतर ही वेदना आपोआप दूर होईल.

४) दोन्ही हात सरळ करून गुडघ्यांवर ठेवा किंवा आपल्या ओटीपोटाजवळ ठेवा. दोन्ही गुडघे जवळ ठेवा. शरीर, मान आणि डोकं सरळ रेषेत ठेवून एकदम ताणून बसा. हे आसन खूप सामान्य आहे. आरामात श्वासोच्छ्वास चालू ठेवा.

५) या आसनात बराच वेळ आरामात बसता येते. आता आपण वज्रासनानंतर सुप्त वज्रासनाच्या अवस्थेत जावे.

५) **सुप्त वज्रासन :**

चित्रात दाखवल्याप्रमाणे या आसनात जेव्हा आपण झोपतो, तेव्हा त्याला सुप्त वज्रासन असं म्हटलं जातं. हे आसन साध्य करताना घाई करू नये.

लाभ :

१) या आसनामुळे पाचक रस अधिक मात्रेत उत्पन्न होतो आणि गॅसेस होत नाहीत.

२) हे आसन नेहमी करत राहिल्याने गुडघे, चवडे, पाय आणि जांघांमध्ये होणाऱ्या वेदना नष्ट होतात.

३) हे आसन हवे तेथे, हवे तेव्हा, जेवणापूर्वी व जेवणानंतरही आपण करू शकता.

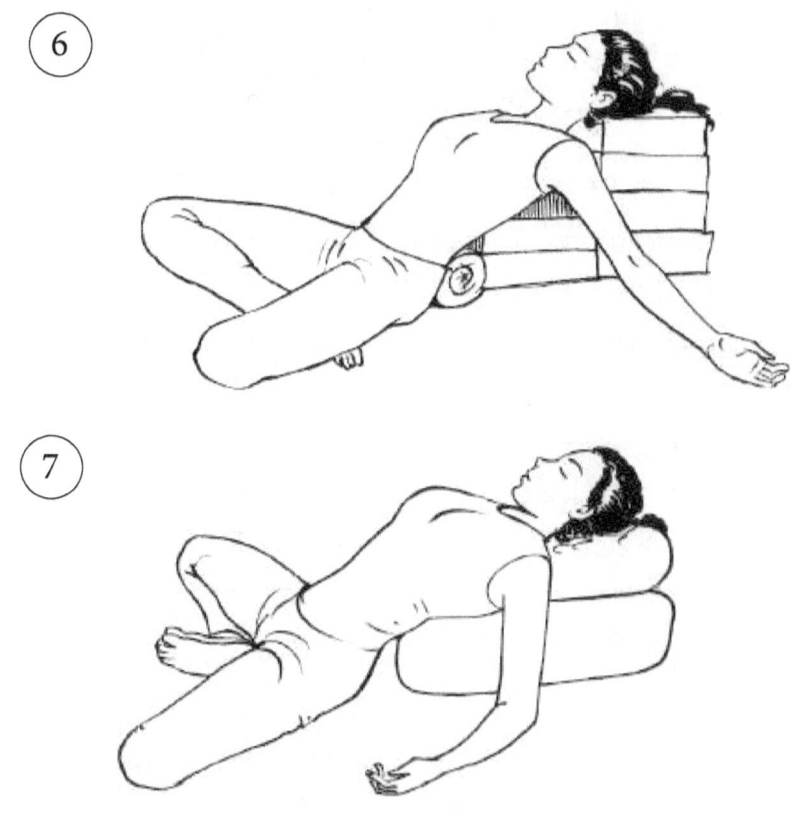

6

7

सुप्त वज्रासनानंतर पुढे दिलेल्या आसन क्रमांक ६, ७, ८ या स्थितीत जावे.

आतापर्यंत दाखवलेली सर्व आसने तुम्ही मासिक पाळीच्या तक्रारीसाठी करू शकता. खाली दाखवलेल्या तीन पद्धतीमध्ये (आसन क्र. ६, ७, ८) तुम्ही उशीचा आधारही घेऊ शकता. यामुळे कंबरदुखीत तुम्हाला थोडा आराम वाटेल. या आसनामुळे स्त्रियांच्या पाळीसंबंधीच्या समस्या कमी होतील. हृदय मजबूत होते आणि हृदयाचे

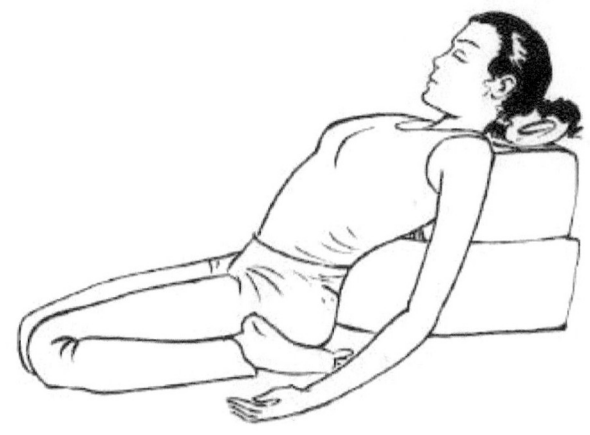

आजार बरे होतात. या आसनानंतर थोडा वेळ मकरासनाच्या अवस्थेत विश्रांती घेऊ शकता.

मासिक पाळीत करावयाची आठ आसने झाल्यानंतर मकरासन करा.

९) **मकरासन :**

मकर म्हणजे मगर. या आसनात शरीराची आकृती पाण्यात पोहणाऱ्या मगरीसारखी दिसते, म्हणून या आसनाला मकरासन म्हणतात. या आसनामुळे खूप फायदे होतात. हे आसन केल्याने शरीराची सगळी थकावट दूर होते आणि सर्वांगाला आराम मिळतो. या आसनाची क्रिया शवासनाच्या विपरीत असते, पण दोन्ही आसनाचं ध्येय एकच आहे ते म्हणजे शरीराला पूर्ण विश्रांती देणे. पाठीत किंवा पाठीच्या कण्याला मार लागला असेल, तर हे आसन शवासनाचे काम करते. हे आसन केल्यानंतर आनंद आणि शक्ती प्राप्त झाल्याची अनुभूती होते.

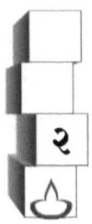

२

मेनोपॉज

रजोनिवृत्तीकडे नव्या रूपात बघा

रजोदर्शन (Menstrual Cycle) प्रमाणे रजोनिवृत्तीदेखील स्त्रीजीवनाचा एक महत्त्वपूर्ण काळ आहे. स्त्रियांना दरमहा येणाऱ्या पाळीचा अंतिम टप्पा म्हणजे पाळी बंद होणे हा होय. यालाच रजोनिवृत्ती म्हणतात. इंग्रजीत याला मेनोपॉज असे म्हणतात. हा ग्रीक शब्द आहे. 'मेनो' म्हणजे महिना व 'पॉसिस' म्हणजे थांबणे. यौवनारंभापासून सुरू झालेले दरमहा येणाऱ्या पाळीच्या प्रक्रियेचे जीवनचक्र थांबणे, असा मेनोपॉजचा अर्थ होतो. स्त्रीचे वय ४५-५० झाले, की पाळी येण्याची क्रिया बंद होणे सुरू होते.

काही महिलांना पाळी जाताना त्रास होत नाही आणि पाळी बंद होते, परंतु काही महिलांना कित्येक प्रकारचे त्रास सहन करावे लागतात. मेनोपॉजच्या वेळी स्त्रीच्या शरीरातील हार्मोन्स बदलतात. मेनोपॉजच्या वेळी काही स्त्रियांना शारीरिक व मानसिक कष्ट सोसावे लागतात.

जीवनातल्या इतर आवश्यक प्रक्रियांप्रमाणे मेनोपॉजदेखील (रजोनिवृत्तीदेखील) जीवनाचा महत्त्वपूर्ण काळ आहे. प्रत्येक स्त्रीला या काळाचा सामना करावा लागतो. बऱ्याच महिलांना रजोनिवृत्तीची फार भीती वाटते, पण मेनोपॉज ही एक सहज नैसर्गिक अवस्था असते. या अवस्थेला घाबरायचे कारण नाही. या अवस्थेचा स्वीकार करण्यासाठी महिलांनी जर स्वतःला तयार केले, तरच त्यांची तब्येत चांगली राहील. कधी कधी काही स्त्रियांमध्ये याच्याबद्दल खूप प्रकारच्या शंका आणि भीती असते.

याउलट काही स्त्रियांना कळतदेखील नाही, की त्यांच्या जीवनात हा संक्रमण काळ कधी आला आणि कसा निघून गेला. असे हे दोन्ही प्रकारचे अनुभव लक्षात घेता, जीवनातील या संक्रमण काळाला सहजतेने घेऊन प्रत्येक प्रकारच्या भीतीपासून दूर राहावे.

मेनोपॉजचे वय

मेनोपॉजच्या वयाबद्दल बऱ्याच प्रमाणात व्यक्तिसापेक्ष भिन्नता आहेत. ५०% महिलांमध्ये ४५ ते ५० या वयात आणि ५०% महिलांमध्ये ४० ते ४५ या वयात मेनोपॉज येते. काही महिलांमध्ये तर ५० ते ५५ या वयात मेनोपॉज झालेले दिसते. या प्रकारच्या भिन्नतेचे मुख्य कारण स्त्रियांचा वंशानुक्रम, त्याचे सामान्य स्वरूप, वातावरण आणि वेगवेगळे देश इत्यादी आहे. तरीही सरासरी ५०च्या वयात मेनोपॉज होतो.

मेनोपॉजची लक्षणे

मेनोपॉजच्या वेळी स्त्रियांना कधी कधी खूप राग येतो, तर कधी कधी एकदम शांत वाटते. उदास वाटणे किंवा अचानक, कोणतेही कारण नसताना रडू येणे इत्यादी मानसिक त्रास होतात. तसेच खूप घाम येणे, शरीराचे तापमान वाढणे, शरीरातून गरम गरम वाफा निघणे इत्यादी लक्षणे दिसून येतात.

कित्येक स्त्रियांच्या मनात असाही प्रश्न निर्माण होतो, की मेनोपॉजच्या प्रक्रियेतून आपण जात आहोत, हे त्यांना कसे कळावे. ही गोष्ट समजण्यासाठी बरीच लक्षणं आहेत. जसं चिडचिड, अस्वस्थता, अचानक उकाड्याचा भास होणे, रात्री कारण नसताना घामाने चिंब होणे, डोकेदुखी, दमणे, झोप न येणे, सेक्सबद्दल अरुची, योनी शुष्कता इत्यादी. अशा वेळी संयमाने व धैर्याने वागावे.

स्त्रीची प्रजननसंबंधीची रचना आणि शरीराच्या इतर विकासामध्ये इस्ट्रोजन आणि प्रोजेस्ट्रॉन हार्मोन्स मुख्य भूमिका वठवतात. हे हार्मोन्स खास करून स्तन, त्वचा, केस, शरीर इत्यादींच्या विकासात महत्त्वपूर्ण भूमिका वठवत असतात. इस्ट्रोजन- योनी, गर्भाशयाचा विकास, हाडांचे संरक्षण व मजबुतीसाठी खूप जरुरी असतो. मेनोपॉजनंतर शरीरात इस्ट्रोजनचे प्रमाण कमी होते आणि त्याचा शरीरावर प्रतिकूल परिणाम होतो. ८८% महिलांना तीव्रतेने उकडणे, गाल लाल होणे, रात्रीच्या वेळी शरीराच्या वरच्या भागात आणि चेहऱ्यावर घाम येणे, असे प्रकार होतात. दहामधून एका महिलेला दहा वर्षांपर्यंतसुद्धा ही लक्षणं दिसून येतात.

मेनोपॉजचे परिणाम

इस्ट्रोजनच्या कमतरतेमुळे योनी आकुंचन पावते आणि कोरडी पडते. योनीमध्ये खाज येते आणि संक्रमण होण्याबरोबर सेक्सच्या वेळी आणि नंतर दुखते. इस्ट्रोजनच्या कमतरतेमुळे हाडांनादेखील क्षती पोहोचते. यामुळे महिला ऑस्टियोपोरोसिसच्या शिकार होतात. मेनोपॉजनंतर तीनातली एक स्त्री ऑस्टियोपोरोसिसने पीडित होते. एवढंच नव्हे, तर मेनोपॉजच्या प्रारंभीच्या ५-६ वर्षांत कमीत कमी २०% महिलांमध्ये हाडांची क्षती होते. याशिवाय मेनोपॉजमुळे दात पडण्याचा धोकादेखील संभवतो.

मेनोपॉजमध्ये इस्ट्रोजनच्या कमतरतेमुळे कोलेस्ट्रॉलची मात्रा अस्वाभाविकपणे प्रभावित होते, कारण मेनोपॉजच्या प्रभावामुळे एचडीएल (चांगला कोलेस्ट्रॉल) चे प्रमाण कमी होते. त्यामुळे हृदयरोग होण्याची शक्यता वाढते. अद्याप मेनोपॉज, कोलेस्ट्रॉल आणि हृदयरोग यांच्या जटिल संबंधांवर संशोधन चालू आहे.

इस्ट्रोजनची कमतरता कशी भरून काढाल? : (उपचार)

मेनोपॉजमध्ये इस्ट्रोजनच्या कमतरतेमुळे स्त्रियांना जाणता-अजाणता बरेच आजार होऊ शकतात. म्हणून इस्ट्रोजनची कमी भरून काढण्याचा सर्वांत चांगला उपाय आहे - H.R.T. (Hormones Replacement Therapy) या उपचारामुळे हाडं मजबूत होतात आणि हृदयरोगाचा धोका कमी होतो. या उपचारामुळे योनी शुष्कता कमी होते व कामोत्तेजना वाढते परंतु काही डॉक्टरांच्या मतानुसार एच.आर.टी.मुळे ब्रेस्ट कॅन्सर होण्याचा धोका संभवतो. सलग पाच वर्ष एच.आर.टी. घेतल्याने विपरीत परिणाम होत नाही, असे नुकत्याच झालेल्या रिसर्चमध्ये स्पष्ट झाले आहे. याशिवाय ई.आर.टी. (इस्ट्रोजन रिप्लेसमेंट थेरपी) सुद्धा वरील सर्व आजार दूर करण्यात बरोबरीची भूमिका वठवणारी आहे. इस्ट्रोजन न घेणाऱ्या महिलेपेक्षा ई.आर.टी. घेणाऱ्या महिलेचे दात पडण्याचे प्रमाण दोन तृतीयांश एवढेच असते. जास्त कालावधीसाठी (१५ वर्षे किंवा त्यापेक्षा जास्त) इस्ट्रोजन घेत राहिल्याने धोका निम्मा होतो.

मेनोपॉजच्या कष्टापासून बचाव करण्यासाठी इतर उपाय

१) साधे जीवन जगत राहिल्यास मेनोपॉजपासून होणारे असंतुलन आटोक्यात राहू शकते. यासाठी नियमित व्यायाम करावा, खाण्यापिण्याच्या सवयी बदलाव्या, जेवण हलके आणि सुपाच्य असावे, शारीरिक सक्रियता आवश्यक आणि आहारात व्हिटॅमिन्स व मिनरल्स यांचा समावेश करावा.

२) एक चमचा गाजराच्या बिया आणि बीटचे ज्यूस घ्यावे.

३) तणावमुक्त राहायला शिका. चिंता करू नका. योगासनं करा. अंतर्मनाला सूचना देत राहा.

४) आपल्या डॉक्टरांच्या सल्ल्याने होमिओपॅथिक औषधांचे सेवन करा. होमिओपॅथिक औषधांमुळे मेनोपॉजच्या अनेक तक्रारी कमी होतात. होमिओपॅथीत शारीरिक त्रासांबरोबर मानसिक त्रासांकडेसुद्धा लक्ष दिले जाते. मानसिक त्रासांचा विचार केल्यानंतर जी औषधं दिली जातात, त्या औषधांना इतर कोणताही पर्याय उपलब्ध नाही.

महिलांच्या प्रजननशक्तीच्या विकासात रजोदर्शनाबरोबरच रजोनिवृत्ती हा देखील एक महत्त्वाचा संक्रमण काळ मानला जातो. किशोरावस्थेपासून परिपक्वावस्थेपर्यंत निसर्ग स्त्रियांच्या प्रजनन अवयवांना हळूहळू पुष्ट करून प्रजनन प्रक्रियेसाठी तयार करतो, त्याचप्रमाणे रजोनिवृत्तीच्या काळात तो त्यांना प्रजोत्पत्तीच्या जबाबदारीतून मुक्तही करतो. म्हणून रजोनिवृत्ती झाल्यावर अस्वस्थ आणि तणावग्रस्त होऊ नका. तुम्ही जेव्हा समंजसपणे व धैर्याने या गोष्टीचा स्वीकार करता, तेव्हा कित्येक त्रास सहजपणे नष्ट होतात आणि तुम्हाला चांगल्या तऱ्हेने जीवन जगता येतं.

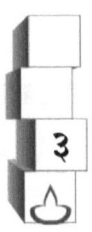

३

स्त्रियांची समस्या - श्वेतप्रदर

माहिती आणि निदान

स्त्रियांच्या जीवनात अनेक चढ-उतार येत असतात. जसे गर्भधारणा आणि प्रसूती. या चक्रामुळे त्यांना काही समस्यांना तोंड द्यावे लागते. परंतु लाजेखातर आणि संकोचवश त्या आपल्या आजारांबद्दल डॉक्टरांशी बोलायला घाबरतात. रोगाच्या प्रारंभिक अवस्थेत उपचार केले गेले तर ते लवकर बरे होतात, पण आजार वाढल्यानंतर डॉक्टरांकडे गेल्यास उपचार करणे कठीण होते. म्हणून डॉक्टरांकडे जाऊन आधी तपासणी करून घ्यावी, संकोच करू नये हे उत्तम. शरीर आजारी पडणे एक सामान्य गोष्ट आहे.

श्वेतप्रदर - आरोग्याचा शत्रू

श्वेतप्रदर झाल्यास पाळीच्या वेळी ऋतुस्राव अनियमित होतो. योनीच्या भिंतीतून किंवा गर्भाशय ग्रीवेतून श्लेष्मा (म्यूकस)चा स्राव होतो. यामुळे सारखी कंबरदुखी चालू राहते. खूप थकल्यासारखं वाटतं. प्रत्येक स्त्रीचा त्रास वेगळा असतो. श्वेतस्राव जर जास्त प्रमाणात झाला आणि त्याचा रंग पिवळा, हिरवा अथवा निळा असला, खाज येत असेल, तर ही स्थिती गंभीर असते. यामुळे शरीर अशक्त होते, हातपाय दुखतात, कंबरदुखी, पिंडऱ्या ओढल्या जाणे, शरीर जड पडणे आणि चिडचिडेपणा वाढतो, दुर्गंधीयुक्त घट्ट स्राव निर्माण होतो.

स्त्रियांमध्ये श्वेतप्रदर (ल्युकोरिया), संक्रमणामुळे (इन्फेक्शन) होतो आणि

याच्याकडे दुर्लक्ष केल्यास तो व्याधीचे रूप धारण करतो. ल्युकोरियाचा शाब्दिक अर्थ आहे – पांढऱ्या तरल पदार्थाचा स्राव होणे.

सामान्यत: हा आजार अधिक तिखट, पचण्यास जड, मादक पेय पिणे, कफ वाढवणारे भोजन, संक्रमण इत्यादी कारणांमुळे होतो. मानसिक व शारीरिक त्रास वाढतो. श्वेतप्रदर आजाराने ग्रासित स्त्रियांच्या हातापायात जळजळ होणे, स्वभावात चिडचिडेपणा, रक्ताल्पता, शारीरिक दुर्बलता आणि मानसिक तणाव इत्यादी लक्षणे दिसून येतात. आधुनिक चिकित्सा विज्ञानाच्या आधारावर जननेंद्रिय (Genital Organs) म्हणजे गर्भाशय, योनी (Vagina) आणि योनीमार्गात संक्रमण झाल्याने श्वेतस्राव होतो. ल्युकोरिया हादेखील अनेक प्रकारच्या संक्रमणाद्वारे होणारा आजार आहे. जडपणा, आळस, अस्वस्थता, जीव घाबरणे, अशक्तपणा, भूक व्यवस्थित न लागणे, शारीरिक कांती कमी होणे, ही याची लक्षणे होत.

श्वेतप्रदराचे संक्रमण (इन्फेक्शन) दोन प्रकारे होतो. गर्भाशय व गर्भाशय ग्रीवेमुळे उत्पन्न होणारे स्राव आणि कधी कधी योनीमार्गाच्या ग्रंथींची (Vulvar Glands) क्रिया वाढल्याने संक्रमण होते. सारखा गर्भपात होत राहिल्याने, मधुमेहामुळे आणि गर्भनिरोधक गोळ्यांच्या अतिसेवनामुळे श्वेतप्रदर होऊ शकतो.

खाल्लेलं अन्न पचण्याआधी पुन्हा खाणे, वेगाने घोडेस्वारी करणे, जास्त दुःख अथवा चिंता करणे, जास्त मसालेदार, चटपटीत व आंबट पदार्थ खाणे, शरीर दुर्बल होणे, योनी प्रदोष स्वच्छ न ठेवणे, कोणत्यातरी कारणाने सूज येणे हे सर्व श्वेतप्रदरामुळे उद्‌भवते.

रोगाचे निदान

या रोगाच्या उपचारासाठी विशिष्ट तपासणी (पोप स्मीअर टेस्ट) केली जाते. यामध्ये द्रवाचा नमुना घेऊन इन्फेक्शनची कारणे शोधली जातात आणि त्याप्रमाणे औषधं दिली जातात. जर सर्विक्समध्ये सूज असेल किंवा रक्तस्राव होत असेल, तर लेजरचा उपयोग केला जातो. याशिवाय स्वच्छता, आहार–विहारातील बदल याकडेही लक्ष पुरविले जाते. लक्षणांकडे बघून वयानुसार उपचार केले जातात.

आयुर्वेदिक उपचार

- प्रदरांतक लोह २५० ग्रॅम, कुकुटाण्डक त्वक् भस्म २५० मि. ग्रॅम, प्रवाळ भस्म २५० मि. ग्रॅम सकाळी व रात्री मधाबरोबर घ्यावे.

- जेवणानंतर – अशोकारिष्ट १० मि.ली., लोहासव १० मि.ली. दिवसातून दोन वेळा १० मि.ली. पाण्याबरोबर घ्यावे.

घरगुती उपाय

१) शिंगाड्याच्या पिठाचा शिरा खाणे लाभदायक ठरते.

२) साजूक तुपात डिंक तळून साखरेच्या पाकात घालून खाल्ल्याने फायदा होतो.

३) पिकलेल्या टोमॅटोचे सूप प्यावे व आवळ्याचा मुरंबा खाल्ल्यानेदेखील या रोगात आराम वाटतो.

४) संध्याकाळी शिंगाडे माठाच्या पाण्यात टाका. सकाळी माठातून काढून मिक्सरमध्ये वाटून घ्या. त्यात समप्रमाणात पिठीसाखर मिसळा. सकाळी अनशा पोटी खाऊन वरून गोड, गरम दूध प्या.

५) बिया नसलेल्या बाभळीच्या पातळ शेंगा सावलीत वाळवून दळून घ्या. हे चूर्ण एक चमचा मधात मिसळून त्याचे चाटण सकाळ-संध्याकाळ चाटा.

६) रात्री झोपताना एक लहान चमचा त्रिफळा चूर्ण गरम पाण्याबरोबर घ्या. हा प्रयोग ४० दिवस करा. आराम वाटेल.

७) एक ग्लास दुधात एक केळ कुस्करून एक चमचा साजूक तूप व तीन चमचे मध घाला. सकाळी व रात्री झोपताना घेत जा. अवश्य आराम वाटेल.

खंड ६
गर्भवती स्त्री

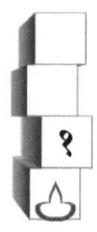

१

अपत्य नसलेली स्त्री अपूर्ण असते का

शारीरिक पूर्णता म्हणजेच पूर्णता नव्हे

जी स्त्री विवाहोपरांत मातृत्वसुखाला पारखी असते, समाज तिच्याकडे तिरस्कृत नजरेने बघत असतो. मूल न होणे म्हणजे 'स्त्री अपूर्ण आहे, तिच्या जीवनात पूर्णत्व नाही,' अशी एक समजूत समाजात सर्रास आढळते. कारण सर्वत्र लोकांमध्ये हीच धारणा प्रचलित आहे. त्याच समजुतीच्या आधारावर स्त्री स्वतःला अपूर्ण समजते. मनाने जे स्वीकृत केलेलं असतं, तेच आपल्याला दिसत असतं.

एकदा एका गुरुजींनी आपल्या शिष्याला विचारांच्या सामर्थ्याचे प्रात्यक्षिक शिकवताना एका खोलीत बसवले आणि ते म्हणाले, 'विचार करत राहा की मी एक बैल आहे.' आता तो शिष्य खोलीत तसाच विचार करत बसला कारण त्याला ती आज्ञा दिलेली होती. दुसऱ्या दिवशी गुरुजी खिडकीजवळ येऊन म्हणाले, 'बाहेर ये' तेव्हा तो बाहेर येतो. त्याला ते परत सांगतात, 'थांब, परत आत जा आणि हाच विचार करत बस.' असे दोन दिवस गेले. तिसऱ्या दिवशी गुरुजी आले आणि म्हणाले, 'खिडकीतून बाहेर ये.' तेव्हा तो खिडकीतून बाहेर येऊ शकत नव्हता. त्याला जेव्हा याचे कारण विचारलं, 'तू बाहेर का येऊ शकत नाहीस?' तेव्हा तो म्हणाला, 'बाहेर पडताना माझी शिंगं अडकतात.' असं घडलं कारण तो सारखं उच्चारत राहिला, 'मी बैल आहे, मी बैल आहे.' त्याचप्रमाणे ती स्त्री सारखं म्हणत होती, 'मी आई होऊ शकले नाही म्हणून अपूर्णता जाणवते आणि इतर लोकही म्हणतात की तू वांझोटी आहेस... तुला मूल

झालेच नाही...' याचाच अर्थ तुम्ही अपूर्ण आहात असं नव्हे, तर तुम्हाला मूल होत नाही म्हणजे तुमचं जीवन इतरांपेक्षा वेगळं आहे, तुमची गीता वेगळी आहे, तुमच्या हातून काहीतरी वेगळं कार्य व्हायचं आहे. तुमच्यासाठी काही वेगळी आव्हानं आहेत, या समजेने जीवनाकडे बघा.

जगात सगळी माणसं एकसारखं कार्य करत नाहीत. काही लोक नवीन मार्ग शोधतात, मागे येणाऱ्यांसाठी नवे रस्ते बनवतात. ही गोष्ट समजून घेऊन त्यानुसार जगायला शिका म्हणजे अशा गोष्टींचा तुम्हाला त्रास होणार नाही. तुमच्यामध्ये मोठा बदल होऊ शकतो. बाईने मूल जन्माला घातले नाही, ती आई होऊ शकली नाही, वांझोटी राहिली. यातच तिचे जीवन संपले असं नव्हे, तर त्या शरीराचे तेच कार्य होते. आपण छोट्या गोष्टीतच अडकून राहता. जिच्याबरोबर ही घटना घडत असेल, तिने स्वतःला विचारावे, या घटनेला वरदान बनवायचे आहे की अभिशाप?

लोकांना अपूर्णतेची जाणीव होते, कारण ती शरीरालाच 'मी' समजतात. तुम्ही जेव्हा स्वतःला शरीरापलीकडे समजाल, तेव्हा या अपूर्णतेचा प्रश्नच उद्भवणार नाही. कारण आपण तर आधीपासूनच पूर्ण आहात. पूर्णतेमधून काहीच काढता येत नाही आणि त्यात काही घालताही येत नाही. पूर्ण हे सदैव पूर्णच असते. याचा अर्थ असा नव्हे, की ती स्त्री कधी आई होऊ शकत नाही. योग्य उपचार केले, तर वांझोटी स्त्रीसुद्धा आई होऊ शकते.

'प्रत्येक स्त्रीला मूल व्हायलाच पाहिजे,' असे भारतीय समाजातील लोक समजतात. पण, हे पूर्ण सत्य नव्हे. माणूस स्वतःला शरीर समजून वर सांगितलेल्या समजुतींमध्ये अडकतो. मूल होत असेल, तर स्त्रीसाठी ती आनंदाची गोष्ट आहे, पण जर 'मूल झाले नाही तर जीवन व्यर्थ आहे,' असे मात्र समजू नये. एखादी स्त्री वांझोटी आहे, तिला मूल होणारच नसेल, तर समाजाकडून तिरस्कृत झाल्यामुळे ती स्वतःला कमी लेखते आणि अपूर्ण समजते. आपल्या संरक्षणासाठी ती दुसरे साधन प्राप्त करू शकत नाही. स्त्रीला पुत्र झाला, तर त्याचे पालनपोषण करण्यात आईचे जीवन पूर्ण होते. आईला मुलामुळे संरक्षण मिळते आणि आई मुलाला तेजप्रेमदेखील देते. याउलट एखाद्या स्त्रीला जर मूल नसेल, तर ती दुसऱ्या मार्गाने पूर्णता प्राप्त करू शकते. तेजज्ञान प्राप्त करणारी माणसं नेहमी शारीरिक पूर्णतेलाच पूर्णता मानत नाहीत, कारण त्यांच्यामध्ये तेजसमज असते.

पूर्णतेला पूर्ण व्हावे लागते. आध्यात्मिक पूर्णतेशिवाय पूर्णता पूर्ण होत नाही.

जी माणसं जीवनात पुढे जाऊ इच्छितात, संपूर्णतेची अपेक्षा करतात त्यांनी नवीन प्रयोग अवश्य करावेत. असे लोक मूल दत्तक घेऊन पूर्णता प्राप्त करू शकतात. आपलंच मूल हवं, हा हट्टही आवश्यक नाही. जे लोक मुलामुळे आपल्या जीवनाला पूर्णत्व देऊ इच्छितात, ते एक मूल दत्तक घेऊन पूर्णता प्राप्त करू शकतात आणि विश्वालादेखील मदत करू शकतात. स्वतःची मुलं असलेली माणसंदेखील हे काम करू शकतात. जे लोक मूल जन्माला घालू शकतात, पण तरीही तसे न करता मूल दत्तक घेतात कारण ते आत्मनिर्भर असतात. त्यांची मुलं त्यांना सांभाळणार की नाही, या गोष्टीवर त्यांचा आनंद अवलंबून नसतो. त्यांचे विचार दृढ असतात. असे लोक स्वतःच्या गुणांमुळे खूप काम करतात, त्यामुळे त्यांना वृद्धत्वाची भीती वाटत नाही. कारण ते पूर्वतयारी करतात. आधीपासूनच सगळी व्यवस्था करतात, स्वतःला ते शरीरापासून वेगळे मानतात. आपल्या शरीरावर त्यांचे आत्मनियंत्रण असते. अशा लोकांना मृत्यूचे भय वाटत नाही. कोणतीही असुरक्षा त्यांना घाबरवू शकत नाही. ही समज ठेवूनच तेजसंसारी माणसं कार्यरत असतात.

याचा अर्थ असा नव्हे, की मुलांना जन्म देऊ नये. मूल दत्तकही घेता येतं. मात्र 'मी निमित्त कसा ठरू शकतो' याविषयी प्रत्येकाने विचार करावा. एखाद्या माणसासाठी मूल दत्तक घेणे हा एक निमित्त होण्याचा मार्ग ठरू शकतो. एखाद्याला घर देऊन आपण त्याच्यासाठी निमित्त बनू शकतो. कुणासाठी निमित्त होण्याचे आणखी काही मार्ग असू शकतात. वेगळ्या प्रकारची सेवा करून तुम्ही निमित्त बनू शकता. ज्याला जी गोष्ट योग्य वाटते, तो त्या मार्गाने जाऊ शकतो.

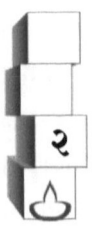

२

मुलाच्या जन्माबरोबर स्त्रीचा पुनर्जन्म

तेजप्रेम व्यक्त करण्याची संधी

'मुलाच्या जन्माबरोबर मातेचादेखील नवा जन्म होतो.' असं म्हणतात आई झाल्यावर तिचे तेजप्रेम अभिव्यक्त होते व तिच्यात पूर्णता येते म्हणून आईच्या नात्यात तेजप्रेम जास्त असते, असे म्हटले जाते. जेव्हा मुलाचा जन्म होतो, तेव्हा आईच्या आतील ही शक्यता अधिकच खुलते आणि ती आपल्या मुलाला चांगले, उदात्त व अनन्य प्रेम देते. मूल जन्माला येण्याआधी स्त्री आपल्या या गुणाला जाणतही नसते. मुलाचा जन्म होताच तिच्या या गुणाला प्रकट होण्याची संधी मिळते. मुलाच्या जन्माबरोबर तेजप्रेम प्रकट होणे सोपे असते.

याचा अर्थ असा नव्हे, की तेजप्रेम प्रकट होण्याचा हाच एकमेव मार्ग आहे. परंतु एवढे मात्र खरं आहे, की मुलाच्या जन्माबरोबर आई आपल्या तेजप्रेमाची अभिव्यक्ती करू शकते. ज्याप्रमाणे एखाद्या चित्रकाराने चित्र काढले नाही, तर त्याला अपूर्णतेची जाणीव होते, त्याचप्रमाणे मुलाच्या जन्माबरोबर आईचादेखील जन्म होतो म्हणजेच ती आपल्या तेजप्रेमाला प्रकट करू शकते. कारण मुलाच्या जन्माआधी तिला आई म्हणणारं कोणी नव्हतं. याआधी ती एक स्त्री, महिला किंवा नारी होती, परंतु मुलाच्या जन्माबरोबर ती 'आई' म्हणून ओळखली जाते. याचाच अर्थ, मुलाच्या जन्माआधी आईचादेखील जन्म झाला नव्हता. त्याचप्रकारे एक शक्यता प्रकट करण्यासाठी आणि पूर्णत्व प्राप्त करण्यासाठी मुलाचा जन्म होतो. स्त्रीमध्ये एक विशेष गुण आहे, की ती

हृदयावर राहू शकते, तेजप्रेम सहजतेने प्रकट करू शकते. स्त्रीच्या शरीरातून तेजप्रेम सहजतेने प्रकट होतं असल्याने आपल्या मुलाला प्रेम देणे सगळ्यात सहज गोष्ट वाटते म्हणूनच मुलाच्या जन्माबरोबर स्त्रीचादेखील नवा जन्म होतो, असं म्हटले जातं.

एक मूल संपूर्ण कुटुंबासाठी फार मोठी संधी ठरू शकते, ही गोष्ट येथे ध्यानात घ्यायला हवी. आईबरोबर ते मूलही संपूर्ण कुटुंबासाठी निमित्त बनते. मूल घरात आले म्हणजे त्याने तुम्हालासुद्धा मूल व्हायची संधी दिली आहे. जो अनुभव आपण मोठे झाल्यानंतर विसरला होतो, त्या जीवनाला आता पुन्हा सुरुवातीपासून बघू शकतो. जीवनाचा फार मोठा काळ माणूस विसरून जातो. त्याला जर सगळं आठवलं असतं, तर आज त्याचे निर्णय वेगळेच झाले असते.

एका मुलाच्या जन्माबरोबर पुन्हा मूल व्हायची जी संधी प्राप्त होते, त्यामुळे माणसाला परत आपलं बालपण दिसायला लागतं. त्या मुलाच्या डोळ्यांमध्ये त्याला खऱ्या अनुभवांचं दर्शन होतं. त्या मुलाच्या निरागस चेहऱ्यामध्ये, प्रश्नांमध्ये त्याचा भोळसटपणा, स्वानुभवावर राहून बोलण्याची सवय, जी कधी त्याच्यातही होती, ती त्याला आठवते म्हणून मूल प्रत्येकासाठी एक संधी बनून येते. आपल्याला पुन्हा मूल व्हायची संधी मिळते. मग मुलाप्रमाणे मोकळेपणाने जगण्याचा, निरागस बनण्याचा भास माणसाला होतो. मुलांना जर राग आला, तर तो व्यक्त करून ते त्यापासून मुक्त होतात, ती घटना विसरून जातात, मुलांमधील हे सगळे गुण बघून मोठ्यांनादेखील प्रेरणा मिळू शकते. अशा प्रकारे मूल सर्वांसाठी निमित्त बनू शकते. मुलाच्या माध्यमातून प्रत्येकाला आपले तेजप्रेम व्यक्त करण्याची संधी प्राप्त होते. तेजप्रेमाची चव चाखायला मिळताच सगळ्यांसाठी ती निमित्त बनू शकते, त्यानंतर तो माणूस प्रत्येकाला तेजप्रेम देऊ लागलो. मुलाला जर योग्य पद्धतीने वाढवलं, तर पुन्हा एकदा सर्वांना तेजप्रेम जागृत करण्याची संधी मिळू शकते.

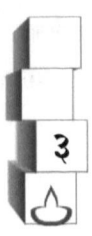

३

गर्भावस्थेत संतुलित जीवनाचे महत्त्व

मातृत्वाच्या नव्या सुखद मार्गाकडे

गर्भावस्थेतील सर्वांत महत्त्वाची गोष्ट म्हणजे आपले स्वास्थ्य उत्तम ठेवणे. योग्य आहार आणि योग्य व्यायाम यामुळे संपूर्ण गर्भावस्थेच्या काळात स्त्री उत्साही, प्रसन्न आणि तब्येतीने उत्तम राहून एका निरोगी आणि स्वस्थ बालकाला जन्म देऊ शकते.

गर्भधारणेच्या आधी आई आणि वडिलांच्या पोषणासंबंधीच्या परिस्थितीचा प्रभाव बाळाच्या आरोग्यावर होऊन तो मुलाच्या आरोग्यावर जीवनभर राहू शकतो. भावी माता-पित्याच्या रूपात तुमचे साधारण स्वास्थ्य, आहार आणि फिटनेस तुमच्या गर्भस्थ शिशूच्या स्वास्थ्याच्या दृष्टीने फार महत्त्वाची भूमिका वठवतात.

तुमचं शरीर एका छोट्याशा जिवाला नऊ महिन्यांपर्यंत आपल्या पोटात ठेवून त्याला पोषण आणि सुरक्षा देणार असतं. या दरम्यान बाळाच्या पोषणासंबंधीची प्रत्येक गरज पूर्ण करावी लागणार असते. त्यामुळे तुम्ही स्वतःच्या आरोग्याची काळजी घेऊन तब्येत एकदम निकोप, निरोगी व उत्साही ठेवायला हवी.

यासाठी सुरुवातीपासूनच तुम्हाला सर्व पोषक तत्त्वे समाविष्ट असलेला आहार घ्यावा लागेल, ज्यायोगे तुमचे व मुलाचे आरोग्य उत्तम राहील. शरीराची ही गरज भागवणे फार आवश्यक असते.

आतापासूनच जर योग्य सुरुवात केली, तर चांगल्या सवयी निर्माण होतील. तुमचे

शरीर गर्भधारणेसाठी सर्वोत्तम अवस्थेत तयार होईल. एवढेच नव्हे, तर त्या काळात, जे शारीरिक आणि मानसिक बदल होत असतात, त्या सर्व बदलांचा योग्य प्रकारे सामना करण्यासाठी तुम्हाला संतुलित आणि पौष्टिक आहार घ्यायला हवा. याव्यतिरिक्त आधीपासूनच आरोग्यासाठी हितकर आहार घेतल्याने शरीराला पोषक तत्त्वे आणि शक्ती देऊ शकाल. या सर्व गोष्टींचा उपयोग भविष्यात बाळाला स्तनपान करताना होऊ शकते.

तुम्ही तुमच्या आहाराबद्दल अधिक चौकस असाल अथवा एखादा पूरक आहार (Supplement) घेऊ इच्छित असाल, तर आपल्या डॉक्टरांचा अवश्य सल्ला घ्या. आपल्या दैनंदिन आहारात सगळी पोषक तत्त्वे समाविष्ट करणे आणि दररोज उत्तम संतुलित आहार घेणे ही गोष्ट कधीही चांगली ठरते. तुम्ही जर व्हिटॅमिनच्या गोळ्या घेऊ इच्छित असाल, तर डॉक्टरांचा सल्ला अवश्य घ्या.

पोषक आहाराची यादी

आई आणि मूल दोघांसाठी स्वस्थ, संतुलित आहार फार आवश्यक असतो. म्हणून आपल्या जेवणात पोषक तत्त्वांचा अगदी काटेकोरपणे समावेश करा. तुम्ही जो आहार घ्याल, त्या आहारामुळे तुमच्या बाळाच्या आहारासंबंधीच्या गरजा पूर्ण होत असतात. समजूतदारपणाने तयार केलेली पौष्टिक आहाराची यादी आईची तब्येत चांगली ठेवण्यासाठी पावलागणिक लाभदायक ठरते. त्याचबरोबर गर्भात वाढणाऱ्या शिशूची पोषणासंबंधी गरजा पूर्ण करण्यात ती सहायक ठरते.

तुमच्या आहारात वेगवेगळ्या प्रकारचे खाद्यपदार्थ समाविष्ट करा. खाली तुमच्याकरिता वेगवेगळ्या खाद्य समूहांमध्ये असलेल्या पोषक तत्त्वांची थोडक्यात माहिती दिली आहे -

१) धान्ये - यात कार्बोहायड्रेट, आयर्न, झिंक आणि काही ट्रेस मिनरल्स (खनिजे) देखील असतात. गहू, ज्वारी, भात, मका हे या श्रेणींचे खाद्यपदार्थ होत.

२) भाज्या आणि फळं - यांच्यामध्ये व्हिटॅमिन ए आणि सी, कार्बोहायड्रेट आणि फॉलिक ॲसिड भरपूर प्रमाणात असतात. फ्रिजमध्ये ठेवलेल्या (फ्रोजन फ्रूट्स) फळांपेक्षा ताजी फळं आणि भाज्या अधिक पोषक असतात. त्याचबरोबर, फळांच्या रसापेक्षा नैसर्गिक फळं खाणं जास्त गुणकारी ठरतं. सर्व प्रकारची फळं आणि भाज्या खा.

३) दुधाची उत्पादने - या वर्गात दूध, सोया मिल्क, पनीर, चीज यांचा समावेश होतो. यात कॅल्शियम, प्रोटीन्स, व्हिटॅमिन डी व व्हिटॅमिन बी असतात.

४) शेंगा, शेंगदाणे आणि सुकामेवा - यामध्ये प्रोटीन, लोह, व्हिटॅमिन बी ६ व्हिटॅमिन बी १२, झिंक व फॉलिक ॲसिड भरपूर प्रमाणात मिळते. सुका मेवा (बदाम, अक्रोड, काजू, जरदाळू), मोड आलेली कडधान्ये आणि राजमा या श्रेणीत मोडतात.

५) मांसाहारी जेवण - डॉक्टरांकडून तुम्हाला मांसाहारी जेवण घ्यायचा सल्ला मिळाला असल्यास अंडी, मासे, चिकन आणि मटण घ्या. यात प्रोटीन आणि लोहाची मात्रा भरपूर असते.

आपल्या आहारात खालील पोषक तत्त्वांचादेखील समावेश व्हायला हवा.

ही गोष्ट लक्षात ठेवा.

- कॅल्शियम - मुलांची हाडं आणि दातांच्या योग्य विकासासाठी उत्तम.
- आयर्न - गर्भावस्थेत रक्ताचे प्रमाण वाढवणे, भ्रूणाचे रक्त आणि मांसपेशीच्या वाढीसाठी अत्यंत लाभदायक.
- प्रोटीन्स - शरीराच्या रचनेचा प्रमुख आधार.
- कार्बोहायड्रेट - उत्साह आणि शक्ती प्रदान करतात. शरीराच्या प्रत्येक कार्यप्रणालीला शक्ती देणारा हा घटक आहे.
- वसा - ऊर्जा व शक्तीचे महत्त्वपूर्ण माध्यम.

गर्भावस्थेदरम्यान जर तुमच्या छातीत जळजळ होत असेल, तर अन्न थोड्या-थोड्या वेळाने नीट चावून सावकाश खावं. तळलेले व मसालेदार खाद्यपदार्थ (उदाहरणार्थ, काळी मिरी, फ्राइड चिकन) खाऊ नये. जेवताना पातळ पेय पिण्याऐवजी दोन वेळच्या जेवणामध्ये जास्तीत जास्त द्रवपदार्थ प्यावेत. जेवण होताच झोपू नये.

संतुलित जेवणासाठी नऊ पावलं

संतुलित आहार योजना तयार करण्यासाठी खाली काही सूचना दिल्या आहेत-

१) आपल्या जेवणात दररोज वेगवेगळ्या पोषक खाद्यपदार्थांचा समावेश करावा.

२) डबलरोटी आणि धान्यं (विशेष करून अखखी धान्यं), फळं आणि भाज्या जास्त प्रमाणात खाव्यात.

३) चरबीयुक्त (सॅच्युरेटेड फॅट) आणि स्निग्ध पदार्थांचा आहार कमी घ्यावा.

४) आहार आणि व्यायाम यांच्यामध्ये संतुलन ठेवून, आपले वजन आटोक्यात ठेवा.

५) तुम्ही जर मद्यपान करीत असाल, तर ते बंद करण्याचा प्रयत्न करा.

६) साखर आणि साखरयुक्त पदार्थ कमी प्रमाणात खा.

७) जेवणात मीठ कमी वापरा.

८) कॅल्शियमयुक्त आहार घ्या.

९) आयर्न आणि खनिजयुक्त भोजन घ्या.

या खाद्यपदार्थांची पथ्यं पाळा

असे काही खाद्यपदार्थ आहेत, जे गर्भावस्थेच्या काळात खाल्ल्याने तुमच्या बाळाला नुकसान पोहोचवू शकतात. तुमच्या माहितीकरिता या खाद्यपदार्थांची व पेय पदार्थांची सूची खाली देत आहोत. शक्यतो या पदार्थांचे सेवन करू नका.

- ज्यामध्ये मिथाइल मर्क्युरी (माशांमध्ये आढळणारा एक पदार्थ) आहे, असे मासे खाऊ नका. हे मासे गर्भस्थ शिशूसाठी घातक आहेत. त्याचप्रमाणे शार्क, टाइलफिश अशा माशांचेदेखील सेवन करू नये.

- कॅफिनयुक्त पदार्थ जास्त प्रमाणात घेऊ नयेत. तुम्ही जर जास्त प्रमाणात चहा, कॉफी किंवा सोडा पीत असाल, तर आपल्या डॉक्टरांचा सल्ला अवश्य घ्या आणि कॉफी किती कप प्यायची ते ठरवा. कॅफिनरहित तुम्हाला आवडणारे कोणतेही पेय प्या. जसं, सायरहित गरम दूध, शहाळ्याचं पाणी, दूध आणि मध किंवा स्वच्छ मिनरल वॉटर.

- खाण्यायोग्य नसलेला कोणताही पदार्थ खाऊ नये. काही गर्भवती स्त्रिया अखाद्य पदार्थ खायची इच्छा व्यक्त करतात. उदाहरणार्थ, मुलतानी माती. तुम्हाला जर असे पदार्थ खावेसे वाटत असतील, तर आपल्या डॉक्टरांशी मोकळेपणाने बोला. (नोट : आपल्या डॉक्टरांकडून अखाद्य पदार्थांची सूची लिहून घ्या आणि पथ्ये पाळा.)

गर्भावस्थेच्या काळात वजन वाढणे

योग्य व संतुलित प्रमाणात कॅलरीयुक्त आहार घेतल्याने तुमचे व तुमच्या बाळाचे वजन योग्य प्रमाणात वाढेल आणि गर्भावस्थेबरोबरच प्रसूतीच्या वेळी जास्त त्रास होणार नाही. याशिवाय, तुम्हाला गर्भावस्थेमुळे उद्भवणाऱ्या काही जटिल समस्या (डायबिटीस, उच्च रक्तदाब, गॅसेस, कंबरदुखी) यांचा त्रासही कमी होतो. गर्भावस्थेच्या पहिल्या तीन महिन्यांत आपण जितक्या कॅलरीज घेत असाल, त्या कमी करता कामा नये.

गर्भावस्थेच्या काळात वजन फार कमी प्रमाणात वाढत असेल, तर ते अर्भकाच्या संपूर्ण विकासात बाधक ठरते. याउलट, वजन जास्त वाढत असेल, तर डिलिव्हरीनंतर वजन कमी करणे फार त्रासदायक ठरते. तुमच्या माहितीसाठी येथे सामान्य वजनवृद्धीसंबंधी डॉक्टरांची शिफारस असलेला तक्ता देत आहोत. या तक्त्यानुसार तुमचे वजन जुळवून बघा, तुलना करा. सगळ्यांत चांगला मार्ग म्हणजे तुमच्या डॉक्टरांचा सल्ला घ्या म्हणजे गर्भावस्थेच्या काळात तुमचे वजन किती वाढले पाहिजे, हे समजेल.

- आपले वजन जर आवश्यकतेपेक्षा कमी असेल, तर आपल्याला वाढवायला हवे : किमान १२-१८ कि.ग्रॅ. वजन
- आपले वजन सामान्य असेल, तर आपल्याला ते वाढवायला हवे : किमान ११-१५ कि.ग्रॅ. वजन
- आपले वजन आधीच आवश्यकतेपेक्षा जास्त असेल, तर आपल्याला वाढवायला हवे : किमान ६.८-११ कि.ग्रॅ. वजन
- आपण लठ्ठ असाल, तर आपल्याला वाढवायला हवे : किमान ६.८ कि.ग्रॅ. किंवा यापेक्षा कमी वजन

पूरक आहार

१) बी-ग्रुपची व्हिटॅमिन पुरके - फॉलेट बी ग्रुपचा व्हिटॅमिन आहे (याला फॉलिक ॲसिड म्हणतात) आणि बाळाच्या शरीरातील कोशिकांच्या स्वस्थ विकासासाठी हे आवश्यक आहे. संशोधनाअंती असे आढळून आले आहे, की बऱ्याचशा महिलांच्या आहारात फॉलेटची मात्रा पर्याप्त नसते, त्यामुळे अशा महिलांना गर्भधारणेच्या आधी आणि गर्भावस्थेच्या काळात फॉलेट घ्यायला सांगितलं जातं.

२) आयर्न पुरके - गर्भावस्थेदरम्यान आयर्न अथवा लोहपूरक म्हणून ३० ते ६० मि.ग्रॅम मात्रा घ्यायचा सल्ला दिला जातो. तुमच्या जेवणातून जर एवढी मात्रा मिळत नसेल, तर तुम्ही आयर्न पूरक (गोळ्या) घ्यायला हव्यात.

३) इतर पुरकांमध्ये कॅल्शियम, मल्टीव्हिटॅमिनच्या गोळ्या घ्याव्या. कोणतेही आहारपूरक घेण्याआधी व घेतल्यानंतर डॉक्टरांचा सल्ला अवश्य घ्यावा.

इतर औषधं

तुम्ही एखादं औषध घेत असाल, तर डॉक्टरांना त्याबद्दल अवश्य विचारा, की तुमच्या गर्भधारण करण्याच्या क्षमतेत (जर तुम्ही गर्भधारणेची योजना आखत असाल तर) आणि तुमच्या बाळाच्या विकासात (गर्भवती झाल्यावर) या औषधाचा काय परिणाम होईल.

याव्यतिरिक्त जर तुम्ही डोकेदुखी अथवा अन्य कोणत्याही दुखण्यासाठी वेदनाशामक गोळ्या घेत असाल आणि गर्भवती असाल, तर हे डॉक्टरांना अवश्य विचारून घ्या, की गर्भस्थ शिशूवर याचा काही विपरीत परिणाम होईल का? तसेच, गर्भधारणा होण्याआधी तुम्ही घेत असलेले प्रत्येक औषध घेणं बंद केलं पाहिजे. आधी तुमच्याकडे असलेल्या औषधांबद्दल डॉक्टरांना माहिती देऊन विचारा, की औषधं घेण्याची ही सवय बदलण्याचा दुसरा मार्ग आहे का? काही औषधांचे प्रमाण डॉक्टरांच्या देखरेखीखाली तुम्ही हळूहळू कमी करू शकता. त्यांच्याशी या संदर्भात बोला आणि आपल्या प्रत्येक शंकेचं निरसन करून घ्या. हा मार्ग कधीही चांगला ठरतो.

सक्रिय गर्भावस्थेसाठी जीवन आनंदाने आणि उत्साहाने जगा

आनंदाने आणि उत्साहाने जीवन जगण्याचे बरेच फायदे होतात. यामुळे हृदय, फुफ्फुसं आणि शरीरातील मांसपेशी चांगल्या तऱ्हेनं काम करतात. नियमित शारीरिक व्यायाम आणि आहाराची स्वस्थ सवय यामुळे तुम्हाला जास्त शक्ती प्राप्त होते, तणाव कमी होतो आणि तुम्ही स्वतःला स्वस्थ व ताजेतवाने ठेवू शकता.

चांगल्या आरोग्यासाठी हलका व्यायाम करणे, विशेषतः सक्रिय गर्भावस्थेसाठी ही गोष्ट फार आवश्यक असते. गर्भावस्थेदरम्यान तुमच्या शरीरात अनेक प्रकारचे बदल होत असतात. आपण जर आनंदी व निरोगी राहाल, तर त्यांचा सहज सामना करू शकाल.

शारीरिक गतिविधी

आपण जर गर्भवती होण्यासाठी योजना आखत असाल, तर शारीरिक गतिविधी आत्मसात करणे आपल्यासाठी फार आवश्यक आहे. कंबर, गुडघे आणि घोट्यांचा व्यायाम करून प्रसव वेदना आणि प्रसूतीसाठी त्यांना जास्त शक्तिशाली बनवा.

१) त्यामुळे कंबरदुखीचा त्रास थोपवण्यासाठी मदत मिळते.

२) रक्तसंचार चांगला होतो आणि गर्भावस्थेत पायावर येणारी सूज कमी होते.

३) पायांच्या मांसपेशी आकुंचन पावणार नाहीत.

४) शरीराचे वजन नियंत्रित राहील.

५) शरीराचे संतुलन आणि ताळमेळ व्यवस्थित राहील.

६) तणावाशी सामना करायला मदत मिळेल.

७) बाळाला जन्म देण्याची व त्याची देखभाल करण्याची शक्ती मिळते.

८) मांसपेशी आखडणार नाहीत.

९) शरीराच्या आकारात होणारा बदल सहजतेनं स्वीकाराल.

१०) गर्भावस्थाशी निगडित गॅस्ट्रेशनल डायबिटीससारख्या समस्या थोपवायला मदत मिळेल.

११) आपण आनंदी, निरोगी आणि उत्तम आहोत असे जाणवेल.

१२) बाळ जन्माला आल्यानंतर कमी वेळात स्वास्थ्य लाभ होतो.

यापूर्वी आपण व्यायाम करीत नसाल किंवा उत्साहाने, आनंदाने कामं करत नसाल, तरी आता वेळ आली आहे... लगेच सुरुवात करा! (नोट : जर आपण गर्भवती असाल, तर डॉक्टरांना विचारल्याशिवाय कोणताही व्यायाम सुरू करू नका.)

आपण आधी हळूहळू व्यायाम सुरू करा. यानंतर आपल्या व्यायामाची वेळ वाढवत चला. तुम्ही करत असलेला व्यायाम आणि त्याची मात्रा या दोन गोष्टींवर गर्भासाठी हे व्यायाम चालू ठेवणे सुरक्षित आहे किंवा नाही, याचा अंदाज येतो. (नोट: आपण गर्भवती आहात हे कळताच आपल्या व्यायामाच्या सुरक्षिततेबद्दल डॉक्टरांचा सल्ला अवश्य घ्या.)

स्वतःसाठी एक उपयुक्त व्यायाम योजना तयार करावी. याकरिता आधी खालीलपैकी कोणत्या श्रेणीत हा प्रकार मोडतो ते तपासून बघा –

आपण व्यायाम करत नाही का

आपण जर अजिबात व्यायाम करत नसाल, तर आता वेळ आली आहे, आजच प्रारंभ करण्याची. आनंद आणि उत्साह टिकवण्यासाठी थोडा वेळ का होईना, पण नियमित व्यायाम करत जा. मग पायी चालणे असो, स्वीमिंग असो, एखादा खेळ असो किंवा योगा असो. या गोष्टी सर्वांत आवश्यक आणि कदाचित सगळ्यांत कठीणदेखील आहेत. गरज आहे केवळ एकदा सुरुवात करण्याची!

खाली आपणासाठी काही सूचना दिल्या आहेत, त्यांच्या मदतीने आपण सोपी व्यायाम योजना तयार करू शकता. आपली शारीरिक स्थिती मजबूत करणारे आणि हृदयातील रक्तवाहिन्या अधिक स्वस्थ ठेवणारे काही व्यायाम प्रकार करा. काही आठवडे हा व्यायाम चालू ठेवा. तुमचा स्वतःचाही विश्वास बसणार नाही इतका छान बदल स्वतःमध्ये झालेला दिसेल. व्यायाम व्यसनमुक्तीसाठीदेखील सहायक ठरतं. याशिवाय तुमच्या कामाच्या वेळी तणावपूर्ण वातावरण असेल अथवा तुम्हाला झोप न येण्याची समस्या असेल, तर व्यायाम फार लाभदायक ठरतो.

खाली दिलेल्या गोष्टी अमलात आणून पाहा. तुम्हाला किती उत्साही वाटते ते!

- कमीत कमी आठवड्यातून तीन वेळा २० ते ३० मिनिटे दररोज पायी फिरावयास जा.
- योगा क्लास लावा. यामुळे तुमचे शरीर सुदृढ आणि तणावमुक्त राहील.
- आपल्या घराजवळ असलेल्या पोहण्याच्या तलावात जा आणि थोडा वेळ स्विमिंग करा.
- जिममध्ये जा आणि कोचला तुमच्यासाठी व्यायामाचा एक खास कार्यक्रम तयार करायला सांगा. परंतु तुम्ही नुकतीच व्यायामाला सुरुवात केली असेल, तर प्रत्येक वेळी व्यायाम सुरू करण्यापूर्वी स्ट्रेचिंग आणि वॉर्म–अप करायला विसरू नका.

गर्भावस्थेसाठी काही महत्त्वाचे निर्देश

गर्भावस्थेची दुसरी तिमाही कोणताही नवीन व्यायाम सुरू करण्यासाठी अथवा

व्यायामाची वेळ वाढवण्यासाठी सर्वांत अधिक योग्य असते. गर्भावस्थेच्या प्रथम तिमाहीत जास्त मेहनत असणारा कोणताही व्यायाम करू नका. यामुळे तुमच्या गर्भात विकसित होणाऱ्या अर्भकाला नुकसान पोहोचू शकते.

- कोणत्याही अनियमित गतिविधीच्या तुलनेत नियमित व्यायाम करणे कधीही चांगले.
- व्यायाम करण्यापूर्वी वॉर्म-अप आणि संपल्यानंतर कूल-डाऊन (शवासन) करणे फार आवश्यक असते.
- कोणतेही व्यायाम करण्याआधी, करताना आणि करून झाल्यावर भरपूर पातळ पदार्थ प्यावेत.
- गरम आणि ओलसर जागेत व्यायाम करू नये.
- ज्या व्यायाम प्रकारात उड्या मारणे, झटके बसणे किंवा पटापट इकडे तिकडे वळणे अशा गोष्टी असतील, असे व्यायाम प्रकार करू नयेत.
- ज्या खेळात मार लागण्याचा धोका असतो असे खेळ खेळू नयेत.

व्यायाम नेहमी आनंदी, निरोगी राहण्यासाठी करावा. वजन कमी करण्यासाठी नाही. गर्भावस्थेत वजन कमी करणे तुमच्या बाळाच्या स्वस्थ विकासात अडथळा बनू शकते.

जास्त प्रमाणात व्यायाम केल्यावर प्राप्त होणारे संकेत

- योनीतून रक्तस्राव होणे.
- योनीमार्गात तरल स्राव होणे.
- गर्भाशयाचे एकसारखे आकुंचन-प्रसरण पावणे.
- कंबर दुखणे किंवा श्रेणीच्या (प्यूबिक) भागात एकसारखी वेदना होणे.
- विचित्र प्रकारे पोटात दुखणे.
- घोट्यांवर, हातांवर अथवा चेहऱ्यावर अचानक सूज येणे.
- एका पायाच्या पोटरीवर सूज चढणे, वेदना होणे अथवा ती लाल होणे.
- सतत डोके दुखणे किंवा बघायला त्रास होणे.

- विनाकारण चक्कर येणे अथवा बेशुद्ध पडणे.
- फार थकल्यासारखं वाटणे, धडधड वाढणे, छातीत दुखणे अथवा श्वास फुलणे.
- वजन न वाढणे (शेवटच्या दोन तिमाहीत एका किलोपेक्षा कमी वजन वाढणे) - बाळाची हालचाल न होणे किंवा कमी होणे.
- व्यायामानंतर धडधड जोरात वाढणे किंवा ब्लड प्रेशर वाढणे.

यापैकी कोणतेही संकेत आढळल्यास डॉक्टरांना लगेच दाखवा.

स्वतःला आनंदी आणि निरोगी वाटावे म्हणून या गोष्टी अमलात आणाव्या.

- चांगली झोप घ्या आणि भरपूर आराम करा.
- एखादी मजेदार फिल्म बघा आणि खळखळून हसा, भजन म्हणा, एखादे चांगले पुस्तक वाचा. उदाहरणार्थ, 'स्वसंवादाची जादू.'
- प्रसूती आणि शिशुजन्माच्या आगळ्या वेगळ्या नैसर्गिक चमत्काराचा आनंद लुटा.
- आपल्या कुटुंबातील नवीन सदस्याला भेटण्यासाठी अशा लोकांना घरी बोलवा, ज्यांच्यासोबत राहायला तुम्हाला आवडेल.
- अशा ग्रुपमध्ये जाणं-येणं ठेवा, ज्यामध्ये तुम्ही आणि तुमचे बाळ दोघांना खूप मजा वाटेल. जसं 'नवीन मातांचा' ग्रुप.

प्रवासात अथवा फिरायला जाताना काय कराल?

गर्भावस्थेदरम्यान तुम्ही फिरायला गेलेच पाहिजे, कारण आपल्या दररोजच्या कुठेही जाण्या-येण्याच्या कार्यक्रमात जो वेळ लागतो त्यात ही गोष्ट अगदी सहजपणे तुम्ही समाविष्ट करू शकता.

खरंतर ॲक्टिव्ह ट्रान्सपोर्टेशनचा अर्थ आहे- स्वच्छ आणि प्रदूषणरहित वातावरणात फिरणे. जसं मोकळ्या हवेत पायी चालणे, सायकल चालवणे इत्यादी.

समजा, तुमच्या घराच्या आजूबाजूला २ कि.मी. मोकळी जागा आहे. तेव्हा या जागेजवळून जाताना येताना प्रत्येक वेळी तुम्ही पायी जावे, यावे.

- घर ते कार्यालय अथवा कार्यालय ते घर.

- दैनंदिन कार्यासाठी जसं पोस्ट ऑफिस, दुकान किंवा बागेत जाताना.
- मौजमजेचा किंवा फुरसतीचा वेळ घालवण्यासाठी.

वैयक्तिक लाभ

१) चालण्यामुळे रोजचा तणाव कमी होतो.

२) आनंदी, उत्साही, आत्मविश्वासू आणि निरोगी असण्याची भावना निर्माण होते.

३) इतर औपचारिक व्यायामांच्या (जिम वगैरे) तुलनेत फिरणे किफायतशीर आणि सुविधाजनक असते.

४) इतरांशी भेटण्याची-बोलण्याची यानिमित्ताने संधी मिळते.

५) अस्थमा अथवा श्वसनासंबंधीचे आजार असणाऱ्या स्त्रियांना ताज्या हवेत फिरण्याची संधी मिळते.

६) हृदयाचा आजार, हायपरटेंशन, लठ्ठपणा, डायबिटिस, ऑस्टियोपोरोसिस व निराशा (डिप्रेशन) यांसारख्या आजारांवर नियंत्रण ठेवण्यास सहायता मिळते.

७) लकवा, आतड्यांचा कॅन्सर, हृदयातील रक्तवाहिन्यांसंबंधी आजारांची जोखीम कमी होते.

८) विकलांगतेचा सामना करण्यासाठी शरीराला शक्ती मिळते.

दूरच्या प्रवासात ॲक्टिव्ह ट्रान्सपोर्टेशन शक्य झाले नाही, तरी आपण खालील सूचनांची अंमलबजावणी करून आपला प्रवास सुखाचा नक्कीच करू शकता.

प्रवासात रेल्वे अथवा बस पकडण्यासाठी धावत जाणे गर्भवती महिलांसाठी जास्त हानीकारक होऊ शकते. प्रवास सुखाचा होण्यासाठी व संभाव्य संकटे टाळण्यासाठी निम्नलिखित उपाय सुचवले आहेत –

- वेळेवर बस अथवा ट्रेन पकडण्यासाठी घरातून नेहमीपेक्षा थोडे लवकर निघा.
- आपली बस अथवा रेल्वे आलेली बघून पळू नका. याऐवजी दुसऱ्या बसची किंवा ट्रेनची प्रतीक्षा करा.
- आरामदायक आणि सुरक्षित प्रवास होण्यासाठी कमी गर्दीच्या बस अथवा रेल्वेची प्रतीक्षा करा.

- ओबड-धोबड किंवा वर-खाली असलेल्या रस्त्यांवर प्रवास करू नका.

अतिशय जोखीमयुक्त गर्भावस्था

असामान्य किंवा जटिल गर्भावस्था असलेल्या स्त्रियांनी शक्यतो प्रवास करू नये. प्रामुख्याने खालील बाबी असल्यास प्रवास टाळावा-

- योनीतून रक्तस्राव होणे.
- एकापेक्षा जास्त भ्रूण.
- तुमचे वय ३५ वर्षे अथवा जास्त आहे आणि तुम्ही पहिल्यांदा गर्भवती आहात.
- गेस्टेशनल डायबिटीज, आधीपासून अथवा सध्या.
- हाय ब्लडप्रेशर, पूर्वीपासून अथवा सध्या.
- प्लासेंटात असामान्यता, पूर्वीपासून किंवा आता.
- आधी गर्भपात झाला असेल तर.
- आधी असलेली एक्टॉपिक गर्भावस्था.
- पूर्वी वेळेआधी प्रसवपीडा.

लांबचा प्रवास

सामान्य पद्धतीनी सांगायचं म्हणजे एक गर्भवती महिला आपल्या गर्भारपणाच्या दुसऱ्या तिमाहीत सुरक्षितपणे प्रवास करू शकते, फक्त तिच्यामध्ये धोक्याची लक्षणे दिसता कामा नये. आपण गर्भवती असाल व प्रवासाला जायची योजना आखली असेल, शिवाय या स्थितीत तुम्हाला त्रास होत असल्यास डॉक्टरांचा सल्ला अवश्य घ्या. प्रवासाला निघताना आवश्यक ती औषधं सोबत न्यायला जायला विसरू नका, कारण प्रवासात तुम्हाला त्यांची आवश्यकता भासेल.

काही औषधांची पथ्यं पाळा

गर्भवती स्त्रियांनी विचार न करता कोणतंही औषध घेऊ नये. कारण काही औषधे पलॅसेंटाच्या माध्यमातून तुमच्या बाळाच्या शरीरात जाऊ शकतात. त्यामुळे बाळात जन्मतःच काही दोष निर्माण होतात अथवा गर्भपातही होऊ शकतो. त्यासाठी खालील काही गोष्टींची काळजी घ्यावी -

- तुमचे डॉक्टर जोपर्यंत तुम्हाला औषधं घ्यायला सांगत नाही, तोपर्यंत कोणतंही औषध घेऊ नका.
- प्रवासात डायरिया झाल्यास सामान्यपणे ज्या औषधाचा वापर आपण करतो ती औषधं गर्भावस्थेत हानीकारक असू शकतात.

नेहमी लक्षात असू द्या

- गर्भवती महिलांसाठी गर्भावस्थेची दुसरी तिमाही प्रवास करण्यास जास्त सुरक्षित असते, अट केवळ एवढीच, की तिने कोणतीही जोखीम उचलू नये.
- गर्भावस्थेच्या काळात विकसित होत असलेल्या भागात प्रवास करू नका.
- गर्भवती महिलांनी डॉक्टरांच्या सल्ल्याशिवाय कोणतंही औषध घेऊ नये.
- गर्भवती महिलांनी या काळात आपल्या दातांची विशेष काळजी घ्यायला हवी. कारण गर्भावस्थेत दाढ किंवा दात काढता येत नाहीत. गर्भावस्थेच्या पहिल्या तीन महिन्यांत बाळाचे अवयव (Organogenesis) तयार होत असतात, तेव्हा दाढ/दात काढताना अत्यंत काळजी घ्यावी लागते. ॲण्टीबायोटिक्स दिल्याने दात काढल्यावर रक्तप्रवाह, इन्फेक्शन (infection) होऊ शकते. म्हणून दात न काढणे सर्वांत श्रेयस्कर ठरते. या काळात एक्सरे काढू शकत नाही, कारण 'क्ष' किरणांचे (X-rays) उत्सर्जन होते, त्यामुळे गर्भावर विपरीत परिणाम होण्याची दाट शक्यता असते.
- गर्भावस्थेत दातांचे दुखणे असह्य झालं, तरच तुम्ही दात काढू शकता. परंतु शक्यतो डॉक्टरांकडून 'रुट कॅनॉल'सारखे उपचार करून दात वाचवा व प्रसूती होईपर्यंत दात काढणे टाळा. लग्नानंतर गर्भ राहण्याआधी आपल्या दातांची तपासणी करून घ्या. थोडा जरी दोष आढळल्यास इलाज करून घ्या. हाच सर्वांत उत्तम मार्ग होय, ही गोष्ट प्रकर्षाने लक्षात असू द्या.

परिशिष्ट
सुखी वैवाहिक जीवनाचे रहस्य

नोट

पती व पत्नी दोघांमध्ये अनेक गुण असतात, ही गोष्ट आधुनिक समाजाने मान्य केलेली आहे. दोघांमध्ये अनेक क्षमता आहेत, पण तरीदेखील दोघांमध्ये जो मूलभूत फरक आहे, तो समजून घ्यायला हवा म्हणजे दोघं एकमेकांचे पूरक होऊन एकमेकांच्या क्षमतांना दिशा देऊ शकतील आणि त्या शक्तीच्या साहाय्याने रचनात्मक कामं करतील. पुस्तकातील या खंडाचा उद्देश हाच आहे, की पती-पत्नीने एकमेकांना समजून घेण्याआधी स्वतःला समजून घ्यावे म्हणजे दोघांना आनंदी व समाधानी जीवन जगता येईल.

पती-पत्नीच्या वेगवेगळ्या व्यवहाराला बघून कुणी असं समजू नये, की दोघांमधील एक उच्च आहे व दुसरा निम्न. पती-पत्नी दोघंही आपापल्या जगात वावरतात. स्त्री आणि पुरुष दोघांचे जीवन जगण्याचे नियम वेगवेगळे आहेत, ही गोष्ट आपण सगळे जाणतो. म्हणूनच पाश्चिमात्य देशांमध्ये ५०% लग्न केवळ नवरा-बायकोमध्ये होणाऱ्या वादविवादामुळे मोडतात. आपल्या जोडीदाराच्या समजुती, त्यांचे आचार-विचार, त्यांचा दृष्टिकोन आणि त्यांचा व्यवहार अशा अनावश्यक गोष्टींवर वाद घालत बसतात. अशा वादविवादांपासून दूर राहण्यासाठी दोघांना एकमेकांच्या स्वभावाचं ज्ञान होणं आवश्यक असतं. हेच ज्ञान आपणास पुढील भागात देण्यात येत आहे.

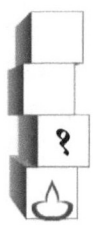

१

नात्यांमध्ये ज्ञान आणि ओळख वाढवा

ज्ञानाबाबत जसजशी सजगता वाढत जाते, तसतशी आपली दृष्टी बदलत जाते. अज्ञानामुळे आधी ज्या गोष्टीचं वाईट वाटत होतं, आता तसे वाईट वाटत नाही. ज्ञान मिळाल्याने हा जो बदल होतो तो कधी होतो? बाह्य जगात बदल होतो की आपल्या अंतरंगात? खरं सांगायचं तर माणसाच्या चेतनेच्या (जागृतीच्या, सजगतेच्या) स्तरामध्ये बदल होतो. माणूस चेतनेच्या पहिल्या स्तरावर पूर्ण अज्ञानात असतो; मात्र सातव्या स्तरावर संपूर्ण ज्ञानासह, सर्वसमावेशक दृष्टीने तो पाहू शकतो. ज्या गोष्टी असंभाव्य वाटत होत्या, त्या आता त्याला संभाव्य वाटू लागतात. पहिल्या स्तरापासून ते सातव्या स्तरापर्यंतच्या या वाटचालीत अनेक टप्पे येतात. प्रत्येक टप्प्यावर आपण आपले एक रूप बघतो.

पहिल्या स्तरावर असताना माणूस हा केवळ संसारी गृहस्थ असतो; तेजसंसारी नसतो. संसारी म्हणजे संन्यास घेण्याची गरज नाही, अशी ठाम समजूत बाळगून चालणारा माणूस. कबीर, गुरू नानक आणि महाराष्ट्रातील अनेक संत, प्रपंचात राहूनही परमार्थ करता येतो, अंतिम सत्यापर्यंत पोहोचता येते, असे प्रतिपादन करीत असत. या विधानाचा चुकीचा अर्थ लावून काही लोक समजू लागले, की प्रपंच सांभाळूनही जर परमार्थ साधता येतो, तर आपण प्रापंचिक असल्याने आणखी वेगळे काही करायची गरजच नाही. इतकंच काय, पण सत्यश्रवण करण्याचीही आवश्यकता नाही. असा गैरसमज लोक उराशी कवटाळून बसले आहेत. अशा सबबी सांगत माणूस सकाळपासून

रात्रीपर्यंत आपल्या नात्यातच गुरफटून राहतो. अशा या गुरफटण्यामुळे आपण संघर्ष करीत आहोत, याचीही जाणीव त्याला नसते. कारण असं जगणं हेच त्याच्या अंगवळणी पडलेलं असतं. 'आयुष्य असंच असतं,' हे गृहीत धरून एकमेकांशी भांडत राहतात. संघर्षातच त्यांचा संसार चालतो. परंतु जेव्हा त्याला समज मिळते, तेव्हा आपण जे आयुष्य जगतो आहोत ते निकोप सामान्य आयुष्य नाही; केवळ अज्ञानामुळे आपल्याला तसं वाटतंय हे त्याला उमगतं. पती-पत्नींमध्ये असे खटके उडत असले, तर ते उडतच असतात, असे आपण गृहीत धरायचे का? अवतीभवतीच्या सगळ्याच कुटुंबांत तसंच दिसतं, तेव्हा पतिपत्नीत खटके उडतच राहणार, यात काही बदल होणं शक्य नाही, असंही आपण समजून चालतो. परंतु हा केवळ आपला भ्रम आहे, मान्यता आहे.

लहान वयातच मुला-मुलींची लग्नं होतात. त्या वेळी ती अजाण असतात. मग ही बालसदृश दिसणारी दांपत्येच मुलांना जन्म देतात. मुलांसारखे भांडणारे पतिपत्नीच मुलांना जन्म देतात. अशा मुलांचं पुढे काय होणार? ही मुले मोठी होतात, तेव्हा इतरांचे लक्ष वेधून घेण्याची आपली प्राथमिक (मूळ) इच्छा पूर्ण करण्यासाठी चुकीच्या लोकांना आपल्याकडे आकृष्ट करून राहतात, त्यांच्याशी वाद घालत राहतात. "मी तुला माझ्या जीवनातील त्रुटी भरून काढण्यासाठी, पूर्णतेसाठी बोलावले, पण तू तुझीच त्रुटी भरून काढण्यात मग्न आहेस. तूही रिकामा आहेस. मीही रिकामीच आहे. तूही प्रेमशून्य आहेस. मीही प्रेमशून्य आहे." प्रापंचिक व्यक्ती प्रेम देणे जाणतच नाहीत; त्यामुळे त्यांच्यात भांडणे होत राहतात. वादविवाद होतात. दोघांपैकी कोणाचीही प्रेम देण्याची तयारी नसेल, तर त्यांच्यात असा संघर्ष अटळच! चेतनेच्या पहिल्या स्तरापासून वर गेल्यावरच 'समज नसल्यामुळे हे सर्व संघर्ष चालू आहेत,' ही जाणीव होते. हे ज्ञान झाले तरच माणूस आपली ही त्रुटी भरून काढण्यासाठी सत्य श्रवण, पठण, मनन- करायला प्रवृत्त होणार. ज्या कारणांमुळे ही भांडणं होत आहेत, त्याचं मूळ आपल्यातच आहे, हेही समजप्राप्तीनंतर त्याला जाणवतं. मग तो त्या कारणांचा खोलवर शोध घेऊ लागतो. त्यांचं निराकरण करण्यास प्रवृत्त होतो. अशा प्रकारे ज्ञानामधील सजगता वाढतच पतिपत्नीमध्ये जी समज असण्याची गरज आहे, ती शक्यता आता निर्माण होऊ लागते आणि त्यांच्यातील भांडणे कमी होऊ लागतात.

'तू मी बन' हीच समस्या

समोरची व्यक्ती ही स्वतंत्र व्यक्ती आहे, ती माझी प्रतिकृती नाही, ती माझ्यासारखी असणे शक्य नाही, हे आपण कधी समजूनच घेत नाही. ही मूलभूत गोष्ट आहे. समोरचे शरीर कोणत्या स्वभावप्रवृत्तीचे आहे, हे पतिपत्नी आपापसात भांडताना समजून घेत नाहीत. हे समजून न घेतल्याने त्यांच्या मनात 'तू मी बन- तू माझ्यासारखा

हो - तू माझ्या मताप्रमाणे वागत राहा,' असा आग्रह सुरू होतो. मी ज्या प्रकारे विचार करतो, त्याच प्रकारे तूही विचार कर; मी ज्याप्रमाणे एखाद्या प्रश्नावर तोडगा काढतो, तसाच तूही काढ... वस्तूंची मांडणी जशी मी करतो, नेमकी तशीच मांडणी तूही कर... मी मुलांशी जसा बोलतो तशीच तूही कर... याचाच अर्थ 'तू माझ्यासारखा बन... तू मी हो' ही जी अपेक्षा असते, तीच खरी समस्या आहे. पतिपत्नी जेव्हा आपल्यातील विसंवादाच्या कारणाच्या मुळाशी जातात, तेव्हा आपल्या जोडीदाराने आपल्यासारखं बनावं, ही अपेक्षाच या विसंवादाला जन्म देते, हे त्यांच्या लक्षात येते. संघर्षाची बाह्य कारणे तर सहजपणे लक्षात येतात, परंतु हे जे मूळ कारण आहे ते लवकर लक्षात येत नाही. भांडण झाल्यावर दोघांपैकी एकाने दुसऱ्याला एखादे फूल आणून दिले असते, तर समोरची व्यक्ती त्यामुळे खूश झाली असती. त्याला 'सॉरी' म्हटले असते, तर भांडण लवकर संपले असते, 'प्लीज' म्हटले असते, तर समोरच्या व्यक्तीने लवकर हो म्हटले असते... हे पतिपत्नींपैकी एकाने तरी जाणून घ्यायला हवे. 'माझी चूक झाली,' असे म्हटल्याबरोबर भांडण थांबले असते. नातेसंबंधातदेखील ही समज असेल, समजूतदारपणा असेल, तर नात्यातील गुंते लवकर सुटू शकतात.

स्त्री आणि पुरुष-दोघांचे भिन्न स्वभाव

स्त्री आणि पुरुष या दोघांच्या मनोशरीरयंत्रांचा, शरीरांचा स्वभाव वेगवेगळा असतो. या स्वभावभिन्नतेमुळे दोघं जे बोलत असतात, ते एकमेकांना नीट कळतच नाही. उदाहरणार्थ, 'हा निरोप अमुक व्यक्तीला पोहोचव.' असं सांगून एकच विशिष्ट निरोप पोहोचवण्यासाठी दिला, तर पुरुष व स्त्री दोघे तो निरोप वेगवेगळ्या प्रकारे देतील. तोच निरोप त्या दोघांनी एकमेकांना सांगितला, तरीही त्यात फरक असेल... इतका की तो तिसराच कुठला तरी निरोप ठरेल. जो निरोप आधी सांगण्यात आला तो नेमका कधी बाहेर आलेलाच नसणार; कारण तो निरोप ज्या शरीराद्वारे देण्यात येतो त्या शरीराचा स्वभाव जाणून घेणेही गरजेचे असते.

स्त्री आणि पुरुष या दोघांची मानसिकता वेगवेगळी असते, दोन्ही शरीरांचा स्वभाव भिन्न असल्यामुळे एकच संदेश त्या दोघांना वेगवेगळा वाटतो. "ही ओळ समोरच्या व्यक्तीला दाखव." असे आपण म्हणालो, तर काय होईल? दोघांचे देह संदेशातील काही शब्द बदलून टाकतात. काही मुले तोतरी असतात. ती एका शब्दाऐवजी दुसरा शब्द वापरतात. अशा वेळी ही तर त्याच्या मनोशरीर यंत्राची अडचण आहे, असे आपण म्हणतो. उदाहरणार्थ, अरुण हा मुलगा 'च' ऐवजी 'म' म्हणतो, वरुण हा दुसरा मुलगा 'च' ऐवजी 'ट' म्हणतो. "चिनूच्या चाचाने चिनूच्या चाचीला चिंचेची चुरचुरीत चटणी चाटायला दिली." हा निरोप या दोघांना तिसऱ्या कोणाला तरी सांगण्यासाठी दिला

तर काय होईल? पहिला मुलगा अरुण म्हणेल, ''मीनूच्या मामाने मीनूच्या मामीला मिंमेची मुरमुरीत मटणी माटायला दिली.'' तर 'च' चा 'ट' असा उच्चार करणारा वरुण हेच वाक्य ''टिनूच्या टाटाने टिनूच्या टाटीला टिंटेटी टुरटुरीत टटणी टाटायला टिली.'' असे म्हणेल. म्हणजे मूळचे वाक्य पार बदलून जाईल. त्या वाक्यातील पात्रेही बदलून जातात. ही वाक्य उच्चारताना 'आपण आपल्या जिव्हादोषामुळे, तोतरेपणामुळे काहीतरी भलताच संदेश देत आहोत,' असा विचारही अरुण-वरुणच्या मनात येणार नाही. थोडी समज आल्यावर मात्र या वाक्यात काहीतरी गडबड आहे, हे त्यांच्या लक्षात येईल. जोवर ही सजगता येत नाही, तोवर आपल्या बोलण्यात (शरीराच्या ध्वनिक्षेपकात) काहीतरी दोष आहे, याचा त्यांना पत्ताही लागणार नाही.

सजगता वाढेल, समज येईल तेव्हा पतिपत्नींचा स्वसंवाद होऊ लागेल. 'तू-तू राहा; मी-मी राहीन.' चेतनेच्या सातव्या स्तरापर्यंत पोहोचण्याआधी ते एकमेकाचा स्वीकार करतील; तुझ्या ध्वनिक्षेपकात (शरीरात) च चा ट होतो, तर माझ्या ध्वनिक्षेपकात ट चा च होतो. शरीर हे असेच आहे. हे एकदा मनात पक्के ठसले म्हणजे 'तू मी बन', 'तू माझ्यासारखा हो' असं वाटणे बंद होते. कारण दोघांनाही आपण संदेश देऊ शकत नाही, याची खात्री पटलेली असते. आरंभी आपण संदेश देत आहोत व दुसरा चुकीचे बोलत आहे, असे दोघेही गृहीत धरत होते. परंतु आपणच संदेश अचूक देऊ शकत नाही, हे नंतर त्यांच्या लक्षात येते. कारण ते शरीर म्हणजेच आपण, असे गृहीत धरले जात होते.

कुटुंबातील सर्वच सदस्य एकमेकांचे हितचिंतक असतात, तरीही त्यांच्यात भांडणे होतातच ना? सर्व सदस्य एकमेकांवर प्रेम करतात, मग भांडणं का होतात? भांडण होण्याचं काहीतरी कारण असतंच. चेतनेचा स्तर उंचावला म्हणजे आपण दुसऱ्या टप्प्यावरून तिसऱ्या टप्प्यावर जातो. दुसऱ्या स्तरावर वरवरची कारणं दिसतात, ती प्रकाशात येतात. यानंतर आपण तिसऱ्या स्तरावर जायला हवं कारण आता आपल्या ध्वनिक्षेपकाचा (स्वभावाचा) शब्द बदलतोय, हे लक्षात येईल.

बालपणाचे संस्कार (प्रोग्रॅमिंग)

माणसाचा (मनोशरीर यंत्राचा) स्वभाव बालवयातच आईवडिलांच्या प्रभावाखाली घडत जातो. खरंतर जुन्या प्रोग्रॅमिंगमुळे तो घडत असतो. त्यामुळे दुसऱ्यांचे लक्ष आपल्याकडे वेधून घेण्याची मूळ इच्छा जागृत होते. प्रत्येकाचा स्वभाव वेगळा आहे, हे रहस्य एकदा लक्षात आलं म्हणजे समोरच्या व्यक्तीचा स्वभाव बदलण्याची इच्छा नष्ट होते. समोरची व्यक्ती विशिष्ट प्रकारे बोलते कारण तिचा ध्वनिक्षेपक

(स्वभाव) वेगळा आहे, आणि त्याचा स्वीकार करणं क्रमप्राप्त आहे, हे आपल्याला उमजतं. त्या व्यक्तीबरोबर राहताना तेजप्रेम टिकून राहावं, यासाठी आपण चेतनेच्या सर्वोच्च, सातव्या स्तरावर राहावं.

कोणत्या प्रकारच्या जोडीदाराला आपण आकृष्ट करत असता?

पृथ्वीवर विवाहसंस्था का निर्माण झाली? पतिपत्नीने परस्परांसाठी निमित्त बनावे; जी अनुभूती घेण्यासाठी पृथ्वीवर त्यांचे आगमन झाले आहे, ती अनुभूती त्यांनी घ्यावी यासाठी विवाहसंस्था निर्माण झाली. हे ज्ञान जर दोघांना झाले, तर ते योग्य प्रकारे परस्परांना साहाय्य करू शकतात. एकमेकांकडून असणाऱ्या ज्या अपेक्षा होत्या, त्यांचा समजप्राप्तीनंतर निरास होतो.

लग्न झाल्यानंतर पतीच्या वा पत्नीच्या मनात 'मी जीवनात अशा कठोर जोडीदाराला का आकृष्ट केले,' असा विचार येतो. त्यावर चिंतन केल्यावर पत्नीच्या लक्षात येते, 'आपण या पुरुषामध्ये आपल्या वडिलांची प्रतिमा पाहिली; लहानपणी आपले वडील फार कठोरपणे वागत; आपले कौतुक करावे, अशी इच्छा असल्याने मी अशा जोडीदाराला आपल्या आयुष्यात आकर्षित केले.'

प्रत्येक मूल आपल्या आईवडिलांपैकी एकाच्या प्रभावाखाली असते आणि त्याबद्दल आपले कौतुक व्हावे, अशी अपेक्षाही बाळगते. मूल लहान असल्यामुळे मोठे काम करण्याची क्षमता त्याच्यात नसते, लहानसहान कामातच ते मूल रमते आणि आपले कौतुक व्हावे म्हणून आईकडे किंवा वडिलांकडे बघते. परंतु आईला किंवा वडिलांना मुलाच्या मनात काय अपेक्षा आहे, हे कळतच नाही. हीच चूक प्रत्येक आईकडून वा पित्याकडून होते. त्यांना मुलाची ही अपेक्षा कळली असती, तर त्यांनी ती लगेच पूर्णही केली असती. म्हणजे पूर्णता प्राप्त करण्यासाठी आपल्या मुलीला तरुणपणी अत्यंत कठोर अशा पतीला आकर्षित करण्याची इच्छा होणार नाही, याची त्यांनी काळजी घेतली असती. स्वभावाने कठोर व रागीट असणाऱ्या तरुणाला आपल्याकडे आकर्षित करून, लहानपणी जे करता आले नाही ते करून त्याच्याकडून कौतुक होण्याची अपेक्षा ती बाळगते. त्याने जर कौतुक केले नाही, तर तिला राग येतो. परंतु तिला आपल्या प्रोग्रॅमिंगबाबत काहीच कल्पना नसल्याने, हे सर्व घडत असते. तिलाच जर याची कल्पना नसते, तर तिच्या जोडीदाराला ती कशी असणार? अशा रीतीने मोठे झाल्यावर स्त्री चुकीच्या जोडीदाराला आकृष्ट करते.

माणूस आपल्या विचारांच्या हिशेबानुसार जशी मागणी करतो तसाच जोडीदार आकृष्ट करतो. आपली पहिली मागणी चुकीची असल्याने चुकीचा जोडीदार मिळाला,

हे त्यांच्या नंतर लक्षात येते. दुसऱ्यांदा योग्य मागणी केल्याने योग्य जोडीदार मिळेल, अशी उमेद तो बाळगतो; परंतु प्रत्यक्ष तसे घडत नाही. कारण स्वतःला बदलायलाच तो तयार नसतो. त्यामुळे त्याने दुसरे लग्न जरी केले, तरी स्वभावानुसार तशाच जोडीदाराला आकृष्ट करतो. ज्याप्रमाणे एक चोर इतर चोरांनाच मित्र म्हणून निवडतो, त्याचप्रमाणे आपणही तशाच लोकांना आकर्षित करतो. जशी आपली वृत्ती असेल, अपूर्णता असेल तशाच व्यक्तीला आपण आपल्या जीवनात आकर्षित करतो, हे वास्तव समजून घ्यायला हवे. एकमेकांच्या स्वभावाची कल्पना येते तेव्हाच अशा गोष्टींच्या पलीकडे जाता येते. पती आणि पत्नी एकमेकांपासून आपली मूळ इच्छा पूर्ण करू पाहतात, कारण बालवयात आपण अशाच गोष्टींद्वारे, अशाच मातापित्यांद्वारे प्रभावित झालो होतो – हे यावरून आपल्या ध्यानात आले असेल.

आपले मूल म्हणजे आगामी भविष्य

आई किंवा वडील यांना मुलाची अवस्था समजत नाही, कारण ते आपल्याच विचारांप्रमाणे कार्य करीत असतात.

एक श्रीमंत गृहस्थ आपल्या मुलाला बाहेर घेऊन आपल्या संपत्तीची माहिती देतो. ''हे बघ, मी तुझ्यासाठी काय काय मिळवून ठेवलं आहे! तू एवढ्या प्रशस्त घरात राहतोस; तुझ्यापुढे अगणित सुखसुविधा हात जोडून उभ्या आहेत.'' या समृद्धीची, संपन्नतेची कल्पना यावी म्हणून तो श्रीमंत गृहस्थ मुलाला एका गावात घेऊन जातो. तेथे काही मुले चिखलात खेळत असतात. त्यांच्या अंगावर तोकडेच कपडे असतात. त्यानंतर तो त्याच्या मुलाला नदीवर घेऊन जातो. घरी स्नानाची सोय नसलेले लोक नदीत अंघोळ करत असतात; नदीतच कपडे धूत असतात. हे सर्व दाखवून त्या श्रीमंत गृहस्थाला आतल्या आत खूप समाधान वाटते. 'या लोकांच्या तुलनेत आपल्या वडिलांनी आपल्याला कितीतरी सुखसुविधा, वैभव मिळवून दिलं आहे, याबद्दल मुलाची खात्री पटेल.' असंही क्षणभर त्याला वाटतं. घरी परतल्यावर तो मुलाला विचारतो, ''आज तू काय शिकलास? आपल्याजवळ एवढ्या सर्व सुखसुविधा आहेत, हे बघून तू खुश झालास ना!'' त्यावर मुलाने उत्तर दिले, ''आज मला खूप नव्या गोष्टी कळल्या. आपला बाथटब सगळ्यांत मोठा आहे, असा आजपर्यंत माझा समज होता; पण त्या लोकांजवळ यापेक्षा कितीतरी मोठा बाथटब आहे. हे आज मला प्रथमच समजलं. आपल्याजवळचा शॉवर फार लहान आहे. त्यांच्याजवळचा शॉवर किती मोठा आहे! आपल्या घरची लॉन किती लहान आहे. त्यांच्याजवळची लॉन किती विस्तृत आहे!'' मुलाचं हे बोलणे ऐकून श्रीमंत गृहस्थाला आश्चर्याचा धक्का असला आणि प्रथमच त्याच्या लक्षात आलं, की आपला मुलगा जगाकडे कोणत्या दृष्टीने बघतो आहे!

मुले कशा प्रकारे विचार करतात, हे त्यांना प्रश्न विचारल्यावरच मातापित्यांना ठाऊक होतं. मुलांबरोबर संवाद साधणं ज्या आईवडिलांना जमतं त्यांनाच त्यांच्या भावनांचा अंदाज येतो. असे पालकच आपल्या मुलांच्या संदर्भात लवचिक राहू शकतात. तीच मुले मोठी होईपर्यंत त्यांच्याबरोबर टिकून राहतात. नाहीतर मुले पालकांना सोडून जातात. मुले त्यांना आनंदाने सोडून जात नाहीत. आनंदाने सोडून जाणारे पुनःपुन्हा भेटत राहतात. ही मुले धाकदपटशामुळे सोडून गेलेली असतात. पालक त्यांना दूर जाऊ देण्यास तयार नसतात; पण मुलांचीच त्यांच्याबरोबर राहायची तयारी नसते. म्हणून ती पालकांना सोडून वेगळे राहतात. पालक आपलाच हेका चालवतात. आपल्या मुलांबाबत लवचिकपणा दाखवणे त्यांना न जमल्याने असे होते. त्यासाठी आपण तेजसंसारी पालक बनायला हवे.

तेजसंसारी पालक बना

तेजसंसारी बनणे म्हणजे काय? तेजसंसारी बनणे म्हणजे आपल्या अंगी विशिष्ट गुण बाणवणे, आपली बुद्धी लवचिक ठेवणे. दुसऱ्याच्या जागी आपण आहोत असे समजून विचार करण्याची क्षमता प्राप्त करणे. समोरच्या व्यक्तीच्या भावभावनांशी समरस होणे जमले नाही, तर जनरेशन गॅप कशी टाळता येणार? आज आपल्या नातेसंबंधात जनरेशन गॅप हीच मोठी समस्या बनली आहे. ही समस्या सोडवायची असेल, तर दुसऱ्या पिढीत जाता यायला हवे. त्यासाठी आपली बुद्धिमत्ता लवचिक हवी. दुसऱ्याचा दृष्टिकोन जाणून घेता आला, तरच आपण आपली पिढी ओलांडून दुसऱ्या पिढीत प्रवेश करू शकाल.

मुलांच्या पिढीत जाऊ शकणाऱ्या पालकांना कमी त्रास होतो. आपण सांगू तसेच मुलांनी वागायला हवे, असा आग्रह काही पालक धरतात. या पालकांची मुले प्रौढ होताच 'अशा पालकांबरोबर आपण राहिलो तर कायम दुःखीच राहणार,' या विचाराने पहिली नोकरी मिळताच घर सोडतात. कधी संधी मिळते आणि कधी आपण वेगळे होतो– याचाच शोध ती मुले घेत असतात.

मुले आपल्याबरोबर राहात आहेत, आपले ऐकत आहेत म्हणून आरंभी खुश असणारे पालक भविष्यात काय होणार आहे, याबद्दल अनभिज्ञ असतात. मुलाला काय वाटते, याची ते कधी विचारपूसच करीत नाहीत. प्रत्येक पिढीची विचारप्रणाली वेगळी असते. ती जाणून घेण्याएवढी लवचिकता आपल्याकडे हवी. त्या नव्या विचारप्रणालीशी जुळवून घेता आलं, तरच आपण मुलांबरोबर राहू शकाल, हे लक्षात ठेवायला हवं. मूल म्हणजे भविष्य हे प्रत्येक पालकाने जाणून घ्यायला हवं.

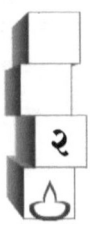

२

जोडीदाराचा स्वभाव जाणा

पत्नीची विचार करण्याची पद्धत

पत्नीची विचार करण्याची पद्धत कशी असते, हे समजून घ्यायला हवं. त्यासाठी एका लेखिकेच्या उदाहरणाने जाणून घेऊ या. ही लेखिका तीन प्रकारची पुस्तके लिहिते. व्यक्तिमत्त्वविकास, इतर विकास आणि रहस्यकथा हे तिचे विषय.

आपल्या पत्नीच्या या लेखन विषयांची तिच्या पतीला चांगलीच कल्पना असते. ‘‘हा कसला शर्ट घातलाय आज? तो तुमच्या पॅन्टशी मॅच होत नाही.’’ असे पत्नी जर म्हणाली, तर तिचं सध्या व्यक्तिमत्त्वविकासावर लेखन चाललेलं आहे, हे तो ओळखायचा. अशा वेळी तो तिच्याशी वाद घालत नसे वा चिडतही नसे. ‘‘ही मला बुद्दू समजते काय?’’ म्हणून तो कधी त्रागाही करीत नाही. कारण पत्नी व्यक्तिमत्त्वविकासावर लक्ष केंद्रित करून पुस्तक लिहितेय आणि लेखकाच्या दृष्टिकोनातून आपल्या वेशभूषेकडे बघत आहे, हे त्याला ठाऊक असल्याने तक्रारीचा सूर तो लावत नाही. लेखक जेव्हा एखादा विषय हाताळत असतो, तेव्हा त्याकडे काही वेगळ्या नजरेतून बघत असतो; काहीतरी नवे प्रतिपादन करण्याचा प्रयत्न करीत असतो. विशिष्ट प्रकारची पादत्राणे हवीत... शर्ट असा हवा... असे कॉम्बिनेशन हवं... या सर्वांमुळे व्यक्तिमत्त्व उठावदार होते... असे काही ठोकताळे अशा पुस्तकात मांडले जाणारच; हे समजून घेऊन पती मनोमन म्हणतो, ‘‘आपल्या पत्नीच्या या संदर्भातील

अभ्यासाचा आणि व्यासंगाचा आपण फायदा करून घ्यायला हवा... तिच्या सूचनांचा आदर करायला हवा... यात आपणास बुद्दू ठरवण्याचा तिचा हेतू नाही.'' म्हणून या बाबतीत त्यांच्यात कधी वाद होत नाही. कारण आता त्याची गरज उरत नाही.

एकदा पत्नी म्हणते, ''चहा पिताना किती फुर्र फुर्र करताय...? ते गोविंदराव पुनःपुन्हा फोन करताहेत, तुम्ही त्यांच्याशी बोलत का नाही?'' किंवा कधी ती म्हणते, ''अहो, काय हा कामाचा रगाडा! चार दिवस रजा घ्या. थोडा आराम करा. तब्येत किती बिघडलीय - बघा तर खरं.''

अशी विधाने पत्नी करू लागली म्हणजे पतीला राग येणं खरं तर स्वाभाविक असतं. पण तरी तो पत्नीला धारेवर धरत नाही. आपली पत्नी लेखिका आहे आणि ती जे लिहीत आहे ते त्याच्या कानावर घालणारच! त्या पुस्तकातील विधानांचा प्रयोग ती नवऱ्यावर करू पाहणारच! एकूण विकासाबद्दल पुस्तकात ती ज्या टिप्स देत आहे, त्या तिने आपल्याला सांगितल्या, तर त्या शांतपणे ऐकून घेण्यातच शहाणपण आहे. त्यामुळे ती जास्त त्रास देणार नाही. प्रतिवाद करायचे ठरवले, तर मात्र ती काय करील याचा नेम नाही. पतिपत्नीमधील सुसंवादाला तडा जातो तो मतभेदामुळे! वादावादीमुळे!

प्रत्येक पतिपत्नीमध्ये सुसंवाद हवा

दोघांना आकलनाच्या एकाच स्तरावर ठेवणारा मंच हवा. हा समान प्लॅटफॉर्म त्यांच्यात सुसंवाद ठेवतो. मतभेद वा वाद झाला, तर मात्र या प्लॅटफॉर्मला तडा जातो.

आपण कुठला विषय हाताळतो आहोत, काय लिहितोय हे लेखिकेला योग्यप्रकारे ठाऊक असायला हवं. ते ठाऊक नसेल, तर वादाला तोंड फुटते. मग पतीला त्रास होत नाही. ''थोडं मुलांकडं लक्ष द्या ना!'' असं पत्नी म्हणाली तर त्यामुळे पतीला राग येत नाही. ''बाजारातून येताना साखर आणायला सांगितले होते... विसरला वाटतं?'' असे पत्नीने विचारले तरी चिडचिड होत नाही. कारण आपली पत्नी व्यक्तिमत्त्व विकासावर पुस्तक लिहिण्यात गढलेली आहे आणि आपल्या पुस्तकाचा सराव ती अशा बोलण्यातून करीत आहे, हे पतीला ठाऊक असते. एरवी पत्नी असं म्हणाली असती, तर पतीला राग आला असता. आपली पत्नी आपल्याला अकार्यक्षम, अपात्र, कुचकामी म्हणून नावं ठेवत आहे, याचं त्याला दुःख झालं असतं. पण लेखिका म्हणून तिचं लेखन चालू असताना तिचं बोलणं तो मनावर घेत नाही. उलट तिच्या लेखनामुळे आपल्याला चार फायद्याच्या गोष्टी कळतील, असं त्याला वाटतं. तशी समज त्याच्यात हवी.

आता ही लेखिका पत्नी व्यक्तिमत्त्वविकासाबरोबर रहस्यकथेवरही काम करीत असते. त्या वेळी ती एखादी घटना पतीला सांगू लागते, ''काल काय भयंकर प्रकार झाला ठाऊक आहे का? त्या शेजारच्या काकासाहेबांच्या घरी रात्री चोर शिरले आणि –'' पतिमहाशयांना ही सर्व घटना ऐकण्याएवढा वेळ नसतो. तो तिला म्हणतो, ''ते चोर... शेवटी काय झाले ते सांग.'' तरीही पत्नी त्या घटनेचे क्रमशः तपशील देतच राहते... ''त्या चोरांनी सगळ्यांच्या दारांना बाहेरून कड्या लावल्या. नंतर...'' हे ऐकताना आपली पत्नी रहस्यकथा लिहीत आहे, हे पतीच्या लक्षात येते आणि ती हे सर्व वर्णन रहस्यकथेत लिहिण्याच्या दृष्टीने रंगवून सांगत राहणारच, हे त्याला कळून चुकते. तेव्हा झटपट शेवट काय झाला हे विचारून उपयोग नाही. ''तेच तर मी सांगते आहे. थोडी कळ काढा...'' असे म्हणून ती एकूण घटना सविस्तर सांगण्यात गढून जाणार; हे मनोमन स्वीकारायलाच हवं.

आपला स्वभाव जाणून घ्या

स्त्रियांच्या मनोशरीरयंत्राचा स्वभाव हा नेहमी सल्ला देण्याचा आणि सल्ला घेण्याचा असतो. त्या मार्गाने मैत्री दृढ करण्याची त्यांची प्रवृत्ती असते.

दोन स्त्रियांची गाठ पडली, तर त्या एकमेकींना सल्ला देऊ लागतात. सल्ला देणारी ही स्त्री आपल्याला गौण वा कनिष्ठ मानते, असे दुसऱ्या स्त्रीला कधी वाटत नाही. पुरुषाला मात्र कोणी सल्ला दिला, तर ते त्याला अपमानास्पद वाटतं. आपण अपात्र आहोत, अडाणी आहोत असं तो समजतो. परंतु महिलांना तसं वाटत नाही. कारण महिला तुम्हाला स्वतःसारखे बनवू पाहतात. 'तू माझ्यासारखा बन,' असा त्यांचा आग्रह असतो. कोणाकडून सल्ला घेतल्यावर मला काही होत नाही, मग पतीलाही आपण सल्ला दिला, तर त्याला राग का यावा? त्याने आपल्या सल्ल्याचा आदर करायला हवा, असा त्यांचा युक्तिवाद असतो.

महिला स्वभावतःच बोलक्या असतात. बोलून मोकळे होण्याचा त्यांच्या शरीराचा स्वभाव असतो. बोलूनच एखाद्या निष्कर्षापर्यंत पोहोचायची प्रवृत्ती त्यांच्यात असते. शांत, स्वस्थ बसून एखाद्या समस्येवर तोडगा काढणे त्यांना जमत नाही व पटतही नाही. दुसऱ्याशी बोलता बोलताच समस्येचे स्वरूप त्यांना स्पष्ट होत जाते आणि निर्णयावर पोहोचता येते. महिलांच्या या स्वभाववैशिष्ट्याची कल्पना असेल, तर पुरुष त्यांचे बोलणे सहजपणे ऐकतात. पत्नीला सहानुभूती हवी असते. आपण बोलत असलेलं कोणीतरी लक्षपूर्वक ऐकत आहे, असं दिसतं तेव्हाच तिला सहानुभूतीची

प्रचिती येते. पत्नीला तिच्या समस्येचे उत्तर लगेच सुचवावे, असे पतीला नेहमी वाटते. परंतु पत्नीला त्या उत्तरात स्वारस्य नसतं. तिला वाटतं, ''या प्रश्नाबाबत आपण आपलं मनोगत व्यक्त करू लागलो म्हणजे काहीतरी उत्तर सुचतं आणि त्या उत्तराने स्वतःला समाधान व्हावं एवढंच पुरेसं आहे.'' अशा प्रकारे बायका सहानुभूती आणि मैत्रभाव वाढवण्यासाठी जास्त बोलत राहतात. आपल्या बडबडीमुळे मैत्रभाव कमी होतो आणि वैरभाव वाढतो, हे त्यांच्या लक्षातच येत नाही. स्त्रियांना वाटते, ''आपण मैत्रिणीशी बोलता बोलता त्यांच्याशी जवळीक साधतो, अधिक जवळ येतो, त्याप्रमाणे पतीशीही आपली मैत्री वाढवण्यासाठी हेच तंत्र वापरायला हवे.'' परंतु पुरुषांना फार बडबड आवडत नाही आणि त्या बडबडीलाच ते कंटाळतात. मग मैत्रीऐवजी तिटकाराच निर्माण होतो.

पतीचा स्वभाव जाणून घ्या

महिलांच्या मनोशरीर यंत्राचा स्वभाव कसा असतो, हे यावरून पुरुषांच्या लक्षात आले असेल. त्याचप्रमाणे आपल्या पतीचा स्वभाव कसा आहे, हेदेखील महिलांनी समजून घ्यायला हवे. एखादी समस्या सोडवायची असेल, तर पती एकटाच एकांतात बसून शांतपणे विचार करू पाहतो. पत्नीने अशा वेळी त्याला शंकाकुशंका विचारून हैराण करू नये. ''काही बोलत का नाही? काय प्रकार आहे ते सांगा तर खरं!'' असं जर पत्नी छेडत राहिली, तर पती त्रस्त होतो. कुठलीही समस्या सोडवताना आपण तिच्याबद्दल बोलत राहिल्याने, ती समस्या सोडवण्याचा मार्ग सापडतो. त्याप्रमाणे पतीनेही बोलत राहून समस्येवर तोडगा काढावा, अशी पत्नीची भावना असते. अशा वेळी पती म्हणतो, ''मी अशा प्रकारे समस्या सोडवू शकत नाही. मला कृपा करून थोडा वेळ एकट्याला विचार करू दे.'' पण ही भाषा पत्नीला कळत नाही. ''नवरा एकटा का राहू इच्छितो? मी एवढी त्याला मदत करायला तयार आहे, पण हा काही बोलायलाच राजी नाही. असे का?'' असा प्रश्न तिला पडतो. पतीचा स्वभाव जर पत्नीला ठाऊक असेल, तर ती लगेच शांत होईल आणि पतीला काही काळ एकटे राहू देईल. त्यामुळे पती त्या समस्येवर आपल्या पद्धतीने तोडगा काढू शकेल.

पती-पत्नी यांची विचारपद्धती

कालनिर्णय विरुद्ध सालनिर्णय

पती हा कालनिर्णयासारखा असतो. कॅलेंडरसारखा असतो. कॅलेंडर आजचा दिवस, आजची तारीख, आजची तिथी वगैरे सर्व माहिती पुरवतो. त्याप्रमाणे पतीही सर्व माहिती देतो.

पत्नी ही सालनिर्णयासारखी असते. दिवसापेक्षा ती वर्षांच्या भाषेत बोलते. पती म्हणतो, ''फार थोडा वेळ उरला आहे; मला एकट्याने विचार करू दे. मला लवकरात लवकर निर्णय घ्यायला हवा. वेळ संपण्याआधीच मला काय ते ठरवू दे.'' परंतु पत्नीच्या डोक्यात ही गोष्ट शिरत नाही.

पत्नी पतीला म्हणते, ''कितीतरी वर्षात आपण पर्यटनासाठी कुठे गेलो नाही.'' पती म्हणतो, ''गेल्याच महिन्यात आपण बाहेर जाऊन आलो ना!'' पती असे म्हणतो कारण तो लगेच कालनिर्णयात शिरतो. अमुक दिवशी अमुक काम केले, हे त्याला नेमके ठाऊक असते. पत्नी ही सालनिर्णयासारखी आहे, हे त्याने जाणून घेतले, तर तो पत्नीशी वाद घालणार नाही. ''ही मला अकारण दोष देत आहे,'' म्हणून तो खेद करीत बसणार नाही. काळाची जाणीव स्त्रियांना कशाप्रकारे होत असते, याचं आणखी एक उदाहरण बघू.

एखाद्या घरी फ्रीज दुरुस्त करण्यासाठी मेकॅनिकला बोलावण्यात येते. तो त्या घरी जाऊन फ्रीज दुरुस्त करतो. त्यानंतर वर्ष उलटतं. पुन्हा फ्रीज बिघडतो. पुन्हा मेकॅनिकला बोलावण्यात येतं. तेव्हा त्याला ती गृहिणी म्हणते, ''काय रे, तू अशी कशी दुरुस्ती करतोस? चार दिवसांत फ्रीज पुन्हा कसा खराब झाला?'' तो मेकॅनिक उत्तर देतो, ''चार दिवसांपूर्वी मी कुठे आलो होतो? मी तर गेल्या वर्षी फ्रीज दुरुस्तीसाठी आलो होतो... आता वर्षानंतर फ्रीज बिघडला, तर मी काय करणार?'' स्त्रियांना वेळेचे भान असे धूसर असते. कालपरवाची गोष्ट त्यांना वर्षांपूर्वीची वाटते. पत्नी वर्षांच्या भाषेत विचार करते हे समजल्यावर पुरुषाला आनंद वाटेल; उलट पती कालनिर्णय आहे, हे कळल्यावर पत्नीही खूश राहील. पती वेळ बघूनच म्हणेल, ''या मुद्द्यावर जास्त घोळ घालू नकोस.'' पत्नीत समजशक्ती असेल, तर तीही वाद घालणार नाही. किंवा ''किती वर्षे झाली आपण बाहेर गेलो नाही. तुम्ही खोटे बोलू नका,'' असेही म्हणणार नाही. पती कालनिर्णय आहे, हे समजल्यावर पत्नी त्याच्यावर आरोप करणार नाही. त्याचप्रमाणे पतीवर आपण उगाच आरोप केला, तर त्याला फार वाईट वाटतं, हेही पत्नीला कळायला हवं. आपल्याला कोणी गैर समजू नये, अशी पतीची इच्छा असते. पण पत्नी तर त्याच्यावर दोषारोप करून टाकते! कारण तिच्या लेखी याला फारसा अर्थ नसतो.

पतिपत्नीच्या आनंदाचे रहस्य

'खुश राहायचं असेल, तर कान दान करा' याची जाणीव पतीला व्हायला हवी

आणि 'खुश राहायचं असेल, तर जिव्हा दान करा' (जिभेवर नियंत्रण ठेवा) अशी जाणीव पत्नीला व्हायला हवी. चेतनेच्या तिसऱ्या स्तरावर पतिपत्नीला हे ज्ञान होऊ लागते.

या वेळी आपला पती काही ऐकून घेण्याच्या मनःस्थितीत नाही; तो एकटाच एकांतात बसून समस्येवर तोडगा काढणार आहे, हे पत्नीला समजले, तर ती स्वतःही मौनात जाईल, म्हणजेच जिव्हा दानाचा अवलंब करील, शांत बसेल. अशाप्रकारे पत्नीने जिव्हा दान केले, तर समस्या सुटल्यावर पती तिच्याकडे धावत आल्याशिवाय राहणार नाही. शांत राहून पत्नीने दिलेल्या सहयोगामुळे त्याला तिच्याबद्दल आपुलकी वाटणारच! पतीला मदत करायची आहे ती आपल्या पद्धतीने नव्हे, तर त्याला हव्या असणाऱ्या पद्धतीने, हे पत्नीने लक्षात ठेवायला हवे. प्रत्येक पत्नीला आपल्या पतीला मदत करण्याची इच्छा असते. परंतु पतीच्या स्वभावाचे (माइक सिस्टिमचे) ज्ञान नसल्याने ती आपल्या पद्धतीने मदत करू पाहते. त्यामुळे माइक सिस्टिममध्ये सायरन कधी कर्कशपणे वाजू लागतो आणि ट्युनिंग कसे बिघडते, हेच तिला समजत नाही. पण समज वाढू लागताच पत्नी पतीला थोडा मोकळा वेळ, स्पेस देऊ लागते. जिव्हा दान केल्याने ती शांत राहते आणि काम पूर्ण झाल्यावर पतीची प्रशंसाही करते. त्यामुळे मोठाच कार्यभाग साधला जातो.

आपली प्रशंसा ऐकून पुरुषाला स्वतःचे महत्त्व जाणवते. कारण पुरुष हे बुद्धीवर भर देतात, तर स्त्रिया भावनेवर. प्रशंसेचे शब्द ऐकल्यावर पतीला आपल्या योग्यतेची खात्री दृढतेने पटते, हे प्रत्येक पत्नीने समजून घेण्याची गरज असते. हे ठाऊक असल्याने ती आत्ता दोन गौरवाचे शब्द बोलेल किंवा कधी कधी वेळ पाहून मौनव्रतसुद्धा पाळेल. अशा वेळी पतीला आपल्यासाठी खूप काही करायचं आहे, याची तिला जाणीव होते आणि पतीलाही तिचे बोलणं ऐकण्याची उत्सुकता असल्याचं तिला आढळेल. "आता तुला काय सांगायचं आहे ते सांग. तुझे काय विचार स्पष्ट सांग," असे तो म्हणतो. तिला पुरेसा वेळ देतो.

अशाप्रकारे नात्यांमध्ये दृढता येण्यासाठी, समजेची गरज असते. पतिपत्नीचे नाते असो अथवा अन्य कुठले; नात्यांमध्ये समज असणं फार महत्त्वाचं आहे. प्रत्येक नातं योग्य समजेने निभावणं गरजेचं आहे. जेणेकरून नातेसंबंध बळकट होऊन कित्येक परिवारांत सौहार्द्र निर्माण होईल. आपली समजच नातेसंबंध दृढ करू शकते.

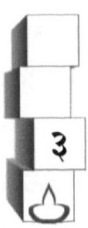

३

स्त्री-पुरुष संबंध आणि प्रबोधन

पुरुष आणि स्त्री या दोहोंच्या मेंदूच्या रचनेत फरक असल्याने त्यांच्या स्वभावातही फरक असतो, असे शास्त्रीय संशोधनावरून स्पष्ट झालं आहे. या संशोधनाला पुष्टी देणारे पुरावेही नेहमी मिळत राहतात.

एकविसाव्या शतकातही शाळांमध्ये स्त्री-पुरुष संबंधाविषयी काही ज्ञान दिले जात नाही, या गोष्टीचे आश्चर्य वाटते. झाडेझुडपे, पशुपक्षी, अन्नधान्य, सामान्यज्ञान -विज्ञान, इतिहास-भूगोल, गणित व समाजशास्त्र असे अनेक विषय शाळांमध्ये शिकवले जातात; परंतु स्त्री आणि पुरुष यांच्यातील शारीरिक भिन्नता, त्यांचे संबंध, त्यांचे स्वभाव, त्यांच्या विचार करण्याच्या पद्धती याबद्दल शाळेत कोणी शिक्षक ज्ञान देत नाहीत. घरातही वडीलधारी लोक त्याबद्दल बोलत नाहीत. या पुस्तकाच्या माध्यम ातून यांसारख्या आवश्यक गोष्टींबाबत ज्ञान घेऊन स्वतःचंच प्रबोधन करा आणि आपले जीवन सुखमय व आनंददायक बनवा. आपण व आपल्या जीवनाच्या जोडीदाराला जे जीवन जगण्याचा हक्क आहे, ते उन्नत जीवन जगा, असं आवाहन करावंसं वाटतं.

स्त्री-पुरुष संबंध

जगण्यासाठी जसा श्वासोच्छ्वास आवश्यक तद्वतच वैवाहिक जीवनाच्या सौख्यासाठी परस्परांवरील विश्वास आणि सामंजस्यही आवश्यक आहे.

पती आणि पत्नी यांचं नातं अत्यंत नाजूक असतं. ते प्रेम आणि विश्वास यांच्यावर टिकून राहतं. विवाहाचे लहान-मोठे विधी पार पडल्यावर नवरा-बायको नव्या जीवनात पदार्पण करतात; आरंभीच्या दिवसांत परस्परांबद्दलचे आकर्षण आणि प्रेम परमोच्च पातळीवर असते; परंतु पुढे लहानलहान बाबींवरून अज्ञान आणि असमंजस वृत्तीमुळे खटके उडू लागतात. मग या नात्यात कडवटपणा आणि तणाव येऊ लागतो.

अशा वेळी काही पथ्ये पाळली, काही गोष्टींकडे लक्ष दिले, तर वैवाहिक जीवन आंबट-गोड अनुभवांनाही न जुमानता फुलू लागते, खुलू लागते.

विवाहानंतरच्या प्रारंभिक दिवसात पती-पत्नीमध्ये परस्परांबद्दल आकर्षण दिसून येते, ते आकर्षण पुढे स्वभावभिन्नतेची जाणीव झाल्यावर ओसरू लागते. लग्न होऊन काही वर्षे उलटली की पतिपत्नीमध्ये आपल्या वैवाहिक जीवनाबद्दल असमाधान वाढू लागते. असे दृश्य बहुतेक दांपत्यांच्या बाबतीत आढळते.

अशावेळी प्रत्येक पती-पत्नीने वास्तवाला सामोरे जाण्याची तयारी ठेवायला हवी. कालांतराने लग्नानंतर मुलेबाळे आणि घरची इतर कामंही अधिक महत्त्वाची ठरू लागतात आणि एकमेकांना पुरेसा वेळ देता येत नाही; आरंभीचे शारीरिक आकर्षण हळूहळू ओसरू लागते. पूर्वीची प्रेमभावनाही तेवढी उत्कट, अनावर राहात नाही... ही वस्तुस्थिती स्वीकारण्याची मानसिक तयारी असावी लागते. नाहीतर विवाह केवळ एक सुंदर स्वप्नच राहतं.

आज शाळा, कॉलेजात मुलामुलींना स्त्री-पुरुष समानतेचे धडे दिले जातात. दोघांच्या क्षमता समान आहेत; स्त्रियाही पुरुषांच्या बरोबरीने सर्व कामं करू शकतात. परंतु ही मुलं मोठी होतात, लग्न करतात, संसार थाटतात, तेव्हा आपण प्रत्येक बाबतीत वेगवेगळे आहोत, आपले शरीर, आपले मन, आपली बुद्धी, आपलं तर्कशास्त्र यात फार अंतर आहे, हे त्यांच्या लक्षात येते. काही वेळा नवपरिणीत जोडप्यांची पावलेही घटस्फोटाच्या दिशेने पडू लागतात आणि विधात्याने या दोन जीवांना इतके वेगळे, इतके परस्परविरुद्ध कसे बनवले, असा प्रश्न मनात येतो.

आपले वैवाहिक जीवन सुखी व स्थिर करणे आपल्याच हातात असते, हे या प्रश्नाचे उत्तर आहे.

त्यासाठी आपण आपल्यातील आणि आपल्या जोडीदारात जे अंतर आहे, ते समजून उमजून स्वीकारून मान्य करणे, त्या अंतराचे माहात्म्य जाणून घेऊन, त्याला

आपल्या हृदयात स्थानापन्न करणे. ही सर्वांत महत्त्वाची गोष्ट आहे.

पुरुषाला नेहमी अधिकार गाजवणे, यश मिळवणे, शारीरिक सुख मिळवणे यात रस वाटतो. स्त्रियांना नातेसंबंध, स्थैर्य आणि प्रेम मिळवणे यांत रस असतो. या दोहोंमध्ये संतुलन राहिले नाही, तर नात्यात तणाव निर्माण होतो.

स्त्री आणि पुरुष या दोघांत अंतर असते; दोघांचे स्वभाव, विचार करण्याची पद्धत, आवडीनिवडी, सवयी, अग्रक्रम, प्रेमाविष्काराचे मार्ग हे वेगवेगळे असतात, असे पिढ्यान्‌पिढ्या आपल्या मनावर बिंबवण्यात येते.

याचे एक कारणही स्पष्ट आहे. पती आणि पत्नी हे दोघे वेगवेगळ्या कुटुंबातून आलेले असतात. संगोपन, आदर्श आणि संस्कार या दृष्टीने त्यांच्यात अंतर असते. दोघेही मनुष्यप्राणी आहेत, एवढंच काय ते त्यांच्यात साम्य असतं.

शारीरिक रचना भिन्न असूनही पतिपत्नीचे नातं टिकतं; याचं श्रेय स्त्रियांकडे जातं. कुटुंब आणि नातलग यांना सांभाळण्यासाठी आवश्यक ते गुण त्यांना निसर्गानेच बहाल केलेले असतात. कौटुंबिक भावनांमागचे उद्दिष्ट जाणण्याचे ज्ञान स्त्रियांना अंगभूतच असते. समस्या उद्‌भवण्याच्या आधीच तिच्या परिणामांची कल्पना त्यांना येऊ शकते. देशाला जर सुरक्षित करायचे असेल, तर त्या देशाचे नेतृत्व स्त्रीकडेच असायला हवे, असे स्त्रियांच्या याच गुणामुळे म्हटले जाते.

पतीच्या संदर्भात जाणून घेण्यासारख्या बाबी

१) आपल्या पत्नीला कुठल्याही समस्येबाबत लगेच सल्ला वा उत्तर हवे असते, असा प्रत्येक पतीचा ग्रह असतो; त्यामुळे तो तिचे समाधान करण्याचा प्रयत्न तातडीने करतो. पत्नींवरील प्रेम प्रकट करण्याचा हा सर्वश्रेष्ठ प्रकार आहे, असे त्याला वाटत असते. प्रेमाची अभिव्यक्ती करण्याची पुरुषांची पद्धत स्त्रियांच्या पद्धतीपेक्षा वेगळी असते. आपलं म्हणणं कोणीतरी पूर्णपणे लक्ष देऊन ऐकावं एवढीच पत्नीची अपेक्षा असते.

२) आपली पत्नी आपल्यापासून काही वस्तू दडवून ठेवते, अशी बहुतेक पतींची तक्रार असते, तथापि वस्तुस्थिती तशी नसते. हॉटेल वा रेस्टॉरंटचा पत्ता पुरुष सहजपणे शोधू शकतात, तर आपल्याच घरातल्या कपाटात ठेवलेला रुमाल, मोजे, वगैरे वस्तू पुरुषांना सापडत नाहीत; असे संशोधनात आढळून आले आहे. कारण पुरुष आणि स्त्रिया यांची शारीरिक रचना वेगवेगळी असते.

३) वाहन चालवताना पत्नीने सूचना दिल्या, तर ते कुठल्याही पुरुषाला आवडत नाही. त्यांना दिशांचे ज्ञान नसते, असे पुरुष समजून चालतात. स्त्रियांचं सामान्य ज्ञान (कॉमन सेन्स) कमी असतं आणि त्या फार बडबड करतात असा पुरुषांचा समज असतो.

४) अधिकार गाजवणे, यश मिळवणे, आपल्यासाठी आणि आपल्या कुटुंबासाठी अन्न, वस्त्र, निवारा यांची सोय करणे आणि शारीरिक सुख मिळवणे यात पुरुषांना जास्त स्वारस्य असतं.

५) पुरुष हा तर्कबुद्धीवर भर देतो, तर स्त्री भावनेवर भर देते.

६) आपली पत्नी आपल्या स्वभाववृत्तीत बदल घडवून आणण्यासाठी सतत पिच्छा पुरवते अशी पतीची तक्रार असते.

७) आपलं कौतुक व्हावं, अशी प्रत्येक स्त्रीची अपेक्षा असते; त्याचप्रमाणे पुरुषांनाही आपण केलेल्या चांगल्या कामाबद्दल प्रशंसा ऐकायला आवडतं.

८) स्त्रिया आपल्याला राग आला, तर तो मनात ठेवतात किंवा दूर सारतात; पुरुष आपला राग लगेच व्यक्त करतात.

९) स्त्रिया इतर व्यक्तींबद्दल जास्त बोलत असतात. इतरांच्या जीवनातील खासगी गोष्टी जाणून घेण्याची त्यांना आवड असते. बायका समस्यांबद्दल बोलतात, पुरुष समस्या सोडवण्याच्या दृष्टीने बोलतात. लगेच निर्णय घेण्यावर पुरुषांची भिस्त असते.

१०) एखाद्या महिलेला कुठलाही पत्ता विचारला, तर ती जवळच्या दुकानाची खूण सांगेल. पुरुषाला पत्ता विचारला तर जवळच्या हॉटेल किंवा रस्त्याचे नाव तो सांगतो.

११) घरातील जिन्यात ठेवलेल्या वस्तू वर जाताना महिला उचलून घेऊन जातात; पुरुष त्या वस्तू तशाच ओलांडून पुढे जातात. त्या वस्तू जर उचलायला सांगितलं, तरच ते त्यांना हात लावतात.

१२) पुरुष एका वेळी एकच काम करतात. टीव्ही चालू असताना फोन आला, तर ते टीव्ही बंद करायला किंवा आवाज कमी करायला सांगतात.

१३) टीव्ही बघताना बायकोशी गप्पा मारायला पुरुष टाळाटाळ करतात. क्रिकेट

मॅच किंवा अन्य आवडीचा कार्यक्रम बघताना हे विशेष जाणवतं. शारीरिक संबंधाच्या वेळीही ते बोलणं पसंत करीत नाहीत. त्या अगोदर ऐकायला त्यांना आवडतं.

१४) ज्या गोष्टी भावनात्मक पातळीवर व्यक्त करता येत नाहीत, त्या पती शारीरिक जवळिकीच्या माध्यमातून व्यक्त करतात.

१५) शारीरिक संबंध हा पतीला झोपेच्या गोळीप्रमाणे वाटतो. त्या गोळीमुळे दिवसभराचा त्याचा तणाव एकदम दूर होतो. शारीरिक जवळिकीनंतर पत्नीला आपण अधिक शक्तिशाली असल्याचं जाणवतं, तर पतीला काहीतरी काम करावंसं वाटतं. संबंधानंतर लगेच झोप आली नाही, तर पुरुषाला चहा-कॉफी तयार करून पिण्याची इच्छा होते. पुरुषाला आपल्यावर पूर्ण नियंत्रण ठेवावंसं वाटतं. समागमाच्या वेळी हे नियंत्रण ठेवणं शक्य होत नाही, त्यामुळे काहीतरी काम करून आपल्यावर आपला पूर्ण ताबा आहे, हे ते दाखवू पाहतात.

स्त्रियांच्या संदर्भात जाणून घेण्यासारख्या गोष्टी

१) पती आपल्या बोलण्याकडे नीट लक्ष देत नाही, आपली पुरेशी काळजी घेत नाही, घरातील कामांची जबाबदारी उचलत नाही, जास्त बोलत नाही, आपल्यावर प्रेम करीत नाही आणि नातलगांना दिलेले वायदे पूर्ण करीत नाहीत, अशी बायकांची नेहमी तक्रार असते. आपला पती आपल्याला फारसा वेळ देत नाही, हीदेखील बहुसंख्य स्त्रियांची तक्रार असते.

२) पती-पत्नीतील मतभेदांमुळे तणाव निर्माण होतो. बायकोला आपले विचार का पटत नाहीत, असा प्रश्न नवऱ्याला पडतो, तर आपल्या मनाप्रमाणे नवरा का वागत नाही, असा प्रश्न बायकोला पडतो.

३) आपल्याजवळच्या वस्तू पत्नीला दाखवण्यासाठी पती उत्सुक असतो, पण स्त्री आपल्याजवळच्या वस्तू पतीपासून नेहमी लपवण्याचा प्रयत्न करते.

४) स्त्रिया 'आपल्यात आता प्रेम राहिलेलं नाही,' हे सहजपणे जाणू शकतात. त्यामुळे बहुतेक वेळा नात्यांचा शेवट होण्याची सुरुवात ही स्त्रियांद्वारेच होऊ लागते.

५) पुरुष नेहमी पूर्ण वाक्यं बोलतात; महिला परिच्छेदात बोलतात.

६) शारीरिक संबंधाद्वारे पत्नी आपल्या स्वतःला प्रेमाने भरू पाहते, तर नवरा पूर्णतया रिक्त होऊ पाहतो.

७) स्त्रियांना नेहमी इतरांच्या मनाप्रमाणे करायला आवडते, तर पुरुष आपल्याला जे आवडते तेच करतात.

८) एखादी वस्तू हवी असेल, तर पुरुष ती मागून घेतात. स्त्रिया त्या वस्तू विषयी सूचकपणे बोलतात आणि समोरच्या व्यक्तीकडून योग्य प्रतिसादाची अपेक्षा करतात.

९) स्त्रिया जास्त भावनाप्रधान असतात. कारण त्या हृदयाने विचार करतात. भावना प्रकट केल्याबरोबर त्यांना हलके वाटते. आपल्या भावनांवर नियंत्रण ठेवा, असे पुरुषांच्या मनावर बालपणापासूनच बिंबवले जाते.

१०) एखाद्या महत्त्वाच्या गोष्टीवर पतीकडून निर्णय मिळवायचा असेल, तर समागमानंतर लगेच त्याबद्दल बोला; त्या वेळी त्यांचा मेंदू ग्रहणशील असतो.

११) पत्नी जर पतीला सल्ला देऊ लागली, सुधारू लागली किंवा बदलण्याचा घाट घालू लागली, तर 'आपण काहीही करायला लायक नाही आणि आपल्या स्वतःच्या बळावर काही करू शकणार नाही,' असा चुकीचा ग्रह तो करून घेतो. म्हणून प्रत्येक स्त्रीने आपलं वैवाहिक जीवन सुरक्षित राखायचं असेल, तर या गोष्टीचे भान ठेवावे.

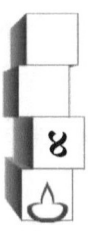

४

लेडी ए टू झेड
A to Z for Ladies

A - Accept **स्वीकार करा**

लहान सहान गोष्टींवर क्रोध करण्याऐवजी त्या घटनांचा स्वीकार करा. जीवनात कित्येक लहान-मोठ्या घटना घडत असल्याने, आपण त्रस्त होत असतो. उदाहरणार्थ, कामवाली बाई उशिरा येणे, मुलांनी आपलं न ऐकणे - अशा घटना आपल्या आयुष्यात रोज घडत असतात. प्रथम त्यांचा स्वीकार करायला हवा.

स्वीकार करण्यासाठी तीन महत्त्वाची पावलं :

१) एखादं काम आवडत नसेल, तर ते कसे आवडेल यासाठी प्रयत्न सुरू करा.

२) तरीही तुम्हाला ते आवडत नसेल, तर काम बदला.

३) बदलता येत नसेल, तर समंजसपणाने त्याचा स्वीकार करा. अस्वीकार आहे दुःख, स्वीकार आहे सुख!

B - Bold **धाडसी व्हा!**

धाडसी व्हा. इतरांवर अवलंबून राहू नका, छोटी-छोटी कामं स्वतः करा. जसं भाज्या विकत आणणे, मुलांना डॉक्टरांकडे नेणे, मुलांच्या शिक्षकांशी बोलायचं असेल, तर तुम्ही स्वतः एकट्या जाऊन बोला. आत्मसन्मान वाढवा. नकारात्मक विचारांपासून लांब राहा. स्वतःवर विश्वास ठेवला, तरच इतर माणसं तुमच्यावर विश्वास ठेवतील. 'मी करू शकते,' 'माझ्यात तेवढे धाडस आहे,' अशी सकारात्मक वाक्यं पुनःपुन्हा म्हणा.

प्रत्येक जण साहसी असतोच, फक्त त्या साहसाला सकारात्मक विचारांनी प्रोत्साहन द्या.

C - Creative सृजनात्मक व्हा!

प्रत्येक कार्य उत्तम प्रकारे व वेगळ्या ढंगाने करा. कोणतंही काम एकाच पद्धतीने केल्यावर कंटाळा येतो. वेगळ्या पद्धतीने काम केल्याने नवीन आणि सोप्या पद्धती सुचतील, काम करण्यास आनंद वाटेल. सगळ्यांत महत्त्वाचं म्हणजे तुमची विचारशक्ती वाढेल. उदाहरणार्थ, एकच भाजी वेगवेगळ्या पद्धतीने करा. घर आणि ऑफिसची कामं करताना दिनचर्येच्या कामांचा क्रम बदला, ती रोजच्या प्रमाणे न करता वेगवेगळ्या पद्धतीने करून बघा. वेगळे कार्य करण्यापेक्षा, तेच कार्य भिन्न पद्धतीने करा.

D - Decision निर्णय घ्या

लहान सहान निर्णय स्वतः घ्या. निर्णय घेताना घाबरू नका. कारण चुकीचे निर्णयदेखील आपल्याला निर्णय घ्यायला शिकवतात. निर्णय घेताना हृदय आणि बुद्धी दोन्हीचा वापर करा. फक्त भावुक होऊन नव्हे, तर बुद्धीनेदेखील काम करा. आज काय करू, आज काय नेसू, ही वस्तू विकत घेऊ की नको, असे निर्णय स्वतः घ्या. काही निर्णय आधीच घ्या म्हणजे वेळेचा योग्य उपयोग होऊ शकेल. एका आठवड्याचा मेनू तयार करून ठेवा किंवा कोणतं काम कोणत्या वेळी करायचं आहे ते आधी ठरवून ठेवा. रागात कोणताही निर्णय घेऊ नका. कारण रागात घेतलेला निर्णय नेहमी चुकीचा असतो.

E - Emotional Health आपली भावनात्मक समज वाढवा

कोणत्याही गोष्टीमुळे नात्यांमध्ये अथवा शरीरामध्ये मानसिक तणाव उद्भवल्यास आपल्या भावना ओळखा, स्वतःला प्रश्न विचारा, अशा नकारात्मक भावना तुमच्यावर का परिणाम करताहेत? आपला राग, तणाव, भीती आणि दुःखद भावनांना प्रकाशात आणा, त्या एखाद्या डायरीत लिहून ठेवा म्हणजेच आपल्या भावना कागदावर उतरवा. स्वतःलाच सांगा, 'त्या घटना मला नवीन शिकण्याची संधी देताहेत. त्या घटनांचा माझ्यावर उच्चतम परिणाम होणार आहे.' कल्पनाशक्तीच्या जोरावर तुमची नीटनेटकी, सकारात्मक आणि तुम्हाला आवडणारी छबी समोर आणा. या घटनांवर मात करा आणि आपल्यातील आत्मविश्वास जाणून घ्या.

भावनांची ताकद ओळखा, त्यांचा उपयोग चांगल्या कामासाठी करा.

F - Fearless निर्भयी बना, निडर व्हा!

भीतीच्या भावनांना भिऊ नका, निर्भयी बना. भीतीचा सामना केल्यानंतरच साहसी बनता येते. म्हणून कितीही भीती वाटत असली, तरी भीतीविरुद्ध कार्य करा. अंधाराची जर भीती वाटत असेल, तर अंधारात जाऊन बघा. सकारात्मक विचार ठेवून

या मंत्राचे उच्चारण करा, 'मी ईश्वराची संपत्ती आहे, कोणतीही वाईट शक्ती मला स्पर्श करू शकणार नाही.'

भीतीची भावना कमी करण्यासाठी कधी कधी आपल्या कुटुंबीयांसमवेत व मित्रांसमवेत फिरायला जायचा बेत आखा. यामुळे तुम्हाला व त्यांना एक नवीन उत्साह आणि ताजेपणा जाणवेल. भीती ही अशी गोष्ट आहे जिच्यामुळे माणूस जे करण्यासाठी पृथ्वीवर आला आहे, ते कार्य करू शकत नाही.

G - Giving / Forgiving देण्याची भावना / क्षमा

घेणे नव्हे, देणे शिका. कारण घेण्यामुळे फक्त निर्वाह होतो, पण देण्यामुळे विकास होतो, फायदा होतो.

कोणतीही चूक झाल्यावर क्षमा मागणे व क्षमा करणे यात संकोच बाळगू नका. यामुळे आपापसातील प्रेम आणखी वाढेल. समोरचा माणूस कसा चुकला यावर लक्ष केंद्रित न करता तो कसा बरोबर आहे, हे बघायचं आहे. म्हणून इतरांना माफ करायला शिका; नाहीतर स्वतःचंच नुकसान होईल. मनातून आपल्याला त्रास होत राहील आणि सतत एक प्रकारचं ओझं घेऊन आपण फिराल. इतरांना क्षमा केल्याने, त्यांच्यावर उपकार करीत नसून स्वतःवरच तुम्ही उपकार करत असता, हे विसरता कामा नये.

स्वर्णिम नियम – इतरांबरोबर अशा प्रकारे वागा, जसे वागण्याची अपेक्षा आपण लोकांकडून करत असतो.

H - Habits चांगल्या सवयी लावा

चांगल्या सवयी लावा, वेळापत्रक बनवून ते अमलात आणण्याचा, त्याप्रमाणे वागण्याचा प्रयत्न करा. लहान लहान प्रयोग करा. सकाळी लवकर उठणे, व्यायाम करणे, कामं वेळेवर पूर्ण करणे इत्यादी. असं करताना सुरुवातीला त्रास होईल, पण हळूहळू हे सगळं सोपं वाटू लागेल. दररोज व्यायाम करण्याची सवय अवश्य लावा, यामुळे आपला तणाव कमी व्हायला मदत होईल.

काही माणसं जेवताना फक्त जेवत नाहीत, तर अनेक गोष्टींबद्दल विचार करत असतात. अशा सवयीमुळे पचनक्रिया बिघडते.

चांगल्या सवयी हळूहळू वाढवा आणि वाईट सवयी हळूहळू कमी करा. समजा दुपारी जर आपण दोन तास झोपत असाल आणि आपणास कमी झोपायचं असेल, तर हळूहळू झोपण्याची वेळ कमी करा. माणूस प्रथम स्वतःच्या सवयी तयार करतो आणि नंतर या सवयी माणसाला घडवतात.

I - Initiative प्रत्येक कार्यात पुढाकार घ्या

आळस व इतर तमोगुणांपासून दूर राहा. कित्येक कामं अशी असतात, जी कराविशी वाटतात, पण आपण ती करू शकत नाहीत. आपल्याला माहीत असतं, की एकदा काम सुरू केल्यावर ते पूर्ण करणारच; पण तरीही आपण काम सुरू करत नाही. अशाच कामांकरिता पुढाकार घ्या.

थोडासा वेळ देऊन प्रारंभ करा आणि हळूहळू काम धसास लावा. कुणालाही न सांगता, आपली जबाबदारी समजून स्वतःच कार्याची सुरुवात करणे, हा चांगल्या लीडरचा गुण असतो. याचप्रमाणे नात्यांमध्ये तणाव असेल, तर पुढाकार घेऊन तो दूर करा, इतर कुणी सुरुवात करेल या भरवशावर राहू नका.

कामाची सुरुवात करणे हेच यशाचे रहस्य किंवा यशाचे रहस्य म्हणजे कार्यारंभ.

J - Join Group संघ स्थापन करा

फावला वेळ घालवण्यासाठी एखाद्या चांगल्या संस्थेचे सभासद किंवा चांगल्या संघात सामील व्हा. जेथे आपण आपली शक्यता विकसित करून आपल्या ताकदीचा वापर करून इतरांनाही त्यांच्या कामात मदत करू शकाल.

तेथे शिकवल्या जाणाऱ्या गोष्टीत वादविवाद न करता त्या अमलात आणा. लोकव्यवहाराचे नियम जाणून घ्या व आपले जीवन सुधारा. सुखी जीवन जगा. घटनांच्या अनुषंगाने इतरांवर नियंत्रण ठेवण्यापेक्षा, स्वतःवर नियंत्रण ठेवायला शिकणं, हे केव्हाही चांगलं. फक्त उपदेश नको, ऐकायलादेखील शिका.

तुमच्या संघाला, मैत्रिणींना बघून, तुमच्याविषयी जाणून घेता येतं, तुमची परीक्षा करता येते म्हणून चांगल्या संघाची निवड करा.

K - Knowledge ज्ञान प्राप्त करा

सदैव शिकण्याचा दृष्टिकोन ठेवा, ज्ञान प्राप्त करा. पुरुष व मुले अधिकतर बाहेर असतात, त्यामुळे बरंच काही शिकतात, स्त्रिया मात्र घरातच असल्याने नवीन गोष्टींचं ज्ञान त्यांना नसतं. पुस्तकं, वर्तमानपत्र, दूरदर्शनवरील चांगले कार्यक्रम यातून ज्ञान मिळवा. सतत आपले ज्ञान वाढवण्यासाठी वेळ काढा. कमीत कमी दिवसातला अर्धा तास तरी शिकण्यासाठी ठेवा. तुमची नजर लोकांच्या संपत्तीवर किंवा शरीरावर असण्यापेक्षा त्यांच्या ज्ञानावर असू द्या.

प्रत्येक माणसाकडे जे काही ज्ञान असतं, त्यातून तो आपल्याला नव्या गोष्टी शिकवेल, त्यामुळे तुमच्या जीवनात यशस्वी जीवन जगण्यासाठी लागणारी प्रत्येक गोष्ट असेल.

लक्षात ठेवा, ज्ञान वाटल्याने वाढते आणि संचय केल्याने घटते.

L - Love (Bright) तेजप्रेम

ईर्षा, घृणा व द्वेषापासून सावध राहा. या भावना प्रत्येकात असतात. या भावना प्रत्येकात असणं स्वाभाविक आहे, कारण या भावना सुरक्षा आणि सावध राहण्यासाठी दिलेल्या असतात. परंतु या भावना वृद्धिंगत होऊन नकारात्मक बनतात. या भावनांची शक्ती जाणून त्यांना आपल्या व घरातील लोकांच्या विकासासाठी वापरा.

ईर्षा, घृणा व द्वेष न करता लोकांना प्रेम द्या. प्रेम वाटणे स्त्रीचा स्वाभाविक गुण आहे. प्रत्येक स्त्री नि:स्वार्थ भावनेने प्रेम देऊ इच्छिते. आपल्या मुलांना तर ती देतच असते, पण हे स्वतःच्या मुलांपर्यंतच सीमित असतं. तसं नसावं. वस्तुतः प्रेम अशी वस्तू आहे, जी इतरांना दिल्याने मिळतच राहते.

M - Manage प्रबंधक व्हा

आपल्या घराचे प्रबंधक व्हा. जे काम जगातील कोणताही माणूस करू शकतो, ते काम तुम्हीही करू शकता. आपल्या शक्तीवर विश्वास ठेवा, संधी ओळखा, यश जरूर मिळेल. जे कार्य आपण आज आणि आता करत आहात ते चांगल्या प्रकारे करा. जे काल केले होते, त्यातून धडा घ्या व ते विसरून जा. जे काम आपण उद्या करणार आहात, ते चांगलेच होईल, असा विश्वास बाळगा.

वेळेचा सदुपयोग म्हणजे योग्य वेळी निर्धारित काम पूर्ण करणे. वेळेचे महत्त्व जाणणारा माणूस बना आणि प्रत्येक क्षणाचा उपयोग योग्य पद्धतीनं योग्य गोष्टींसाठी करण्याचा संकल्प करा. कारण आज जर आपण वेळेला महत्त्व दिले नाही, तर येणारा काळही आपल्याला महत्त्व देणार नाही. वेळ, शक्ती आणि धनाचा सदुपयोग हीच जीवनातील यशाची पायरी होय. वेळ माणसासाठी सर्वांत मोठं वरदान आहे.

N - No No's हे करू नका

काही गोष्टी कधीही न करण्याची प्रतिज्ञा करा. वेळ व शक्ती नष्ट होणाऱ्या पुढील गोष्टी न करण्याच्या यादीत टाका.

- विनाकारण बोलणे.
- विचारशक्तीचा गैरवापर करणे.
- चुकीच्या सवयी लावून घेणे.
- भूतकाळात झालेल्या चुकांकडून शिका. त्या चुका पुन्हा होणार नाहीत, यासाठी संकल्प करा.

- कोणत्याही गोष्टीचा अतिरेक करू नका, कारण त्यामुळे आपल्या सतर्कतेवर व व्यवहारावर परिणाम होतो.
- अपराधबोध, चिंता व तणाव यांसारख्या भावनांपासून सदैव दूर राहा. आपले स्वतःचे नियम बनवा.

जेव्हा आपण स्वतःचे नियम बनवत नाही, तेव्हा आपल्याला दुसऱ्यांच्या नियमानुसार चालावे लागते.

O - Observe **निरीक्षण**

इतरांचे सद्गुण बघा. आपल्या आजूबाजूचे लोक, नातेवाईक, शेजारीपाजारी, इत्यादींचे चांगले गुण आपल्या डायरीत लिहून ठेवा. आपल्यामध्ये जे गुण असावेत असे तुम्हाला वाटते ते वाढवा. म्हणजे पुढच्या वेळी जेव्हा ते समोर येतील, तेव्हा त्यांचे लक्ष तुमच्या गुणांवर जायला हवे, दोषांवर नको. अशा तऱ्हेने प्रत्येक माणसाच्या सद्गुणांचे निरीक्षण करा. टीव्ही, रेडिओवरील प्रेरणादायक कार्यक्रम बघा. शकलेची (चेहरा) नको तर अकलेची (बुद्धी) नक्कल करा. यशस्वी महिलांच्या आत्मकथा वाचा. त्यांचे गुण ओळखा, कारण प्रत्येक महिलेला फक्त बौद्धिक व मानसिक पातळीवरच नव्हे, तर शारीरिक व सामाजिक पातळीवरदेखील सक्षम बनायचे आहे.

ज्या गोष्टीवर आपले लक्ष असते, ती चांगली असो वा वाईट, ती आपल्यातही येऊ लागते... हा निसर्गाचा नियम आहे.

P - Prayer **प्रार्थना करा**

ज्या गोष्टीसाठी तुम्ही प्रार्थना करता, ती गोष्ट तुमच्या जीवनात वाढते. तुम्ही जर इतरांच्या मदतीसाठी प्रार्थना करत असाल, तर ती मदत तुमच्यापर्यंत येऊन पोहोचते. प्रत्येक माणूस जाणता-अजाणता प्रार्थना करतच असतो. इतरांसाठी प्रार्थना करा. आपण कधी कधी ईर्षा आणि द्वेषामुळे घाई-गडबडीत चुकीचा निर्णय घेतो, कारण आपले मन शुद्ध नसते. त्यामुळे आपणच आपले नुकसान करून घेतो. म्हणून आपल्या सान्निध्यात येणाऱ्या सर्व लोकांसाठी प्रार्थना करण्याची सवय लावून घ्या. असं केल्याने ज्या लोकांसाठी आपण प्रार्थना करतो, त्यांच्याविषयी मनात द्वेषभावना राहात नाही. अशाप्रकारे आपण इतरांसाठी निमित्त बनतो आणि सर्वत्र आनंद पसरवतो. प्रेम, विश्वास, भाव, शुद्धता, एकाग्रता, समज आणि धैर्य हे गुण प्रार्थना करण्यासाठी आवश्यक असतात.

Q - Quit **त्याग करा**

त्यागामुळेच तेजप्रेमाची पारख होते. प्रेमामुळे मनाला आवडणाऱ्या वस्तू, सवयी यांचा त्याग केला जाऊ शकतो. त्यागात दोन प्रकारच्या गोष्टी असतात; पहिली म्हणजे

तुम्ही अशा गोष्टीची निवड करता, जी यानंतर पुन्हा कधी करणार नाहीत, ती गोष्ट सोडून देणार आहात आणि दुसरी गोष्ट म्हणजे असं काही निवडता जे आजपासून कोणतीही तक्रार न करता करणार आहात.

R - Response प्रतिसाद

कोणत्याही कारणामुळे संबंधात जर तणाव आले, तर ते लगेच दूर करण्याचा प्रयत्न करा. 'पहले तुम, पहले तुम' सारखी स्थिती ठेवू नका कारण तणावामुळे जवळची माणसं दूर होतात. दोषारोपण नको, काम फत्ते करा – तक्रार करणे बंद करा.

S - Stress Management तणावमुक्त राहा

कोणताही माणूस परिपूर्ण नसतो म्हणून लवचिक बुद्धी ठेवा. बाह्य घटनांवर या ना त्या प्रकारे आपण नियंत्रण ठेवू शकतो, परंतु सर्वांत महत्त्वाची बाब म्हणजे तुम्ही स्वतःच्या भावनांवर नियंत्रण ठेवू शकता. जेव्हा जेव्हा ताण निर्माण होईल, तेव्हा तेव्हा आपले ज्ञान वाढवण्यासाठी चांगल्या पुस्तकांची मदत घ्या. आवश्यकता भासल्यास अशा माणसाला आपली समस्या सांगा. जो तुम्हाला समजून घेऊन इतरांना काही सांगणार नाही. नकारात्मक विचार व घटना यांपासून सावध राहा. स्वतःला प्रश्न विचारा, 'मी तणावमुक्त जीवन जगू शकते का, जर नाही तर माझे जीवन तणावामुळे वाया का घालवू?' आपल्यातील ऊर्जा सृजनात्मक गोष्टी शिकण्यात खर्च करा. भूतकाळापासून आपण काय शिकलो हे जाणून घ्या. सुंदर भविष्य बनवण्यासाठी आपले वर्तमान बदला.

T - Thanks धन्यवाद द्या

लहानात लहान मदत मिळाली, तरी धन्यवाद किंवा आभार यांसारख्या शब्दांचा वापर करा.

U - Understanding समज वाढवा

मान्यता व पूर्वग्रह जर अंधार आहेत तर समज आहे प्रकाश. दोन्ही एकाच वेळी एका ठिकाणी राहू शकत नाहीत. आपण केवळ अज्ञानवश चुकीच्या समजुती, पूर्वग्रह स्वीकारून जगत आहोत. यामुळे जीवनात पुढे जाऊ शकत नाही. जसं, मांजर आडवं गेलं किंवा कोणत्याही शुभकार्यासाठी तीन माणसं गेली, तर काम फत्ते होत नाही... इत्यादी. यासाठी प्रामाणिकपणाने समज वाढवा; शुभ विचार ठेवा आणि या मान्यता (अंधविश्वास) कशा तयार झाल्या, त्या कुणी तयार केल्या, का तयार केल्या हे बघा. पूर्वग्रह प्रकाशात आणा. अशा प्रकारचे प्रश्न जर तुम्ही स्वतःला विचारले, तर तुमच्या विचारांमध्ये सकारात्मक बदल दिसून येईल आणि असे विचार जीवन विकसित करण्यास मदत करतील. तुमची समज वाढताच जीवनाची अभिव्यक्ती योग्य तऱ्हेने होईल.

हा सर्व मान्यतांचा खेळ आहे. Understanding is the whole thing.

V - Versatile योग्यता वाढवा

स्वतःला ऑल राउंडर बनवा म्हणजे प्रत्येक प्रकारचे कार्य करण्याची योग्यता वाढवा. स्वयंपाक करण्यापासून कार्यालयीन काम सांभाळण्यापर्यंत सगळे गुण वृद्धिंगत करा. आपल्या दिनचर्येत कौटुंबिक जबाबदारी, पती, सासर, मुलं तसेच माहेरच्या नात्यांना महत्त्व देणे, समाज, नोकरी, स्वतःच्या व घरातील लोकांच्या आरोग्याची काळजी घेणे हे सर्व करताना आपली योग्यता कपटमुक्त होऊन पारखा. इतरांना दोष देण्याऐवजी स्वतःच्या योग्यतेनुसार काम करा.

योग्यता वाढवण्यासाठी जागृत राहून सतत कार्यमग्न राहा. जेव्हा नवीन कार्य करण्याची संधी प्राप्त होईल, तेव्हा तिचा पूर्ण फायदा घ्या. संधी हातून निसटता कामा नये.

योग्यता वाढवणे म्हणजे आपले शरीर, मन आणि बुद्धीचा विकास साधणे.

W – Want इच्छा वा आवश्यकता

आपल्या इच्छा पूर्ण करण्यासाठी कित्येकदा आपण विनाकारण वेळ आणि पैसा वाया घालवत असतो. काही वस्तूंची आपल्याला गरज नसतानादेखील त्या आपण विकत घेतो आणि नंतर पश्चात्ताप करत बसतो. म्हणून कोणतेही काम करण्यापूर्वी स्वतःला विचारा, ही माझी इच्छा आहे की आवश्यकता? असे विचारणे महत्त्वाचे असते. फोन करण्यापूर्वी स्वतःला विचारा, 'इ' की 'आ'. कोणतेही सामान विकत घेण्याआधी, टीव्ही बघण्याआधी, मुलांना रागावण्याआधी जरूर विचार करा, ही आपली इच्छा आहे की आवश्यकता?

आपल्या इच्छा जरूर पूर्ण करा, परंतु तत्पूर्वी आपल्या आवश्यकता पूर्ण करा.

X - X press व्यक्त करा

आपल्या भावना योग्य शब्दांत व्यक्त करा. प्रत्येक वेळी दुसऱ्यांच्या हो मध्ये हो आणि नाही मध्ये नकारार्थी डोकं हलवू नका. योग्य वाटलं तरच बोलावं असा नियम नाही. अनुचित वाटल्यावरदेखील आपल्या प्रतिक्रिया अवश्य व्यक्त कराव्यात. आपल्या भावना इतरांपुढे अवश्य जाहीर करा. आपल्या भावनांना इतरांसमोर प्रकट करताना अजिबात घाबरू नका.

आपण नेहमी अशी आशा करतो, की समोरच्या माणसाने आपल्या भावना जाणून घ्याव्यात, पण जोपर्यंत आपण शब्दांत सांगणार नाही, तोपर्यंत समोरचा माणूस

समजू शकणार नाही म्हणून आपल्या भावना योग्य शब्दांत व्यक्त करणे फार आवश्यक ठरते. समोरच्या माणसासमोर आपली इच्छा-अनिच्छा स्पष्ट शब्दांमध्ये व्यक्त करा, पण तो तुमच्या इच्छेला संमती देईल, अशी आशा मात्र करू नका.

आपल्या भावना शब्दांमध्ये स्पष्टपणे व्यक्त करा. भावना आतल्या आत दाबून आजार वाढवू नका.

Y - Yoga योगा (आरोग्य)

एखाद्या ऋतूत निरोगी राहणे म्हणजे आरोग्य चांगले आहे, असा याचा अर्थ नाही, तर प्रत्येक ऋतूत संतुलित राहणे म्हणजे उत्तम स्वास्थ्य होय. आपल्या आरोग्याबाबत सदैव सचेत राहा. चांगल्या आरोग्यासाठी वायू, प्रकाश आणि सूर्यस्नानाचा भरपूर प्रयोग करा. आपल्या शारीरिक स्वास्थ्यासाठी भरपूर विश्रांती घ्या, आवश्यकतेएवढी झोप घ्या, शिथिल होण्याची कला आत्मसात करा. दररोज कमीतकमी आठ ग्लास पाणी प्या. सात्त्विक व पौष्टिक आहार घ्या. व्यायाम (योगा) करा. सर्वांत महत्त्वाची गोष्ट म्हणजे आपल्या जिभेवर नियंत्रण ठेवा.

मानसिक स्वास्थ्यासाठी ध्यान (मेडिटेशन) करा. शुभविचार (हॅपी थॉट्स) ठेवा. उत्तम आरोग्य प्राप्त करण्यासाठी मनाला लगाम लावा. संपूर्ण स्वास्थ्याची ओळख ठेवा.

शरीर व मन निरोगी असावेत, ही गोष्ट प्रत्येकाला मान्य आहे; परंतु यांच्याबरोबर नाती, बुद्धी, पैसे आणि ज्ञानसुद्धा निरोगी असावे, ही गोष्ट फार कमी लोकांना ठाऊक असते.

Z – Zealous उत्साही राहा

प्रत्येक दिवस हा एक उपहार आहे. सतत हसत राहा आणि नव्या दिवसासाठी धन्यवाद द्या. लोकांना भेटताना उत्साहाने भेटा. प्रत्येक काम उत्साहाने करा कारण तुम्ही जेव्हा निराश होता, तेव्हा त्याचा परिणाम सभोवताली राहणाऱ्या माणसांवरदेखील होतो, तीसुद्धा निराश होतात. तुम्ही जर उत्साही असाल, तर त्याचाही परिणाम होत असतो. तुम्हाला बघूनच लोक उत्साही होतात.

उत्साही राहण्यासाठी आनंदी राहा. आपल्या विचारांमध्ये सकारात्मक बदल आणा. शुभविचार (हॅपी थॉट्स) ठेवा. उत्साही लोकांबरोबर राहा आणि आपल्या आवडीचे काम करा.

स्वतः उत्साही राहून इतरांना उत्साहित करा.

५

आपण जागृत स्त्री आहात काय

महिलादिनाचा संदेश

स्त्री बंधनातून मुक्त व्हावी, यासाठी जगात कितीतरी आंदोलनं होत आहेत. त्या प्रत्येकाचा उद्देश स्त्री-मुक्ती आंदोलन हेच आहे. अनेक स्त्रिया स्वतःला बंधनमुक्त आणि जागृत समजतात. परंतु कोणत्या स्त्रिया मुक्त नाहीत आणि कोणत्या जागृत आहेत, हे आता आपण समजून घेऊ या.

खाली वर्णन केलेल्या स्त्रिया मुक्त नाहीत

- लोकांचा व्यवहार ज्या स्त्रीशी मनोरंजक अथवा उपभोगाची वस्तू म्हणून असतो, त्यांना खुश करण्यासाठी त्यांच्या आवडीप्रमाणे ती स्त्री वेशभूषा करते.
- इतरांना भेदभाव करू देण्यास कारण ठरते : समाजातील विषमतेच्या वागणुकीपासून अथवा हिंसाचारापासून स्वतःचा बचाव करण्यासाठी ही स्त्री विषमतेला पाठिंबा देते, भेदभावाला पूरक ठरते.
- समाजात स्त्रीला मानवी वागणूक न मिळता, एक उपभोग्य वस्तू म्हणून वागणूक दिली जाते. एका स्त्रीचा दुसऱ्या स्त्रीशी होणारा व्यवहारदेखील काहीसा तसाच असतो. तसेच समाजातील इतर व्यवहारदेखील मानवी संबंधाचे नसतील, तरीही ती त्यावर आक्षेप घेत नाही. स्वत्वाबद्दल जागृत असणाऱ्या स्त्रिया स्वतःवर असा अत्याचार होऊ देत नाहीत, मात्र इतरांच्या वागणुकीवर त्यांचा आक्षेप नसतो. समाजात, कुटुंबात, विश्वात शांती नांदण्यासाठी स्त्री व पुरुषांनी आपले खरं योगदान दिले पाहिजे.

स्त्री- उपभोग्य वस्तू

स्त्री-पुरुषांचे एकमेकांतील आकर्षण नैसर्गिक असलं, तरी तिने उपभोग्य वस्तू बनू नये. आपल्या नृत्यकलेची अभिव्यक्ती आनंदासाठी असावी, मात्र इतरांच्या मनोरंजनासाठी तिने नृत्य करू नये. त्यातून जर तिचे शोषण होत असेल, तर कलेला अर्थच उरत नाही.

स्त्रीकडे मानवी दृष्टिकोनातून न बघता मिरविण्याची सुंदर वस्तू, निर्जीव वस्तू म्हणून बघितले जाते. तिच्या गुणांना महत्त्व दिले जात नाही. समाजमान्य संकेतानुसारच तिची वस्त्र-आभूषणे असावीत, समोरच्याला आकर्षित करणारी तिची देहबोली असावी, असा आग्रह धरण्यात येतो. इतर लोक तिचं मूल्यांकन कसं करतील, यावर सर्व काही अवलंबून असतं. ती जर या गोष्टींसाठी असमर्थ ठरली, तर निराश होते. मग तिला आपल्या शरीराचीच लाज वाटू लागते.

फॅशन, चित्रपट आणि टीव्हीसारख्या काही प्रमुख माध्यमांनी स्त्रीला मनोरंजनाची वस्तू बनण्याचे विचार तिच्या मनात ठसवले. त्यांचं सर्व लक्ष केवळ याच गोष्टीकडे असतं, की स्त्रीला मनोरंजनाची उत्कृष्ट वस्तू बनवण्यास कसं शिकवावं. सुंदर कॉस्मेटिक्सपासून ते तंग, तोकडे कपडे आणि सुंदर देहाच्या प्रदर्शनामुळे स्त्रियांचं, शोषण होत आहे. हे व्यसन पुरुषांना जडलं आहे आणि महिलांनाही ती सवय झाली आहे.

'स्त्रीशिवाय सिनेमाच शक्य नाही,' असं जर म्हटलं तर यात अतिशयोक्ती ठरणार नाही. चित्रपटात सुरुवातीपासूनच स्त्रीसुलभ चिंता दाखवल्या जाऊन प्रारंभापासूनच तिला आकर्षणाचं केंद्र बनवलं जाणं ही खरी दुःखाची, दुर्दैवाची बाब आहे. अक्षरशः तिचं वस्तुकरण केलं जातं. सिनेमात तिला मनोरंजनाचं एक साधन म्हणून दाखवलं जातं. अशाप्रकारे स्त्रियांचा सुनियोजित उपयोग व्यसनाच्या स्वरूपाचा असतो. प्रथम याचा प्रभाव थोडा मृदू आणि सुखद रूपात प्रेरित करणारा होता. म्हणून यातील धोका सुरुवातीला स्त्री-पुरुषांच्या लक्षात आला नाही. ते काही मर्यादेपर्यंत मुक्तिदायक होतं आणि हे ठीकही होतं. परंतु काळानुसार जेव्हा त्याचा प्रभाव वाढत गेला, तेव्हा मात्र उन्मादाची अवस्था आली. ही सुखद अनुभूतीची सुरुवात असली, तरी आज त्याला गुलामगिरीचं, बंधनाचं रूप आलं आहे.

- इन सर्च ऑफ द लिबरेशन फॉर विमेन - मारिया वॅगनर.

मोठ-मोठ्या कंपन्यांच्या मालकांचा दृष्टिकोनही स्त्री ही प्रदर्शनीय वस्तू असाच असतो. 'एखादी स्त्री रिसेप्शनवर असेल तरच शोभा येते.' असे ऐकून तेथे काम करणाऱ्या इतर स्त्रियाही तसाच विचार करू लागतात. त्यांची मानसिकताच तशी बनते. त्या लोकांनी जर 'स्त्रियांमुळे स्त्री-पुरुष प्रमाणाचे संतुलन वाढेल,' असा विचार केला असता तर योग्य ठरलं असतं पण स्त्रियांना प्रदर्शन वा आकर्षणाची वस्तू समजून रिसेप्शनवर बसवणं अतिशय अयोग्य आहे. मुळात ही गोष्टच अतिशय चुकीची आहे. या सर्व गोष्टींमागे महत्त्वाची बाब म्हणजे त्यामागची भूमिका. एखादी स्त्री जर पुरुषांना खुश करण्यासाठी विशिष्ट प्रकारचे कपडे, मेकअप करून अंधानुकरण करत असेल, तर ती मुक्त नाही. कारण ती स्वतःबरोबर 'वस्तू'सारखा व्यवहार करण्याची नकळतपणे परवानगीच देत असते. स्त्री म्हणून आपण केलेली वेशभूषा किंवा मेकअपच आपला उद्देश पुरेसा स्पष्ट करते.

'मेकअप करण्यामागे आपली भूमिका स्पष्ट असणं आवश्यक आहे.' तुम्ही स्वतःला काय मानता? मेकअप करण्यापूर्वी जागरूक असणं फार आवश्यक असतं. एखादी स्त्री जर असा विचार करत असेल, 'माझं शरीर एक मंदिर आहे. माझ्याकडे बघून लोकांच्या चेतनेचा स्तर उंचावला पाहिजे. आपण जसं आपलं दैनंदिन जीवन जगत असताना दैवी आनंदात स्थापित होऊ शकतो, तसंच इतरांनाही होता यावं, असा विचार त्यांच्यातही यायला हवा.' या विचाराने आपण मेकअप करत असाल तर ते योग्य आहे. आत्मविश्वास वाढवण्यासाठी किंवा चांगलं दिसण्यासाठीही मेकअप करणं ठीक आहे. परंतु इतरांना आकर्षक दिसावं म्हणून मेकअप करणं म्हणजे सर्वथा समाजाच्या प्रदर्शनीयतेचे समर्थन करण्यासारखं आहे आणि या सर्व गोष्टींपासून सजग असलेली स्त्री नेहमीच दूर राहते.

कित्येक स्त्रियांना प्रशंसेची हाव असते, त्यामुळे नकळतपणे त्यांचं शोषण होत असतं. परंतु त्यांना याची जाणीव होत नाही. ही गोष्ट फार पूर्वीपासूनच आपल्या समाजात सुरू आहे. विषकन्येपासून ते नगरवधूपर्यंत असं शोषण होत आलं आहे. पण दुर्दैवाची बाब अशी, की ज्या उद्देशासाठी त्यांचा वापर केला जात होता तोच त्यांना ठाऊक नव्हता. स्त्रीने जर आपल्या इच्छांवर नियंत्रण ठेवलं, तर ती कुठल्याही पुरुषाच्या हातची कठपुतळी बनणार नाही. तिने आपल्यात असलेल्या कमतरतेचा, अवगुणांचा विचार केला, त्यावर उपाय शोधला, तर नक्कीच ती योग्य मार्गावर वाटचाल करू शकेल.

स्त्रियांना हीन वागणूक

स्त्रियांशी व्यवहार करण्याची आणखी एक पद्धत म्हणजे त्यांना तुच्छ समजणे, अमानवी स्त्री-पुरुष असा भेदभाव करणे आणि त्यांनी पुरुषांच्या अधीन राहावं, असा विचार करणे. यात पुरुष, स्त्रियांशी 'कनिष्ठ पातळीवरील व्यक्ती' असा व्यवहार करतात. या लिंगभेदामुळे स्त्रियाही स्वतःला भावना नसलेल्या वस्तू मानू लागतात. काही समाजात स्त्रिया मोठ्या होत असताना आपल्यापेक्षा पुरुषांनाच जास्त अधिकार असायला हवेत, असा विचार करतात.

युनिसेफच्या सर्वेक्षणाचा एक निष्कर्ष असा आहे, अनेक समाजात घरगुती हिंसा सामान्य मानली जाते. या सर्वेक्षणात १५ ते ४९ वर्षे वयाच्या स्त्रियांना त्यांचं मत विचारलं गेलं, विशिष्ट परिस्थितीत पतीने पत्नीला मारहाण करणे कितपत योग्य आहे? त्यावर जॉर्डनच्या ९० टक्के, गिनीच्या ८५.६ टक्के, झांबीयाच्या ८५.४ टक्के, सिएराच्या ८५ टक्के, लाओसच्या ८१.२ टक्के, तर ईथोपियाच्या ८१ टक्के स्त्रियांनी पत्नीला मारहाण करणे योग्य आहे, असं मत प्रदर्शित केलं.

पुरुषाशी तुलना करून खाली दिलेल्या गोष्टींमध्ये आपण कोणत्या गोष्टी सत्य मानता हे बघा...

- स्त्रिया पुरुषांपेक्षा मानसिकदृष्ट्या कमकुवत असतात.
- प्रत्येक क्षेत्रात स्त्रियांना पुरुषांपेक्षा कमी अधिकार असायला हवेत.
- केवळ स्त्रियांनीच पुरुषांची सेवा केली पाहिजे.
- एखादं काम पुरुषाने केलं, तर ते योग्य आणि तेच जर स्त्रीने केलं, तर ते अयोग्य.
- फक्त स्त्रीनेच घरातील कामं केली पाहिजेत. केवळ आईनेच मुलांचं संगोपन करायला हवं.
- स्त्रीने घराबाहेर जाऊन काम करू नये. तिनं आपलं करियर बनवू नये.
- एखाद्या कंपनीत स्त्री उच्चपदावर आरूढ होऊन यशस्वी होऊ शकत नाही.
- व्यवसाय करण्यात स्त्रिया पुरुषांइतक्या कुशल नसतात.
- अध्यात्म आणि आध्यात्मिक विकास फक्त पुरुषांसाठीच असतो.

वर दिलेल्या विधानांपैकी एकाचंही उत्तर 'हो' असेल, तर आपला स्त्रियांविषयीचा दृष्टिकोन असमान, क्षुद्र आहे. आपण एका सीमित विचारधारेतून, गुलामीच्या दृष्टिकोनातून स्त्रियांकडे पाहत आहात, असाच याचा अर्थ होतो. स्त्रियांपेक्षा पुरुष शारीरिकदृष्ट्या शक्तिशाली आहेत म्हणून काही कामं पुरुषांशिवाय होऊच शकत नाहीत. तथापि, तेच जास्त योग्य प्रकारे करू शकतात. वास्तविक असा विचार करणे गैर, भेदभाव करण्यासारखं नाही. परंतु स्त्रिया मानसिकदृष्ट्या कमजोर असतात, असा विचार निश्चितच चुकीचा आहे. शोध घेतल्यानंतर हे लक्षात येतं, की शारीरिक भिन्नतेचा मानसिक श्रेष्ठतेशी काडीमात्र संबंध नसतो. महिला मानसिक रूपाने पुरुषांपेक्षा श्रेष्ठ असतात वा पुरुष स्त्रियांपेक्षा... हे वैज्ञानिकदृष्ट्याही खरं नाही. अगदी अशाच प्रकारे स्त्रियाच मुलांना जास्त चांगलं सांभाळतात शिवाय, हे कामही त्यांचंच आहे म्हणून त्यांनीच हे करायला हवं. केवळ सजग असल्यामुळेच एक जागरूक स्त्री स्वतःबरोबर आणि इतरांसोबतही भेदभाव होऊ देत नाही.

अशा स्त्रीच्या जागी आपण स्वतः आहोत, असा विचार करा. पुढे दिलेले विचार आपल्या विचारांशी किती मिळते जुळते आहेत-

- केवळ मी स्त्री असल्यामुळे मला कष्ट करावेच लागतील. स्त्रियांना पुरुषांपेक्षा अधिक कष्ट करावे लागतात.
- केवळ मी स्त्री असल्यामुळे मला योग्य संधी मिळत नाही.
- केवळ मी स्त्री असल्यामुळे श्रीमंत होऊ शकत नाही.
- केवळ मी स्त्री असल्यामुळे पतीच्या निधनानंतर माझं आयुष्य चांगल्याप्रकारे व्यतीत करू शकत नाही.
- केवळ मी स्त्री असल्यामुळे कंपनीत यश प्राप्त करू शकत नाही.
- केवळ मी स्त्री असल्यामुळे मला कष्ट करणे अनिवार्य आहे.

वर दिलेल्या विधानांमध्ये एकाचंही उत्तर 'हो' असेल, तर आपण स्वतःवर अन्याय करत आहात. परंतु असा विचार करण्याची काहीही आवश्यकता नाही. आपण एक स्त्री असल्यामुळे कुठल्याही कंपनीत उच्च पदावर आरूढ होऊ शकत नाही या पूर्वग्रहात अडकून पडण्याची अजिबात गरज नाही. त्याचप्रमाणे घरातील सर्व कामं तुम्ही स्त्री असल्यामुळे तुम्हालाच करायची आहेत, असा विचार जर तुम्ही करत असाल, तर स्वतःला वस्तू समजत आहात याविषयी शंकाच नाही. शेवटी ही गोष्ट पण भावदशेवरच

अवलंबून असते. समजा एखाद्या स्त्रीने ठरवलं, की ती बाहेर जाऊन ऑफिसमध्ये काम करणार नाही त्याउलट घरी राहून आपल्या मुलांचं संगोपन अतिशय चांगल्याप्रकारे करेल. कारण असा स्वभाव असणं, नारीशक्तीचं प्रतीक आहे. तेव्हा असा निर्णय तिने सजगतेनं घेतलेला असतो. समजून उमजून स्वीकारलेला असतो. पण जर एखादा पती त्याच्या पत्नीला आदेश देत असेल, 'तू बाहेर काम करायचं नाहीस, त्यामुळे तू घरीच बैस,' तेव्हा असं सांगून तो पत्नीला कमीपणाची वागणूक देतो. याऐवजी जर दोघांनी मिळून निर्णय घेतला, आपापली कामं वाटून घेतली, तर मुलं सांभाळण्याची जबाबदारी पत्नीकडे राहील आणि म्हणून ती ऑफिसमध्ये जाणार नाही. तेव्हा असा निर्णय जागृत अवस्थेत घेतलेला असेल. असे पती-पत्नी मुक्त असतील, असं दांपत्य गुलामीत जखडलेलं नसेल.

इतर स्त्रियांबरोबर असाच व्यवहार होण्यास अनुमती देणे

याचं मुख्य कारण म्हणजे अनेक स्त्रिया स्वतःशीही असं वागण्याची अनुमती देतात. एखादी मुलगी मोठी होते तेव्हा इतर स्त्रियांनी सांगितलेल्या गोष्टींची तिच्यावर खोलवर छाप पडते. मात्र, पुरुषांनी सांगितलेल्या गोष्टींचा तितकासा प्रभाव तिच्यावर होत नाही.

विकसनशील देशात स्त्रीला भेदभावाची वस्तू मानली जात नाही, तर तेथील महत्त्वपूर्ण बाब आहे, स्त्रीला मनोरंजनाची, भोगाची वस्तू समजतात. तेथे सुरुवातीपासूनच, इतरांना आकर्षित करण्यासाठी कोणते कपडे परिधान करायचे, कसं दिसायचं, अशा गोष्टींचं प्रोग्रॅमिंग मुलींमध्ये केलं जातं. वास्तविक इतरांना प्रभावित करण्याकडे आपलं लक्ष देण्यापेक्षा स्वतःला व्यक्त कसं करता येईल, यावर लक्ष केंद्रित करायला हवं.

ज्या देशाचा कमी विकास झाला आहे, जेथे सेक्स हा विषय खासगीतला मानला जातो, तेथे स्त्रीला उपभोग्य व प्रदर्शनीय वस्तू मानण्यात येतं. मात्र, भारत आणि चीनसारख्या विकसनशील देशात या दोन्ही गोष्टींचं प्रमाण अति असून, येथे स्त्रीला दोन्ही प्रकारची वागणूक मिळते.

पुरुष, संपूर्ण समाज आणि आजूबाजूला असलेल्या इतर महिला, मुलगी मोठी होत असताना तिच्यात असंख्य मान्यता ठासवण्याचं काम करतात. जेणेकरून तिला असंच वाटायला लागतं, की ती केवळ उपभोगाचीच वस्तू आहे आणि त्यानंतर तिचा या पुढील गोष्टींवरच विश्वास बसतो.

- मी निर्णय घेण्यासाठी सक्षम नाही. मी जे निर्णय घेते ते नेहमी चुकीचेच ठरतात.
- मी व्यवसाय किंवा एखादी कंपनी चालवू शकत नाही.
- मला या जगात खूपच असुरक्षित वाटतं.
- वास्तविक मला चांगलंच दिसायला हवं. परंतु मी जास्त जाड/बारीक असल्यामुळे एकंदरीतच चांगली नाही.
- खरंतर मी गोरीच दिसायला हवी. पण मी गोरी नसल्यामुळे सुंदर दिसत नाही.
- पुरुषांचा स्वभाव मूळतःच वाईट असल्यामुळे ते माझा गैरफायदा घेतील.
- माझ्यावर अत्याचार होऊ शकतात, कारण काही स्त्रियांवर तो झालाय म्हणून मी कुणावरही विश्वास ठेवता कामा नये.
- माझ्या आईसोबत ज्या चुकीच्या गोष्टी घडल्या, त्या माझ्या बाबतीतही घडतील.
- मी जर जास्त खुश झाले, खूप हसले, तर शेवटी मला रडावंच लागतं. म्हणून मला रडतच राहायचं आहे.
- मला आयुष्यात मोजक्याच गोष्टी मिळतात. शेवटी, प्रत्येक गोष्ट तर आपण मिळवू शकत नाही.
- मला पैशाचा व्यवहार जमत नाही.
- ईश्वराला वाटतं, मी कष्टच करत राहावं. मी चांगल्या प्रकारे जगावं हे नियतीला मंजूर नाही.
- यश प्राप्त करणं अतिशय कठीण आहे. सगळा समाज महिलांविरुद्ध असल्यामुळे मला यश मिळणारच नाही.
- प्रत्येक व्यक्तीचं लक्ष केवळ माझ्या शरीराकडेच आहे. माझ्यावर कुणीही खरं प्रेम करीत नाही.
- मी नेहमी आजारी असल्यामुळे अशक्त आहे.
- मला नेहमीच पुरुषांच्या अधीन राहायला हवं. पुरुषांना जे वाटतं, तसंच केल्याशिवाय अन्य कोणताही पर्याय नाही.
- स्त्रियांनी केवळ स्वतःवरच नव्हे, तर अन्य स्त्रियांवरही असा अन्याय होऊ

देता कामा नये. कित्येकदा पुरुष प्रशंसेचे पूल बांधून वा भीती दाखवून त्यांनी इतर स्त्रियांना त्रास द्यावा, यासाठी काही स्त्रियांवर दबाव टाकतात, काही गोष्टी करण्यासाठी नाइलाजास्तव भाग पाडतात. आजवर अशा कित्येक स्त्रियांनी सजगता नसल्यामुळे चुकीच्या, बेकायदा गोष्टी आनंदाने स्वीकारल्या. एवढंच नाही तर त्यात त्यांनी सहयोगही दिला. पण आता वेळ आली आहे स्त्रीला संपूर्णपणे बदलण्याची, ठामपणे निर्णय घेण्याची. तिला कुणाच्या इशाऱ्यावर नाचायचं नाही, कठपुतळी बनून जीवन व्यतीत करायचं नाही, तसेच स्वतःला आणि इतर स्त्रियांनाही मनोरंजनाची, उपभोगाची वस्तू बनू द्यायचं नाही. हा संकल्प करताच आपणच चमत्कार बघाल. तुमच्या आजूबाजूचं चित्र निश्चितपणे बदलेल.

स्त्रियांनी जर स्वतः उपभोग्य वस्तू बनणं सोडलं, तर ज्यांच्याबरोबर वस्तूसारखा व्यवहार करता येईल, असा दुसरा पर्याय पुरुष आपोआपच शोधतील. आज वास्तविक स्त्रियाच आपल्याबरोबर काही इच्छेने, तर काही अनिच्छेने असा व्यवहार होऊ देतात, सहन करतात आणि काही स्त्रिया तर मूग गिळून गप्प बसतात. असा हा सहज सोपा मार्ग असल्यामुळे यात शोषण करणाऱ्यांना जास्त विचार करण्याची आवश्यकता भासत नाही. पण यावर एकमेव उपाय म्हणजे खऱ्या अर्थानं जागृत होणं, सजग होणं. फक्त वस्तूंमध्ये स्वतंत्रता उपयोगाची नाही तर विचारांमध्ये ती प्रकट व्हायला हवी. 'कारण मी स्त्री आहे'... या विधानावर स्वतःही विचार न करता त्याचप्रमाणे इतर स्त्रियांनाही त्यासाठी प्रेरित करणं महत्त्वाचं आहे. स्त्री म्हणून स्वतःमध्ये असलेल्या सर्व मान्यतांचा विचार करा. बालपणापासून ते आजवर तुमच्याकडून दिले गेलेले सगळे आदेश तपासून पाहा. यापुढे आपण स्वतःवर व इतरांवर अत्याचार होऊ देणार नाहीत याची दक्षता घ्या. कारण आता आपण खऱ्या अर्थाने जागृत होणार आहात.

जागृत कसं व्हाल

स्त्रीने उपभोगाची वस्तू बनू नये यासाठी तीन उपयुक्त पद्धती -

- सहनशील असून जागृत नाहीत – अशा स्त्रिया आपल्या सहनशीलतेच्या शक्तीचा उपयोग करून अनावश्यक कष्ट करत राहतात.

- जागृतीच्या नावाखाली पुरुषांचा प्रतिशोध घेण्याच्या भावनेमुळे दुसऱ्या अतीचा उपयोग करतात – या स्त्रिया पुरुषांना वस्तू समजून त्यांच्याबरोबर तसंच वागतात. त्यांचं सगळं लक्ष, पुरुषांचा उपयोग कसा करून घेता येईल, त्यांना धडा कसा शिकवता येईल यांवरच केंद्रित असतं. वास्तविक असं करणं अगदीच निरर्थक

आहे. कारण यात आपण एका अतीतून दुसऱ्या अतीमध्ये प्रवेश करतो.

◆ **जागृतीच्या नावाखाली स्त्रिया स्वतःच पुरुषांसारख्या बनतात**- या स्त्रिया पुरुषांच्या खेळीला सडेतोड उत्तर देऊन, त्यांच्या पायावर पाय देऊन, यशस्वी होण्यासाठी वाट्टेल ते करायला तयार असतात. परंतु यात स्त्रियांचंच नुकसान अधिक होतं. ती आपली नीतिमूल्य हरवून बसते.

त्यामुळे स्त्रीने प्रथम स्वतः जागृत होऊन इतरांसाठीही निमित्त बनायला हवं. जे बहुमूल्य गुण तिला जन्मजात मिळाले आहेत त्यांचा उपयोग योग्यप्रकारे करावा. वर दिलेल्या तीन अवगुणांऐवजी जागृत होण्यासाठीच्या पाच शक्तिशाली उपायांचा अवलंब तिने निश्चित करावा.

१) **उपभोगाची वस्तू बनू नये** – जेथे आपल्याशी कृत्रिम व्यवहार होईल, त्या प्रत्येक गोष्टीचा त्याग करावा, त्यापासून त्वरित दूर व्हावं. 'ती असा व्यवहार सहन करू शकणार नाही,' असं स्त्रीला ठामपणे सांगता यायला हवं. नम्रतेने आणि दृढतापूर्वक बोलण्यासाठी तिने आपल्या शक्तीचा, सहनशीलतेचा उपयोग करावा.

२) **भेदभावाची वस्तू बनू नये** – आपले विचार आणि मान्यता तपासून असमानतेचा प्रत्येक विचार स्त्रीने मनातून काढून टाकायला हवा. एखादा भेदभाव करताना दिसलाच, तर त्याच्याशी योग्य संवाद साधावा. स्त्रीने विद्रोह न करता केवळ आपला दृष्टिकोन बदलणं आवश्यक आहे. घरातील कामं करत असताना मनात जर ही भावना असेल, मी स्त्री असल्यामुळे मलाच सर्व कामं करावी लागतात. पण येथे असं सांगितलं जात नाही, की आपण घरगुती कामं करायचीच नाहीत तर केवळ आपला दृष्टिकोन बदलायला सांगितलं जात आहे. आपले मान्यतेनं भरलेले विचार बदलून, घरातील कामं अधिक उत्कृष्टपणे करा त्याचबरोबर बाहेरची कामं पण करा.

३) **इतर स्त्रियांशी अन्यायाने वागण्याची अनुमती देऊ नका** – इतर स्त्रियांना जागृत करण्यासाठी त्यांना शिकवा. समजून सांगा मात्र जेव्हा त्यांचा वस्तूसारखा उपयोग होत असेल, तेव्हा शिष्टतापूर्वक, विनम्रतेने सतत संवाद साधून एखादं अभियान सुरू करा. एखाद्या उपक्रमात सहभागी व्हा. काही स्त्रियांसाठी हे अव्यक्तिगत ध्येयसुद्धा बनतं. त्यानुसार त्या आयुष्यभर कार्यरत राहतात.

४) **सर्वप्रथम शांतीला प्राधान्य द्या** – आपण पुरुष असा अथवा स्त्री, आपल्या आयुष्यात शांतीचं स्थान सर्वोच्च असायला हवं. आपण जेव्हा शांत आणि

आनंदी असतो, तेव्हा स्वतःवर किंवा इतरांवरही अन्याय होऊ देत नाही. त्यावेळी आपण स्वतः सर्व मानवजातीला एकसमान पाहू लागता.

५) जीवनाविषयी जागृत व्हा – केवळ स्त्री म्हणून जागृत होणं पुरेसं नाही तर मानवाच्या रूपात जागृत होणं महत्त्वाचं आहे. प्रथम जर मनुष्यरूपात जागृत झालात तर शक्यता असते, की ज्या चेतनेत आपलं वास्तव्य असतं त्या चेतनेविषयीही जाणू शकाल. प्रत्येक माणूस, मग ती स्त्री असो अथवा पुरुष, त्याने आपल्या आध्यात्मिक विकासाला आयुष्यात सर्वोच्च स्थान, प्राधान्य द्यायला हवं. तेव्हाच आपल्याला जागृतीच्या जादूचा चमत्कार बघायला मिळेल.

Tejgyan Global Foundation's initiatives

Write to us or call us:
- If you want to join a campaign to awaken women
- If you want us to organize a 2-hour free seminar in your society or organization on putting peace first to unleash the natural qualities of a women within
- If you would like to participate in the Magic of Awakening Retreat (Maha Aasmani Shivir) for the direct experience of the Self

Visit http://www.happythoughts.in for our world peace initiative. Sign up to do world peace prayer with thousands of others across the world on the website.
Visit http://www.tejgyan.org for more information about the foundation and to sign up for our free newsletter
Email us at mail@tejgyan.com or call us on: +91 20 2432 1925 and +91 992100 8060 between 10.00 AM to 8.00 PM Indian Standard Time.

हे पुस्तक वाचल्यानंतर आपला अभिप्राय कृपया या पत्त्यावर अवश्य पाठवा.
Tej Gyan Global Foundation,
Pimpri Colony Post Office, P.O.Box 25, Pune-411017. Maharashtra (India).

एक अल्प परिचय
सरश्री

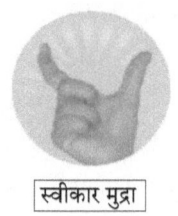

स्वीकार मुद्रा

    सरश्रींचा आध्यात्मिक शोधाचा प्रवास त्यांच्या बालपणापासूनच सुरू झाला होता. हा शोध सुरू असतानाच त्यांनी अनेक प्रकारच्या पुस्तकांचं अध्ययन केलं. त्याचबरोबर या शोधकाळात त्यांनी अनेक ध्यानपद्धतींचा अभ्यासही केला. त्यांच्यातील या जिज्ञासेने त्यांना अनेक वैचारिक आणि शैक्षणिक संस्थांमध्ये जाण्यासाठी प्रेरित केलं. जीवनाचं रहस्य समजण्यासाठी त्यांनी **प्रदीर्घ काळ मनन करून आपलं शोधकार्य सातत्याने सुरू ठेवलं. या शोधातूनच त्यांना 'आत्मबोध' प्राप्त झाला.** आत्मसाक्षात्कारानंतर त्यांना जाणवलं, की अध्यात्माचा प्रत्येक मार्ग ज्या शृंखलेने जोडलेला आहे, **तो म्हणजे 'समज' (Understanding).** आत्मबोधप्राप्तीनंतर त्यांनी अध्यापनाचं कार्य थांबवलं आणि जवळ जवळ दोन दशकांहूनही अधिक काळ आपलं समस्त जीवन मानवजातीच्या कल्याणासाठी आणि आध्यात्मिक विकासासाठी अर्पण केलं.

    सरश्री म्हणतात, ''सत्यप्राप्तीच्या सर्व मार्गांचा प्रारंभ जरी वेगवेगळ्या मार्गांनी होत असला, तरी सर्वांचा अंत मात्र एकच समज प्राप्त केल्याने होतो. ही **'समज'च सर्व काही असून ती स्वतःमध्ये परिपूर्ण आहे.** आध्यात्मिक ज्ञानप्राप्तीसाठी या 'समजे'चं श्रवणच पुरेसं आहे.'' ही समज प्रकाशमान करण्यासाठी आजपर्यंत त्यांनी **आध्यात्मिक विषयांवर तीन हजारांहून अधिक प्रवचनं दिली आहेत.** या प्रवचनांद्वारे ते अध्यात्मातील अतिशय गहन संकल्पना सहज, सुलभ आणि व्यावहारिक भाषेत समजावून सांगतात. समाजातील प्रत्येक स्तरावरील मनुष्य सरश्रींद्वारे सांगितल्या जाणाऱ्या या समजेचा लाभ घेऊ शकतो.

    ही समज प्रत्येकाला आपल्या अनुभवातून प्राप्त व्हावी, यासाठी सरश्रींनी **'महाआसमानी परमज्ञान शिबिर'** आणि त्यासाठी आवश्यक असणारी कार्यप्रणाली (सिस्टिम) तयार केली. **तिचा लाभ आज लाखो लोक घेत आहेत.** या प्रणालीला आय.एस.ओ. (ISO 9001:2015) प्रमाणपत्रही लाभलंय. या प्रणालीमुळेच

अनेकांना सत्यमार्गावर वाटचाल करण्याची प्रेरणा मिळाली आहे. या समजेचा प्रचार आणि प्रसार करण्यासाठी त्यांनी 'तेजज्ञान फाउंडेशन' या आध्यात्मिक संस्थेचा पाया रचला. **'हॅपी थॉट्सद्वारे उच्चतम विकसित समाजाची निर्मिती करणे,'** हेच या संस्थेचं मुख्य उद्दिष्ट आहे.

विश्वातील प्रत्येक मनुष्य आज सरश्रींच्या मार्गदर्शनाचा लाभ घेऊ शकतो. त्यासाठी कोणत्याही धर्म, जात, उपजात, वर्ण, पंथ वा लिंग यांचं बंधन नसतं. विश्वाच्या प्रत्येक कानाकोपऱ्यांतील लोक आज 'तेजज्ञान'च्या अनोख्या ज्ञानप्रणालीचा (System for Wisdom) लाभ घेत आहेत. याच व्यवस्थेचा आणखी एक महत्त्वपूर्ण भाग म्हणजे, **दररोज सकाळी आणि रात्री ९ वाजून ९ मिनिटांनी लाखो लोक विश्वशांतीसाठी प्रार्थना करत आहेत.**

बेस्ट सेलर पुस्तक 'विचार नियम' शृंखलेचे रचनाकार म्हणूनही सरश्रींना ओळखलं जातं. **केवळ पाच वर्षांच्या कालावधीत या पुस्तकाच्या १ कोटीपेक्षा अधिक प्रती वितरित** झाल्या आहेत. याशिवाय आजवर त्यांनी विविध विषयांवर **१०० हून अधिक पुस्तकं लिहिली** आहेत. त्यांपैकी 'विचार नियम', 'स्वसंवाद एक जादू', 'शोध स्वतःचा', 'स्वीकाराची जादू', 'निःशब्द संवाद एक जादू', 'संपूर्ण ध्यान' इत्यादी पुस्तकं बेस्ट सेलर झाली आहेत. ही पुस्तकं दहापेक्षा अधिक भाषांमध्ये अनुवादित असून, पेंगुइन बुक्स, हे हाउस पब्लिशर्स, जैको बुक्स, मंजुळ पब्लिशिंग हाउस, प्रभात प्रकाशन, राजपाल ॲण्ड सन्स, पेंटागॉन प्रेस आणि सकाळ प्रकाशन इत्यादी प्रमुख प्रकाशन संस्थांद्वारे ती प्रकाशित झाली आहेत.

तेजज्ञान फाउंडेशन परिचय

तेजज्ञान फाउंडेशन आत्मविकासातून आत्मसाक्षात्कार प्राप्त करण्याचा एक मार्ग आहे. यासाठी सरश्रींद्वारा एक अनोखी बोधप्रणाली (System for Wisdom) निर्माण झाली आहे. या प्रणालीला आंतरराष्ट्रीय प्रमाणपत्राद्वारे ISO 9001:2015च्या आवश्यकतेनुसार आणि निकष पडताळून सरळ, व्यावहारिक आणि प्रभावी बनवलं गेलं आहे.

या संस्थेच्या प्रबोधनपद्धतीच्या भिन्न पैलूंना (शिक्षण, निरीक्षण आणि गुणवत्ता) स्वतंत्र गुणवत्ता परीक्षकांद्वारे (Quality Auditors) क्रमबद्ध पद्धतीने पडताळलं गेलं. त्यानंतर या पैलूंना ISO 9001:2015 साठी पात्र समजून या बोधपद्धतीला हे प्रमाणपत्र प्रदान करण्यात आलं.

या फाउंडेशनचे लक्ष्य आहे नकारात्मक विचारांकडून सकारात्मक विचारांकडे वाटचाल. सकारात्मक विचारांकडून शुभ विचारांकडे म्हणजे हॅपी थॉट्सकडे प्रगती. शुभ विचारांकडून निर्विचार अवस्थेकडे मार्गक्रमण आणि निर्विचार अवस्थेच्या अंती आत्मसाक्षात्कार प्राप्ती. 'मी सर्व विचारांपासून मुक्त व्हावे' हा विचार म्हणजे शुभु विचार (हॅपी थॉट्स). 'मी प्रत्येक इच्छेपासून मुक्त व्हावे', अशी इच्छा म्हणजे शुभ इच्छा.

तेजज्ञान म्हणजे ज्ञान व अज्ञान या दोहोंच्या पलीकडचे ज्ञान. पुष्कळ लोक सामान्य ज्ञानाच्या (General Knowledge) माहितीलाच ज्ञान मानतात. परंतु अस्सल ज्ञान आणि नुसती माहिती यांत फार मोठे अंतर आहे. आजमितीला लोक सामान्य ज्ञानाच्या उत्तरांनाच जास्त महत्त्व देतात. अशा ज्ञानाचे विषय म्हणजे कर्म आणि भाग्य, योग आणि प्राणायाम, स्वर्ग आणि नरक इत्यादी. आजच्या युगात सामान्यज्ञान प्राप्त करणारे लोक, शिक्षक मोठ्या प्रमाणावर आहेत; परंतु हे ज्ञान ऐकून जीवनात परिवर्तन घडून येत नाही. असे ज्ञान म्हणजे केवळ बुद्धिविलास आहे किंवा अध्यात्माच्या नावावर चाललेला बुद्धीचा व्यायाम आहे.

सर्व समस्यांवरील उपाय आहे तेजज्ञान. क्रोध, चिंता आणि भय यांपासून मुक्त जीवन म्हणजे तेजज्ञान. शारीरिक, मानसिक, सामाजिक, आर्थिक आणि आध्यात्मिक प्रगतीचा, सर्वांगीण प्रगतीचा मार्ग आहे तेजज्ञान. तेजज्ञान आपल्या अंतरंगात आहे. येथे या आणि या गोष्टीचा अनुभव घ्या.

आपल्याला असे ज्ञान हवे आहे, की जे सामान्य ज्ञानापलीकडे आहे, जे प्रत्येक समस्येवरील उत्तर आहे, जे प्रत्येक समजुतीपासून, गृहीत धारणांपासून आपल्याला मुक्त करते, ईश्वरी साक्षात्कार घडविते, अंतिम सत्यात स्थापित करते. आता वेळ आली आहे शाब्दिक, सामान्यज्ञानातून बाहेर येऊन तेजज्ञानाचा अनुभव घेण्याची!

आजवर जप-तप, तंत्र-मंत्र, कर्म-भाग्य, ध्यान-ज्ञान, योग-भक्ती असे अनेक मार्ग अध्यात्मात सांगितले आहेत. या सर्व मार्गांनी प्राप्त होणारी अंतिम समज, अंतिम ज्ञान, बोध एकच आहे. अंतिम सत्याच्या शोधकाला, साधकाला शेवटी जी एकच 'समज' प्राप्त होते, ती 'समज' श्रवणानेसुद्धा प्राप्त होऊ शकते. अशा समजप्राप्तीसाठी श्रवण करणे यालाच तेजज्ञान प्राप्त करणे म्हटले गेले आहे. तेजज्ञानाच्या श्रवणाने सत्याचा साक्षात्कार घडतो, ईश्वरीय अनुभव मिळतो. हेच तेजज्ञान सरश्री महाआसमानी शिबिरात प्रदान करतात.

महाआसमानी परमज्ञान
शिबिर परिचय आणि लाभ (निवासी)

तुम्हाला सर्वोच्च आनंद हवाय? असा आनंद, जो कोणत्याही बाह्य कारणावर अवलंबून नाही... जो प्रत्येक क्षणी वृद्धिंगत होतो. या जीवनात तुम्हाला प्रेम, विश्वास, शांती, समृद्धी आणि परमसंतुष्टी हवी आहे का? शारीरिक, मानसिक, सामाजिक, आर्थिक आणि आध्यात्मिक अशा आयुष्याच्या सर्व स्तरांवर यशस्वी होण्याची तुमची इच्छा आहे का? 'मी कोण आहे' हे तुम्हाला अनुभवाने जाणावंसं वाटतं का?

तुमच्या अंतर्यामी अशा सर्व प्रश्नांची उत्तरं जाणण्याची इच्छा आणि 'अंतिम सत्य' प्राप्त करण्याची तृष्णा असेल, तर तेजज्ञान फाउंडेशनतर्फे आयोजित 'महाआसमानी शिबिरा'त तुमचं स्वागत आहे. हे शिबिर सरश्रींच्या मार्गदर्शनावर आधारित आहे. सरश्री, आजच्या युगातील आध्यात्मिक गुरू असून, ते आजच्या लोकभाषेत अत्यंत सहजपणे आध्यात्मिक समज प्रदान करतात.

महाआसमानी परमज्ञान शिबिराचा उद्देश : विश्वातील प्रत्येक मनुष्यानं 'मी कोण आहे', या प्रश्नाचं उत्तर जाणून तो सर्वोच्च आनंदाच्या अवस्थेत स्थापित व्हावा, हाच या शिबिराचा मुख्य उद्देश आहे. प्रत्येकाला असं ज्ञान प्राप्त व्हावं, जेणेकरून त्यानं प्रत्येक क्षणी वर्तमानात जगण्याची कला आत्मसात करावी. तो भूतकाळाचं ओझं आणि भविष्याची चिंता यांतून मुक्त व्हावा. प्रत्येकाच्या आयुष्यात कधीही न संपणारा आनंद आणि योग्य समज यावी. शिवाय, प्रत्येकानं समस्या विलीन करण्याची कला आत्मसात करावी. थोडक्यात, मनुष्यजन्माचा उद्देश सफल व्हावा, हाच या शिबिराचा उद्देश आहे.

'मी कोण आहे? मी येथे का आहे? मोक्ष म्हणजे काय? या जन्मातच मोक्षप्राप्ती शक्य आहे का?' असे प्रश्न जर तुमच्या मनात असतील, तर त्यांवरील उत्तर आहे- 'महाआसमानी परमज्ञान शिबिर'.

महाआसमानी परमज्ञान शिबिराचे मुख्य लाभ : वास्तविक या शिबिराचे लाभ तर असंख्य आहेत; पण त्यांपैकी मुख्य लाभ पुढीलप्रमाणे- ✸ जीवनात शक्तिशाली ध्येय निश्चित होतं ✸ 'मी कोण आहे' हे अनुभवाने जाणता येतं (सेल्फ रियलायजेशन) ✸ मनाचे सर्व विकार विलीन होतात. ✸ भय, चिंता, क्रोध, बोरडम, मोह, तणाव या नकारात्मक बाबींतून मुक्ती ✸ प्रेम, आनंद, मौन, समृद्धी, संतुष्टी, विश्वास अशा दिव्य गुणांशी युक्ती ✸ साधं, सरळ पण शक्तिशाली जीवन जगता येतं ✸ प्रत्येक समस्येचं निराकरण करण्याची कला प्राप्त होते ✸ 'प्रत्येक क्षणी वर्तमानात जगणं' हा तुमचा स्वभाव बनतो ✸ आपल्यातील सर्व सकारात्मक शक्यता खुलतात ✸ याच जीवनात मोक्षप्राप्ती होते

महाआसमानी परमज्ञान शिबिरात सहभागी कसं व्हाल? या शिबिरात सहभागी होण्यासाठी

तुम्हाला खालील बाबींची पूर्तता करायची आहे- १. तुमचं वय कमीत कमी अठरा किंवा त्यापेक्षा अधिक असायला हवं. २. सर्वप्रथम तुम्हाला 'सत्य-स्थापना' (फाउंडेशन ट्रुथ रिट्रीट) शिबिरात सहभागी व्हावं लागेल. या शिबिरात, तुम्ही प्रामुख्यानं दोन बाबी शिकाल- प्रत्येक क्षणी वर्तमानात जगण्याची कला कशी आत्मसात करावी आणि निर्विचार अवस्था कशी प्राप्त करावी. ३. प्राथमिक स्तरावर तुम्हाला काही प्रवचनं ऐकायची असून, त्यांतून तुम्ही मूलभूत समज आत्मसात कराल आणि महाआसमानी शिबिरात प्रवेश करण्यासाठी तयार व्हाल.

हे शिबिर साधारणपणे एक-दोन महिन्यांच्या अंतराने आयोजित करण्यात येतं. यात हजारो सत्यशोधक सहभागी होतात. या शिबिराची तयारी दोन पद्धतींनी करू शकता. पहिली पद्धत- मनन आश्रम, पुणे येथे ५ दिवसीय शिबिरात भाग घेऊ शकता. दुसरी पद्धत- तेजज्ञान फाउंडेशनच्या जवळच्या सेंटरवर जाऊन सत्यश्रवणाद्धारेही करू शकता. महाराष्ट्रात अहमदनगर, सातारा, औरंगाबाद, नाशिक, नागपूर, वर्धा, अमरावती, चंद्रपूर, यवतमाळ, कोल्हापूर, सांगली, रत्नागिरी, लातूर, बीड, नांदेड, परभणी, पनवेल, मुंबई, ठाणे, सोलापूर, पंढरपूर, जळगाव, अकोला, बुलढाणा, धुळे, भुसावळ आणि महाराष्ट्राबाहेर सुरत, अहमदाबाद, बडोदा, नवी दिल्ली, बेंगलुरू, बेळगाव, धारवाड, रायपूर, भुवनेश्वर, कोलकाता, रांची, लखनौ, कानपूर, चंदीगढ, जयपूर, चेन्नई, पणजी, म्हापसा, भोपाळ, इंदोर, इटारसी, हर्दा, विदिशा, बुऱ्हाणपूर या ठिकाणी महाआसमानी शिबिराची पूर्वतयारी करू शकता.

तेजज्ञान फाउंडेशनमध्ये उपलब्ध असणाऱ्या सरश्रीलिखित पुस्तकांचं वाचन करून तुम्ही या शिबिराची पूर्वतयारी करू शकता. याशिवाय, तुम्ही रेडिओ किंवा यू ट्युबवरील सरश्रींच्या प्रवचनांचा लाभही घेऊ शकता. पण लक्षात घ्या, पुस्तकांतील ज्ञान, रेडिओ आणि यू ट्युबवरील प्रवचनं म्हणजे 'तेजज्ञानाची तोंडओळख' आहे; 'संपूर्ण तेजज्ञान' मुळीच नाही. तुम्ही महाआसमानी शिबिरात सहभागी होऊनच तेजज्ञानाचा आनंद घेऊ शकता. तेव्हा आगामी महाआसमानी शिबिरात सहभागी होण्यासाठी आजच संपर्क करा- 09921008060/75, 9011013208

महाआसमानी परमज्ञान शिबिरस्थान : हे शिबिर पुण्यातील मनन आश्रम येथे आयोजित केलं जातं. येथे तुमच्या निवासाची आणि भोजनाची व्यवस्था केली जाते. तुम्हाला काही शारीरिक व्याधी असतील आणि त्यासाठी जर तुम्ही नियमितपणे औषधं घेत असाल, तर शिबिरात येताना ती सोबत बाळगावीत. शिवाय, वातावरणानुसार गरम कपडे, स्वेटर, ब्लँकेटही आणावं.

पुणे शहरापासून १७ किलोमीटर अंतरावर अत्यंत निसर्गरम्य परिसरात मनन आश्रम वसलेला आहे. आश्रमात महिला आणि पुरुष यांच्या निवासाची स्वतंत्र व्यवस्था असून येथे जवळपास ८०० लोकांच्या राहण्याची व्यवस्था आहे. आपण हवाईमार्ग, हायवे किंवा रेल्वे अशा कोणत्याही मार्गाने पुण्यात येऊ शकता.

मनन आश्रम : मनन आश्रम, पुणे, सर्व्हे नं. ४३, सणस नगर, नांदोशी गाव, किरकटवाडी फाटा, तालुका- हवेली, जिल्हा- पुणे- ४११०२४. फोन- 09921008060

'सरश्रीं'द्वारे रचित इतर पुस्तकं

कुसंस्कारांतून मुक्तीची १० सूत्र
मोठ्यांसाठी गर्भसंस्कार

Also available in Hindi

पृष्ठसंख्या : २०० | मूल्य : ₹ २५०

प्रस्तुत ग्रंथ सत्यवान–सावित्रीच्या कथेवर आधारित असून ही नव्या युगाची कहाणी आहे. नियती प्रथम मनुष्याला सत्यापासून दूर करते, वियोग घडवते आणि मग पुनर्मिलन करते. त्यानंतरच बनते एक अमर कहाणी! मनुष्याच्या जीवनात दुःखच आलं नसतं, तर सुखाचं महत्त्व आपण कसं जाणू शकलो असतो? जसं, आकाशात तळपणाऱ्या सूर्याला जेव्हा अचानक काळे ढग झाकोळतात, तेव्हा कुठे त्याचं अस्तित्व आपण समजू शकतो. ही गोष्ट जर सदैव स्मरणात राहिली तर आपण दुःखातदेखील आनंदरूपी नौकेत विहार करू शकाल. सदर ग्रंथात सर्व स्त्री–पुरुषांनी सावित्रीचे गुण कसे आत्मसात करायचे? या प्रश्नाचं उत्तर तसंच अनेक समस्यांचं समाधान आणि काही सकारात्मक बाबी वाचकांसमोर प्रस्तुत करण्यात आल्या आहेत.

मधुर नात्यांकडे वाटचाल
3 जादुई सूत्रांद्वारे नातेसंबंधातील दरी मिटवा

Also available in Hindi

पृष्ठसंख्या : २०० | मूल्य : ₹ १९५

मानवाचं पृथ्वीवर येण्याचं मूळ उद्दिष्ट म्हणजे नात्यांना योग्य प्रकारे निमित्त बनवून नवप्रकाश किरणांनी ती उजळून टाकणं होय. त्याचबरोबर विश्वासाच्या पुष्परूपी सुगंधाने नातेसंबंधांना ओतप्रोत भरून, ते टिकवण्यासाठी चिरस्थायी प्रेम कसं करावं, परिवाररूपी वृक्षांची तोड कशी थांबवावी? अहंकाराची आरी आणि कपटरूपी कुऱ्हाड नष्ट कशी करा–वी? नातेसंबंधाच्या आसक्तीतून मुक्त कसं राहावं? या सर्व गोष्टी आपण प्रस्तुत पुस्तकात जाणणार आहोत. प्रस्तुत पुस्तक तुम्हाला मदत करेल, आत्मसमृद्ध परिवाराच्या निम र्णासाठी. हे निर्माणकार्य जेव्हा प्रत्यक्षात साकार होईल, तेव्हा मधुर नात्यांकडे वाटचाल आपोआप होऊ लागेल.

* तेजज्ञान इंटरनेट रेडिओ *

तेजज्ञान इंटरनेट रेडिओद्वारे २४ तास ३६५ दिवस, सरश्रींच्या प्रवचन आणि भजनांचा लाभ घ्या. त्यासाठी पाहा लिंक–
http://www.tejgyan.org/internetradio.aspx

विविध भारती F.M. वर दर रविवारी
सकाळी १०:०५ ते १०:१५ वा.

नोट : *या कार्यक्रमांच्या वेळेत बदल झाल्यास नोंद ठेवावी.*

www.youtube.com/tejgyan च्या साहाय्यानेदेखील सरश्रींच्या प्रवचनांचा लाभ घेऊ शकता.
For online shoping visit us - www.tejgyan.org,
www.gethappythoughts.org

आपणास हवी असलेली पुस्तकं घरपोच मिळण्यासाठी मनीऑर्डर पाठवा.
ही पुस्तकं आमच्या खर्चाने रजिस्टर्ड पोस्ट, कुरिअर आणि व्ही.पी.पी.द्वारे पाठवली जातील. त्यासाठी खालील पत्त्यावर संपर्क साधावा.

वॉव पब्लिशिंग्ज् प्रा. लि.
*रजिस्टर्ड ऑफिस : E-4, वैभव नगर, तपोवनमंदिराजवळ, पिंपरी, पुणे –४१९०१७
* पोस्ट बॉक्स नं. ३६, पिंपरी कॉलनी, पोस्ट ऑफिस, पिंपरी–पुणे – ४११०१७
फोन नं. : 09011013210 / 9623457873

आपण पुस्तकांची ऑर्डर ऑनलाईनही देऊ शकता.
लॉग इन करा – www.gethappythoughts.org
५०० रुपयांहून अधिक किमतीची पुस्तकं मागवल्यास १०% सूट मिळेल आणि डिलिव्हरी फ्री.

तेजज्ञान फाउंडेशनच्या मुख्य शाखा

पुणे : (रजिस्टर्ड ऑफिस)
विक्रांत कॉम्प्लेक्स, तपोवन मंदिराजवळ, पिंपरी,
पुणे : ४११ ०१७.
फोन : (०२०) २७४१२५७६, २७४११२४०

मनन आश्रम :
सर्व्हे नं. ४३, सणस नगर, नांदोशी गांव,
किरकटवाडी फाटा, तालुका : हवेली,
जि. पुणे: ४११ ०२४. फोन : ०९९२१००८०६०

e-books

The Source ● Complete Meditation ● Ultimate Purpose of Success ● Enlightenment I Inner Magic ● Celebrating Relationships ● Essence of Devotion ● Master of Siddhartha ● Self Encounter and many more.
Also available in Hindi at gethappythoughts.org

Free apps

U R Meditation & Tejgyan Internet Radio on all platforms like Android, iPhone, iPad and Amazon

e-magazines

'Yogya Aarogya' & 'Drushtilakshya'
emagazines available on www.magzter.com

e-mail
mail@tejgyan.com

website
www.tejgyan.org, www.gethappythoughts.org

www.ingramcontent.com/pod-product-compliance
Lightning Source LLC
LaVergne TN
LVHW040138080526
838202LV00042B/2957